आपल्या स्नेहीजनांना पुस्तके भेट द्या

आचार्य अत्रे
बारा गावचं पाणी

ॲड. बाबूराव कानडे

AA000768

मेहता पब्लिशिंग हाऊस

Email : production@mehtapublishinghouse.com
Website : www.mehtapublishinghouse.com

ACHARYA ATRE - BARA GAVCHE PANI by Adv. Baburao Kanade

आचार्य अत्रे - बारा गावचं पाणी / समीक्षात्मक लेख

© ॲड. बाबूराव कानडे

author@mehtapublishinghouse.com

प्रकाशक : सुनील अनिल मेहता, मेहता पब्लिशिंग हाऊस,
१९४१ सदाशिव पेठ, माडीवाले कॉलनी, पुणे – ४११०३०.

मुखपृष्ठ : सतीश भावसार

प्रथमावृत्ती : डिसेंबर, २०१९

P Book ISBN 9789353173562
E Book ISBN 9789353173579
E Books available on : play.google.com/store/books
www.amazon.in

''आचार्य अत्रे यांच्यावर तुम्ही इतके छान बोलता
आणि त्यांच्याबद्दल तुम्हाला इतकी माहिती आहे,
ती तुम्ही लिहा''
असे म्हणून जिने मला लिहायला उद्युक्त केले
ती माझी प्रिय पत्नी सौ. सरोज हिस...
(पण आज हे पुस्तक बघायला ती नाही...)

केल्याने देशाटन...

केल्याने देशाटन, पंडितमैत्री, सभेत संचार!
....मनुजा चातुर्य येतसे फार!!

सर्वत्र प्रवास केल्याने चातुर्य येते, विद्वानाशी मैत्री केल्याने चातुर्य येते, सभेत संचार केल्याने चातुर्य येते. थोडक्यात काय, सर्वत्र फिरत राहिल्याने चातुर्य येते, असे वामन पंडित आणि अनेक पंडित वारंवार सांगत आले आहेत. 'चराति चरतो भग:' असे संस्कृतमध्येदेखील सुभाषित आहे. 'जो चालतो, त्याचे भाग्य चालते,' असा त्याचा अर्थ आहे. एके ठिकाणी बसतो, तो खपतो. समर्थ रामदासांनीदेखील हेच सांगितले आहे आणि आमच्या लहानपणी संदेश देताना आचार्य अत्रे दुसऱ्या शब्दांत हेच सांगत, 'वाहत्या पाण्याचा झरा व्हा. म्युनसिपालटीचा नळ होऊ नका.' आणि फर्डेबाज सही 'प्रल्हाद केशव अत्रे.' असा संदेश असलेल्या 'स्वाक्षरी वह्या' अनेकांच्या संग्रही असतील. त्या वेळी शालेय आणि कॉलेजच्या मुला-मुलींना हे स्वाक्षरी जमविण्याचे विलक्षण वेड होते. थोडक्यात काय, तर स्थिर राहू नका, एके ठिकाणी सारखे बसून राहू नका. चालते व्हा, चालत राहा; बोलते व्हा आणि बोलत राहा. अर्थात देशांतर, पंडिताशी मैत्री आणि सभेत संचार केल्यानेच केवळ शहाणपण येते, असा त्याचा अर्थ नाही; तर ते शहाणपण मुळातच अंगी असावे लागते. अंगी शहाणपण असल्यासच ते शहाणपण, चातुर्य वाढीला लागते. आचार्य अत्रे हे एका दिवसात आचार्य अत्रे झाले नाहीत; तर त्यांची अखंड साधना, अथक परिश्रम, सतत वाचन, 'दिसामाजी काहीतरी ते लिहावे...' या रामदासांच्या उक्तीला स्मरून सारखे लिहीत राहिले. आचार्य अत्रे म्हणतात, 'मी वाटेल ते उद्योग केले असतील. माझा सर्वत्र संचार झाला असेल; पण मी वाङ्मयाची साथ कधी सोडली नाही.' साहित्याची संगत मला सातत्याने मिळत राहिली; म्हणूनच आचार्य अत्रे लंडन किंवा मॉस्कोला गेले, तरी 'तुकारामाची गाथा' आणि 'ज्ञानेश्वरी'ची

संगत त्यांनी कधी सोडली नाही. 'लंडनला माझ्या उशाशी तुकाराम गाथा आणि ज्ञानेश्वरी सतत असे,' असे आचार्य अत्रे सांगत. आचार्य अत्रे यांनी खूप परिश्रम घेतले. त्यांनी अमाप आणि अथक परिश्रम उपसले. तसेच त्यांना दैवानेदेखील साथ दिली. 'माझ्या आयुष्यात यश आणि अपयशाचा सारखा खेळ चालला होता किंवा अपयश आणि यश हे उलटत्याक्षरांतील वाक्याचा सारांश तोच होता.' त्या अपयशानी, यशानी सातत्याने त्यांची साथ सोडली नाही. सारांश सतत प्रयत्न, सतत भ्रमंती आणि अखंड वाचन. ते म्हणत, 'वाचन हा लेखकाचा रियाज आहे.' संयुक्त महाराष्ट्राच्या झंझावातातच आचार्य अत्रे सर्वत्र संचार करू लागले, असे लोकांना वाटेल तर तसे नाही. प्रथम सासवड, पुणे, मुंबई मग लंडन, त्यानंतर नागपूर-अमरावती या शहरांपासून 'कळ्यांचे नि:श्वास' या ग्रंथाचा पाठपुरावा करण्यासाठी चांद्यापासून बांद्यापर्यंत भ्रमंती. नाटकासाठी सर्वत्र दौरे, नवयुग फिल्म कंपनीचे शेअर खपविण्यासाठी भारतभर प्रवास. 'नवयुग फिल्म कंपनी' ही सिनेधंद्यातील भारतातील पहिली रजिस्टर्ड कंपनी होती. अगोदर न्यू थिएटर, कारदार, सोहराब मोदी, शांताराम यांच्या स्वत:च्या कंपन्या होत्या. प्रभात कंपनी दामले, फत्तेलाल, कुलकर्णी आणि धायबर या चौघांची होती; पण नवयुग फिल्म कंपनी असंख्यांची होती.

आणि त्यानंतर आले संयुक्त महाराष्ट्राचे आंदोलन. तत्पूर्वी नागपूरला ना. भा. खरे यांनी आचार्यांवर खटला भरला, त्या वेळी नागपूर वाऱ्या. आदेश विरुद्ध अत्रे. या वेळी नागपूर वाऱ्या आणि ना. भा. खरे यांच्या खटल्याच्या वेळीच आचार्य अत्रे यांच्यावर हल्ला झाला. नागपुरात दोन वेळा हल्ला झाला, तरी आचार्य अत्रे यांनी नागपुराची साथ सोडली नाही. बडोदा, ग्वाल्हेर, भोपाळ, इंदूर, आग्रा, दिल्ली येथील साहित्ययात्रा. त्रिवेंद्रम, मद्रास येथील कामगार चळवळीला मार्गदर्शन. सारखा संचार चालू होता. व्याख्यानांसाठी सारखी निमंत्रणे. त्या वेळी एकमेव आचार्य अत्रेच होते. म्हणूनच 'अत्र, तत्र, इतरत्र; एकत्र सर्वत्र अत्रेच अत्रे! आचार्य अत्रे' असे प्रबोधनकार ठाकरे नेहमी म्हणत.

महाराष्ट्राच्या संग्रामात त्यांच्या पायाला भिंगरी लागली होती. पायाला चक्रे बांधल्यासारखे ते फिरत होते, दौरे करत होते. हिंडत होते. व्याख्याने, दौरे, सभा, निदर्शने, प्रदर्शने, चर्चासत्रे, परिसंवाद, बैठका, भेटीगाठी यांचा नुसता सपाटा लावला होता. मराठी जनतेवर होणाऱ्या प्रत्येक आरोपाचे परिमार्जन, खंडन-मंडन आणि निरुत्तर करण्याची जबाबदारी जणू काही एकट्या आचार्य अत्रे यांच्यावरच येऊन पडली, असे वाटावे. महाराष्ट्राचा प्रवक्ता होता. एकदा आम्ही साथी एस. एम. जोशींबरोबर गायकवाड वाड्यात स्वातंत्र्यवीर उतरले होते, त्यांच्या भेटीला गेलो होतो. त्यांना तात्याराव म्हणणे ही त्या वेळी कौतुकाची बाब होती. हिंदू महासभेच्या चाहत्यांना विशेषनामापुढे 'राव' लावलेले आवडत असे; जसे -

बाळाराव सावरकर, मामाराव दाते. तात्याराव म्हणाले, ''श्रीम, तुम्ही महाराष्ट्रासाठी का चळवळ करीत नाही? तो पोट्टी रामलू बघा आंध्रासाठी लढतोय.'' त्यावर एस. एम. म्हणाले, ''तात्या, महाराष्ट्रात मरगळ आलीय.'' त्यावर तात्याराव म्हणाले, ''तसे नाही श्रीम (तात्यारावांचा एस. एम. सोडून श्रीम म्हणण्याचा प्रयत्न यातून भाषाशुद्धीकरण, प्रतिशब्द, अभिमान दिसून येत असे. इंग्रजीचा धेडगुजरी वापर टाळणे हा हेतू असे.) तुम्ही साप्ताहिक नवयुग वाचता का? तमाम मराठी जनांच्या मनातील स्पंदने, हेलकावे, भावभावना, राग-द्वेष या साऱ्या छटा आचार्य अत्रे यांच्या लिखाणातून बाहेर पडतात.'' आचार्य अत्रे हा मराठी मनाचा बॅरोमीटर आहे. महाराष्ट्राचा 'सांस्कृतिक राजदूत' म्हणूनच आचार्य अत्रे गणले जात होते. 'आचार्य अत्रे म्हणजे महाराष्ट्र आणि महाराष्ट्र म्हणजे आचार्य अत्रे' असे समीकरण होते. सर्वत्र संचार असल्याने सर्वांना आचार्य अत्रे आपले वाटत; कारण ते आपल्या मनातले बोलतात, असे जनतेला वाटे. सारांश काय– सारा महाराष्ट्र आचार्य अत्रे यांनी पालथा घातला, सारा महाराष्ट्र पिंजून काढला; त्यामुळे सर्वत्र सभा, प्रबोधन, परिवर्तनाचा नारा आणि अन्यायाविरुद्ध लढा यांची प्रेरणा सातत्याने मिळत गेली. मराठी माणसाला न्यायाची 'चाड' आणि अन्यायाची 'चीड' आहे, तितकी इतर प्रांतातील जनतेला नाही; असे ते मराठी माणसाचे वेगळेपण सांगताना नेहमी म्हणत. साऱ्या महाराष्ट्राची साथ मिळाल्याशिवाय आपण काहीही साध्य करू शकणार नाही. म्हणून बेळगाव, कारवार, गोवा, खानापूर, कोल्हापूर, रत्नागिरी, मालवण, सातारा, वाई, सोलापूर, तुळजापूर, पंढरपूर, फलटण, पुणे, मुंबई, नाशिक, अहमदनगर, औरंगाबाद, परभणी, नांदेड, बीड, लातूर, अमरावती, नागपूर, चंद्रपूर आणि मुंबई ते दिल्ली वाऱ्या असा प्रचंड प्रवास आणि व्याख्यानांनी गजबजलेला प्रदेश अत्रे यांनी पालथा घातला. त्यांच्याच शब्दांत सांगायचे झाल्यास 'चांद्या'पासून 'बांद्या'पर्यंत सारा महाराष्ट्र त्यांनी ढवळून काढला. चांद्यापासून बांद्यापर्यंत या शब्दप्रणालीचे प्रवर्तक होत आचार्य अत्रे!

मातेच्या अस्थिविसर्जनासाठी हरिद्वार-हृषीकेश आणि नंतर मॉस्को, हेलसिंकी, सारा युरोप, पॅरिस, रोम. रोमला त्यांनी आकडेशास्त्रज्ञ पां. वा. सुखात्मे यांची आठवण सांगून अग्रलेख लिहिला. रशियन क्रांती कशी क्रमाक्रमाने झाली, हे 'लेनिनग्राड'सारखे मोठमोठे ग्रंथ वाचून समजणार नाही, इतक्या सोप्या भाषेत आचार्य अत्रे यांनी सांगितले. लंडनच्या पार्लमेंटमधील लालबहादूर शास्त्रींच्या भाषणासाठी आचार्य अत्रे यांनी इंग्लंड दौरा केला आणि आमच्या या अंगुष्ठमात्र पुरुषाने कसे जग जिंकले याची साद्यंत कहाणी मराठी जनतेला सांगितली. त्याच वेळी 'इतका लहान इतका महान' या शास्त्रींवरील ग्रंथाची निर्मिती झाली. आणि विश्वरत्न जयंत नारळीकरांची, ''अरे, लंडनमध्ये भेळ कसली खाताय?'' असे

म्हणून गंमत केली.

काश्मीरचा वसंत उत्सव आचार्य अत्रे यांनी शेख अब्दुल्लांच्या निमंत्रणाने जवळून पाहिला आणि 'मटण' या गावी 'मटण' खाल्ले जात नाही, याचा शोध मराठी जनांना सांगितला. काश्मिरी जनता भारताशी कशी एकरूप झाली असल्याचे सांगितले. शेख अब्दुल्ला जनतेचे मुख्यमंत्री आहेत. आपले मुख्यमंत्री हे पोलिसांचे आणि अधिकाऱ्यांचे असतात, हे सत्य सांगितले. काश्मीरपासून कन्याकुमारीपर्यंत, कच्छपासून कलकत्त्यापर्यंत आचार्य अत्रे यांनी सारा भारत बघितला.

जपानला भेट दिली. तिथली रंगभूमी कशी आहे; जपान उद्योगी आहे, म्हणूनच तो प्रगती करू शकला. त्यावर त्यांनी एक पुस्तक लिहिले आहे. सारांश, हा माणूस सारे जग हिंडला; पण गर्व नाही, अभिमान नाही. लहानापासून सानापर्यंत लोकांशी संपर्क. अत्रे खोलीबंद कधीच नव्हते. आचार्य अत्रे सारखे माणसांच्या गराड्यात! कारणे सांगून 'ते किनई घरी नाहीत, ते किनई आजारी आहेत. ते किऽऽनऽऽई लिहीत आहेत,' म्हणून येणाऱ्या लोकांना टाळणे, हा आचार्य अत्रे यांचा स्वभाव नव्हता, तसेच त्यांच्या घरच्यांची रीत नव्हती. त्यांचे अनुभवविश्व खऱ्या विश्वापेक्षा मोठे होते ते त्याचमुळे! माणसे वाचली, चालताबोलता मराठी-मराठी कोष होती. आचार्य अत्रेंसारखी भ्रमंती, सारखे वाचन, सारखे लिखाण, सारखी बडबड, सारखी व्याख्याने, सतत वाङ्मयीन व्यग्रता, सारखे चिंतन, मनन. एखाद्या तपस्व्यासारखे ऋषितुल्य जीवन व्यतीत केले या महाभागाने!

आचार्य अत्रे कऱ्हेचेच पाणी प्यायले नव्हते, तर 'बारा गावचे पाणी' प्यायले होते, नव्हे बारा गावांचे पाणी पाजणारे होते आणि पाजलेही होते. 'बारा गावचे पाणी पिणारा आणि बारा गावांना पाणी पाजणारा आचार्य अत्रे' असा या ग्रंथास मथळा देण्याची माझी इच्छा होती; पण दोघांचाही अपमान करण्याची माझी इच्छा नव्हती. 'बारा गावचं पाणी पिणारा आणि बारा गावांना पाणी पाजणारा' असे संबोधल्याने दोघांचा अधिक्षेप होईल, या भावनेने तो मोह टाळून 'बारा गावचं पाणी' हाच मथळा आणि हेच शीर्षक पक्के केले. आणि कऱ्हेच्या पाण्याइतकी नाही, तरी त्याच्या एक सहस्त्रांश लोकप्रियता 'बारा गावचं पाणी'ला मिळाली, तरी मी धन्य होईन. आचार्य अत्रे हिमालय होते; मी शून्यदेखील नाही. शून्याला किंमत असते. मी 'निल' (Nil) आहे, याची जाण सतत असते आणि राहील. म्हणूनच आचार्य अत्रे यांच्या या प्रवासपैलूचे दर्शन मराठी जनतेला व्हावे; कारण तो आपला माणूस होता आणि तोच आपल्यातला माणूस होता, अशी लोकप्रियता आचार्य अत्रे यांच्याशिवाय कोणाला मिळाली? 'लोकप्रियता तुझे नाव आचार्य अत्रे! आचार्य अत्रे!! आचार्य अत्रे!!!' सारा महाराष्ट्र अत्रेंना ओळखत होता. महाराष्ट्रव्यापी असे व्यक्तिमत्त्व होते त्यांचे!

सारा महाराष्ट्र पाहिला, सारा भारत पाहिला, सारे जग पाहिले; तरी त्यांची जिज्ञासा कमी झाली नाही; तरी मातेच्या 'बाबू, तू सारे जग पाहिलेस, लोकांना ते आपल्या पुस्तकांतून दाखविलेस, तू शिकलास, शिक्षणतज्ज्ञ झालास; मला मात्र साधे सासवड, पुणे आणि थोडे दिवस मुंबईला नेलेस; पण या शिक्षणतज्ज्ञाने मला काशीला नेले नाही. तू सारे जग पाहिलेस, तू शिक्षणतज्ज्ञ झालास; पण तुझी आई अडाणी होती, हे साऱ्या जगाला सांग.' 'सांगा लोकहो, या शिक्षणतज्ज्ञाची आई अडाणी होती, हे कोणत्या तोंडाने मी जगाला सांगू? ही एकमेव खंत माझ्या हृदयात आहे आणि सतत राहील.' आईच्या अखेरच्या बोलाने अत्रे यांच्या जीवाला झालेल्या वेदना आणि त्यांची तडफड याला अंत नव्हता.

'आचार्य अत्रे - बारा गावचं पाणी' या पुस्तकाने मला आचार्य अत्रे यांच्यातील विरोधाभास सिद्ध करायचा नाही किंवा त्यांच्या जीवनचरित्रातील विसंगती दाखवण्याचा माझा हेतू नाही. सासवडसारख्या ग्रामीण खेड्यात जन्मलेल्या या मानवाने केवढा महाराष्ट्र व्यापला होता. त्यांचे जीवन किती विशाल आणि व्यापक होते; अजानवृक्षाप्रमाणे पसरलेले होते. 'आचार्य अत्रे - बारा गावचं पाणी' याने 'कऱ्हेचे पाणी' याला बाधा येईल, असे लिखाण करण्याचा माझा हेतू नाही. आपल्याला गंगा, यमुना, सरस्वती, ब्रह्मपुत्रा या देशपातळीवरील नद्या, तसेच गोदावरी, कृष्णा, कोयना या महाराष्ट्र पातळीवरील प्रसिद्ध नद्या माहीत आहेत. कऱ्हा नदी तशी अनोळखी नदी आहे. ती ग्रामीण भागातील नदी आहे. खेडेगावातील तरुणांची महत्त्वाकांक्षा जागी व्हावी, खेडेगावातील एखादा तरुण पराकोटीचा उच्चांक गाठू शकतो; फक्त त्यांनी अथक प्रयत्न करायला हवेत. त्यांनी अलौकिक कामगिरी करण्यासाठी उद्युक्त व्हावे असा आचार्य अत्रे यांचा हेतू असावा. 'कऱ्हेचे पाणी' नाव देण्यामागे असाच हेतू असावा असे मला वाटते. याउलट, आचार्य अत्रे या अजानवृक्षाची पाळेमुळे महाराष्ट्राच्या किती दूरवर पसरली आहेत. त्यांचे जीवन महाराष्ट्रव्यापी होते. म्हणूनच महाराष्ट्राच्या प्रत्येक ठिकाणाबद्दल, प्रत्येक गोष्टीबद्दल त्यांना आपुलकी आणि आकर्षण होते. महाराष्ट्रव्यापी व्यक्तिमत्त्व होते. महाराष्ट्रप्रेम, महाराष्ट्राचा अभिमान, मराठी बाणा, मराठीपण आणि मराठी अस्मिताच त्यांच्या जीवनातून, लिखाणातून, भाषणातून प्रदर्शित होते. मराठी माणूस, मराठी भाषा, मराठी संस्कृती आणि मराठी माती हीच त्यांची चतुःसूत्री होती.

अनुक्रमणिका

आचार्य अत्रे यांच्या जीवनात १९२९ सालाला फार महत्त्व आहे. महाराष्ट्रातील ‘नवयुग वाचनमाला’ नावाची क्रमिक पुस्तकांची वाचनमाला काढून आचार्य अत्रे यांनी शालेय शिक्षणात क्रांती केली होती. सार्वजनिक जीवनात आचार्य अत्रे यांना जी अलोट कीर्ती मिळाली, त्याचा प्रारंभ १९२९ सालापासून झाला. आचार्य अत्रे शिक्षणक्षेत्रातील त्या काळची टी. डी. ही सर्वोच्च पदवी घेऊन लंडनहून आले होते. शिक्षणक्षेत्रात त्या काळी टी. डी. पदवीचे फार अप्रूप आणि अलौकिकत्व होते; त्यामुळे सरकारी आणि बिनसरकारी मानमरातब आचार्य अत्रे यांच्या गळ्यात एकापाठोपाठ पडत गेले. मुंबई विश्वविद्यालयाच्या मॅट्रिक परीक्षेसाठी परीक्षक म्हणून त्यांची नेमणूक झाली. एस. एन. डी. टी. विद्यापीठाने बीटीसाठी आचार्य अत्रे यांची नेमणूक केली. मुंबई सरकारने क्रमिक पुस्तकांच्या कमिटीवर आचार्य अत्रे यांची नेमणूक केली. तसेच सरकारच्या एस. टी. सी. या शिक्षणक्षेत्रातील पारंगत आणि पात्र होण्यासाठी जी पहिल्या पायरीची अट असते, त्या परीक्षेला निवड समितीच्या पारंगततेसाठी नवोदित शिक्षकांच्या प्रवेशाला मार्गदर्शक म्हणून त्यांची निवड झाली आणि शिक्षणक्षेत्रात अत्रे हा एक शेवटचा शब्द निर्माण झाला. त्या काळात महाराष्ट्रात आणि मुंबई इलाख्यात कराचीपासून कारवार - चेन्नईपर्यंत आणि इंदोरपासून इचलकरंजीपर्यंत शैक्षणिक क्षेत्रात अनेक परिषदा झाल्या. त्याचे अध्यक्षस्थान आचार्य अत्रे यांनी भूषविले होते. क्रमिक पुस्तके कशी असावीत, तसेच शिक्षण कसे राष्ट्रीय आणि जीवनोपयोगी असावे आणि गुलामी करणारे नसावे, याचा प्रचार आणि

बेळगाव - महाराष्ट्राचे हृदय!

प्रसार साऱ्या महाराष्ट्रात आचार्य अत्रे यांनी केला. आचार्य अत्रे यांनी शिक्षणक्षेत्रात आमूलाग्र बदल घडवून आणले; म्हणून 'महाराष्ट्रातील शिक्षणक्षेत्रातील क्रांतीचे जनक' असा त्यांचा गौरव होऊ लागला. इंग्रजी वाङ्मयात जसे आदराने 'न्यूमन' याचे नाव घेतले जाते, तसेच 'शिक्षणाची नवी गीता' लिहिणाऱ्या आचार्य अत्रे यांचे नाव सर्वत्र घेतले जात होते.

पुण्याच्या ट्रेनिंग कॉलेजातील सेकंड इयर ट्रेंड, थर्ड इयर ट्रेंड या परीक्षांसाठीदेखील मुंबई सरकारने त्या काळी आचार्य अत्रे यांची नेमणूक केली होती. हांजी हांजी, मस्कापॉलिसी करून आपल्या नेमणुका करून घेणाऱ्यांपेक्षा पात्रतेवर निवड करण्याची परंपरा इंग्रज सरकारने मुंबई इलाख्यात आचार्य अत्रे यांच्यापासून सुरू केली, असे म्हटल्यास काही वावगे होणार नाही. १९२९ सालीच आचार्य अत्रे यांच्याशी कर्मवीर भाऊराव पाटील यांची ओळख झाली आणि ती शेवटपर्यंत टिकली. कर्मवीर भाऊराव पाटील यांच्या अंत्ययात्रेला दोन लाख जनसमुदायापुढे फक्त आचार्य अत्रे यांनीच श्रद्धांजलीचे भाषण केले होते आणि आचार्य अत्रे मुंबईहून साताऱ्याला येईपर्यंत कर्मवीर भाऊराव पाटलांचा अंत्यविधी लांबविला होता हेही विशेष! त्या काळीदेखील म्हणजे १९५६ सालात बरीच राजकीय धेंडे होती. ती सोडून फक्त आचार्य अत्रे यांच्या नावाचा पुकारा केला गेला आणि साऱ्या महाराष्ट्रातर्फे आचार्य अत्रे यांनी 'महाराष्ट्राच्या दऱ्या-खोऱ्यांत शिक्षणाची गंगा वाहविणारा शिक्षणभगीरथ' म्हणून कर्मवीरांच्या कार्याचा गौरव करून श्रद्धांजली वाहिली.

याच १९२९ सालच्या मे महिन्यात स्वातंत्र्याचे महाकवी शिवराम महादेव परांजपे यांच्या अध्यक्षतेखाली बेळगाव येथे पहिल्यांदा मराठी साहित्य संमेलन भरले. १९४६ च्या मे महिन्यात संयुक्त महाराष्ट्राची घोषणा करणारे दुसरे मराठी साहित्य संमेलन बेळगाव येथे भरले होते. हे संमेलन श्री. ग. त्र्यं. माडखोलकर यांच्या अध्यक्षतेखाली भरले होते. तिसरे संमेलन मे २००५ मध्ये डॉ. य. दि. फडके यांच्या अध्यक्षतेखाली भरले, ते सीमावाद पराकोटीचा चिघळला असताना. डॉ. केशव वामन साठे हे आचार्य अत्रे यांचे वर्गमित्र होते आणि त्यांनी हे संमेलन भरविण्यासाठी अपार श्रम घेतले होते. शिवराम महादेव परांजपे यांच्या ओजस्वी आणि तेजस्वी वाणीने संमेलन दणाणून गेले. त्यांचे सार्वजनिक जीवनातील हे शेवटचे भाषण होते. त्यानंतर थोड्याच काळात त्यांचे दुःखद निधन झाले. त्यांनी आयुष्यभर साहित्याची उग्र तपश्चर्या केली होती. अशा एका साहित्यमहर्षींचे ते दिव्य उपनिषदच होते, असे आचार्य अत्रे म्हणतात. याच संमेलनात आचार्य अत्रे यांच्या 'झेंडूच्या फुलां'चे काव्यगायन झाले. या संमेलनाला न. चिं. केळकर हजर होते. झेंडूच्या फुलांच्या काव्यगायनाने बेळगावकरांना आचार्य अत्रे यांनी अक्षरशः जिंकले आणि वेड लावले. प्रा. लक्ष्मणशास्त्री लेले यांनी 'बेल' या शब्दावर कोटी

करून (बेलपासून बेळ-बेळगाव झाले असे कन्नडिग म्हणतात.) एक काव्य लिहिले होते आणि त्यांचा बेल शिवरामाच्या चरणावर वाहून बेळगावचे साहित्य संमेलन संपले; पण बेल या शब्दावर लक्ष्मणशास्त्री लेले यांनी केलेल्या कोट्या आणि कविता आणि त्यांचे झालेले हसे यासंबंधीच्या गमतीजमती करण्यात आचार्य अत्रे यांचा मोठा हात होता. अत्रे आणि अधिकारी या जोडगोळीने हे संमेलन गाजविले, असे बेळगावकर म्हणत होते.

मा. दत्तो वामन पोतदार, न. चिं. केळकर आणि प्रा. लक्ष्मणशास्त्री लेले, डॉ. केशव वामन साठे यांच्या अनेक आठवणी सांगून आचार्य अत्रे यांनी या संमेलनात एकच 'गिल्ला' केला होता. साहित्यात बेळगाव शहर सारखे वाजत-गाजत राहिले १९२९ ते १९४६ सालापर्यंत. १९४६ साली तर मा. श्री. ग. त्र्यं. माडखोलकरांच्या अध्यक्षतेखाली साहित्य संमेलन भरले आणि त्यांनी संयुक्त महाराष्ट्राची रूपरेषा मांडून संयुक्त महाराष्ट्राची घोषणा केली आणि आचार्य अत्रे यांनी तसा ठराव मांडला आणि तो पास झाला. मराठी राज्याच्या उगमाची ही गंगा बेळगावकरांनी सुरू केली. बेळगाव, कारवार, खानापूर, निपाणी या गावांचा समावेश महाराष्ट्रात झाला नाही. संयुक्त महाराष्ट्राचा उगम बेळगावात झाला; पण त्याचा संगम महाराष्ट्रात झाला नाही. त्याचा शेवट काय होतो, हे मात्र बघायचे आहे. त्याचा शेवट महाराष्ट्रात होवो, हीच तमाम मराठी जनतेची भावना आहे.

बेळगाव संमेलन - १९४६

संयुक्त महाराष्ट्र झालाच पाहिजे, भाषावर प्रांतरचनेची अधिकृत मागणी संयुक्त महाराष्ट्राचे पुढे जे रामायण - महाभारत घडले, त्याची गंगोत्री - बेळगाव. बेळगाव साहित्य संमेलनात नर्मदेपासून तुंगभद्रेपर्यंतच्या सलग मराठी प्रदेशाचा समावेश असलेल्या संयुक्त महाराष्ट्राची घोषणा मा. ग. त्र्यं. माडखोलकर यांनी केली. संपूर्ण महाराष्ट्राची पुनर्रचना आणि रूपरेषा मा. ग. त्र्यं. माडखोलकरांनी मांडली, तसा ठराव आचार्य अत्रे यांनी मांडला आणि दिग्गज साहित्यिकांसह जाणकार राजकारणींबरोबर सजग मराठी लढाऊ जनतेने पास केला.

ऐतिहासिक घोषणा आणि ऐतिहासिक बेळगाव शहर. बेळगाव शहरात संयुक्त महाराष्ट्राची घोषणा झाली आणि लढ्याची तयारी झाली; पण बेळगाव कारवार, निपाणी, खानापूरसह संपूर्ण महाराष्ट्र अद्याप झाला नाही. सांप्रत सीमालढा गेली साठ वर्षे लढला जातोय आणि शेवटच्या टप्प्यावर म्हणजे सर्वोच्च न्यायालयात 'सीमावासी' यांचे भवितव्य - घोंगडे पडून आहे. सीमावासीय जनता मोठ्या आशेने डोळे लावून त्या सर्वोच्च न्यायालयाकडे बघत आहे; पण एकोणीसशे सेहेचाळीस बेळगाव

संमेलनाध्यक्ष ग. त्र्यं. माडखोलकर आणि संयुक्त महाराष्ट्राचे खरे शिल्पकार आचार्य अत्रे सारखे वाजत-गाजत राहिले. आणि पुढे महाभारतातील कुरुक्षेत्राप्रमाणे आणि रामायणातील लंकेतील युद्धभूमीप्रमाणे साऱ्या महाराष्ट्राच्या युद्धभूमीवर संयुक्त महाराष्ट्राचे घनघोर युद्ध झाले. मुंबई आणि बेळगावही महाराष्ट्राची धारातीर्थे ठरली. पहिले पाच हुतात्मे बेळगावचे आणि शंभर हुतात्मे मुंबई या रणक्षेत्रातले. फ्लोरा फाउंटनला सर्वांत जास्त जनतेचे मुडदे मोरारजी सरकारने पाडले. म्हणून आचार्य अत्रे यांनी मराठी जनतेच्या साहाय्याने फ्लोरा फाउंटनचे 'हुतात्मा चौक' नामकरण केले आणि 'हुतात्मा स्मारक' उभारले. आज मुंबईत मोठ्या दिमाखाने आणि डौलाने उभारलेले 'हुतात्मा स्मारक' मुंबई महाराष्ट्राची आहे, याची सतत साक्ष देत राहील.

अशा या ऐतिहासिक मराठी साहित्य संमेलनाला हजर असताना आणि मूळ कल्पना मांडणाऱ्या ऐतिहासिक साहित्यिकांचा एक अतिदुर्मिळ फोटो आमच्या संग्रही होता; त्यामुळे एका ऐतिहासिक शहराची आणि ऐतिहासिक संयुक्त महाराष्ट्राची मुहूर्तमेढ कशी रोवली गेली, याचा दस्तऐवज जाणून घेणे मराठी जनतेचे आद्यकर्तव्य ठरेल. मराठी जनता सातत्याने भारताच्या स्वातंत्र्यलढ्यात आकंठ बुडाली असता इतर प्रांत आपापल्या हितसंबंधांची जपणूक करण्यात मग्न होते आणि आपल्या भाषावार प्रांतरचनेच्या हालचाली, मनसुबे अतिशय गुप्तपणे आखत होते आणि महाराष्ट्र मात्र अतिशय बेसावधपणे भारतीय स्वातंत्र्याला आद्यक्रम देत होता. मराठी माणूस प्रथम भारतीय आहे आणि मग तो महाराष्ट्रीय आहे. इतर प्रांतीय मंडळी अगोदर प्रांतीय आहेत आणि जमले तर भारतीय आहेत. हाच खरा फरक मराठी जनता आणि इतर भारतीय जनतेत आहे. हे आपण कधीही विसरता कामा नये.

१९४६ च्या बेळगाव साहित्य संमेलनास मामा वरेरकर, आचार्य अत्रे, कवी गिरीश, श्री. म. माटे, ग. त्र्यं. माडखोलकर, द. वा. पोतदार, भुजंगराव दळवी आणि शं. दा. पेंडसे हजर होते. सारी बेळगावकर मराठी जनता हजर होती आणि सारा महाराष्ट्र बेळगावात काय घडते, याकडे टक लावून बघत होता. या फोटोत वरील मंडळी आहेत; वि. स. खांडेकर हजर नाहीत, असा समज होईल. खांडेकर हजर होते; पण फोटोत नव्हते. महाराष्ट्रातील वरील रथी-महारथींच्या साक्षीने, संमतीने, सहकार्याने संयुक्त महाराष्ट्राची मुहूर्तमेढ रोवली गेली होती. त्यात ग. त्र्यं. माडखोलकरांनी भाषावार प्रांतरचनेच्या तत्त्वानुसार संयुक्त महाराष्ट्राची जी रूपरेषा मांडली, ती तपशिलाने पाहू या. नागपूर, वऱ्हाड, खानदेश आणि मराठवाडा हे महाराष्ट्राचे उपेक्षित चार भाग आहेत. महाराष्ट्र संस्कृतीचा उगम आणि महाराष्ट्र भाषेचा उद्धार गोदावरीच्या पलीकडे थेट नर्मदेपर्यंत पूर्वेकडे पसरत गेलेल्या महाराष्ट्राच्या या आदिभूमीत प्रथम झाला. शालिवाहन, राष्ट्रकूट, चालुक्य, यादव आणि भोसले या ज्या पाच प्रमुख राजवंशांनी महाराष्ट्राला भारतीय इतिहासात आजचे स्थान प्राप्त

करून दिले, त्या राजवंशाचा अभ्युदय गोदाकाठच्या याच पुण्यभूमीत झाला. महाराष्ट्र आणि कर्नाटक यांच्या सीमारेषेवरील या मराठी शहरात उभे राहून बोलताना येथे धुमसत असलेल्या मराठी-कानडी वादाची आठवण होणे अपरिहार्य आहे; पण या प्रश्नाबद्दल केवळ भाषेच्या अभिमानाने आपसात भांडत न बसता हिंदुस्थानातील प्रांत भाषावार पुनर्घटना होण्याचा सुयोग येताच, महाराष्ट्र आणि कर्नाटक यांच्या प्रतिनिधींची संयुक्त समिती नेमून हा प्रश्न आपण गुण्या-गोविंदाने सोडविणेच समंजसपणाचे होणार नाही का?

महाराष्ट्र आणि कर्नाटकही सह्याद्रीच्या उत्संगावरील स्वातंत्र्याच्या वातावरणात वाढलेली आणि कृष्णेच्या पुण्योदकावर परिपुष्ट झालेली जुळी राष्ट्रे आहेत. आज महाराष्ट्र हा ब्रिटिश, निजाम आणि पोर्तुगीज या तीन भिन्न राज्यसत्तांखाली तर कर्नाटक हा ब्रिटिश, निजाम या दोन भिन्न राज्यसत्तांखाली विभागला गेला आहे. या विभागणीमुळे या दोन राज्यांची जी अनेक शकले पडली आहेत, ती एकसंध आणि एकजीव करून भावी हिंदी संयुक्त घटनेत आपले स्थान भारतीय राष्ट्रसंघाचे अविभाज्य घटक म्हणून निश्चित करून घेणे, हा एकच प्रश्न या दोन राज्यांपुढे उभा आहे.

'राष्ट्रसभेच्या कारभारापुरता तरी नर्मदेपासून तुंगभद्रेपर्यंत पूर्व-पश्चिम पसरलेल्या अखिल महाराष्ट्राचा संपूर्ण संयुक्त प्रांत - महाराष्ट्र निर्माण करण्याच्या व्यवहार्य सुलभ कल्पनांचा जोर महाराष्ट्रात वाढणे गरजेचे आहे. ती जागरूकता कर्नाटकात खूप असून महाराष्ट्र त्याबाबतीत सजग नाही. राष्ट्रसभेच्या कारभारात महाराष्ट्राचे १) मुंबई शहर, २) मुंबई इलाख्यातील दहा जिल्ह्यांचा पश्चिम महाराष्ट्र, ३) चार जिल्ह्यांचा वऱ्हाड, ४) चार जिल्ह्यांचा नागपूर, ५) पाच-सहा जिल्ह्यांचा मराठवाडा या विच्छेदनांत पडलेल्या महाराष्ट्राच्या एकीकरणाची मागणी या भागातील प्रांतिक सभेने करायला पाहिजे. वऱ्हाड, मराठवाडा, गोमंतक यांतील लोकसंख्या महाराष्ट्राच्या एक तृतीयांश आहे; पण त्यांच्या दु:स्थितीकडे राष्ट्रनेत्यांचे लक्ष कुठे आहे? जिथे सलग मराठी प्रदेशाच्या भवितव्याबद्दल इतकी अनास्था आहे, तिथे महाराष्ट्राच्या चतु:सीमावरील मराठी भाषिक भाग भिन्न भाषिक भागांत दडपले गेले आहेत. मध्य प्रांत, वऱ्हाडातील भंडारा, बालाघाट, छिंदवाडा, बैतूल, बस्तर आणि निमाड, मुंबई इलाख्यातील बेळगाव, कारवार, मराठवाड्यातील सहा जिल्हे आणि गोमंतक, खानदेश यांचा विचार व्हायला हवा. मराठी भाषेची प्रतिष्ठा आणि प्रभाव वाढविण्यासाठी महाराष्ट्राचे एकीकरण आणि महाराष्ट्र विद्यापीठाची स्थापना करणे गरजेचे आहे. नर्मदेपासून तुंगभद्रेपर्यंत पसरलेल्या महाराष्ट्राची अस्मिता मराठी जनतेच्या जीवनातून कोटीकलांनी प्रकट होऊ लागली असेल, त्याच दिवशी आपण अभिमानाने म्हणू शकू. ज्या दिवशी आपण विखुरलेला आणि पसरलेला महाराष्ट्र एकवटला पाहिजे

अशी मागणी करू, त्याच वेळी आणि नर्मदेपासून तुंगभद्रेपर्यंत पसरलेला सारा मराठी समाज हा एकात्म आणि एकसंध आहे, ही जाणीव वाढीला लावण्यासाठी महाराष्ट्रातील सर्व जातींना, धर्मांना, वर्गांना आवाहन केले पाहिजे. भारतीय राष्ट्रसंघातील आपले इतिहाससिद्ध स्थान प्रभुत्वाने घ्यावयाला समर्थ असलेला संयुक्त नव महाराष्ट्र हा एकात्मतेच्या जाणिवेतून अवतीर्ण होईल.'

अशी सविस्तर मराठी भाषेची, प्रदेशाची, जातिपंथाची रूपरेषा मा. ग. त्र्यं. माडखोलकरांनी बेळगावच्या १९४६ च्या अखिल भारतीय मराठी साहित्य संमेलनात विशद करून महाराष्ट्रावर फार उपकारच केले आहेत, असे मानावे लागेल. संयुक्त महाराष्ट्राचा ठराव मांडण्याची जबाबदारी अर्थात आचार्य अत्रे यांच्याकडे आली. काँग्रेसचे दे. भ. गंगाधरराव देशपांडे, शंकरराव देव, केशवराव जेधे यांनी या ठरावाला आपला संपूर्ण पाठिंबा जाहीर केला. त्यानंतर संयुक्त महाराष्ट्र समिती स्थापन करण्याला आणि तिच्या पूर्व खर्चासाठी स्वत: शंभर रुपये आचार्य अत्रे यांनी जाहीर केले. समितीत प्रा. पोतदार, शंकरराव देव, केशवराव जेधे, माडखोलकर आणि श्री. शं. नवरे यांची संयुक्त महाराष्ट्र समिती आचार्य अत्रे यांच्या पुढाकाराने स्थापन झाली. सारांश, संयुक्त महाराष्ट्राची मागणी संमेलनाने एकमुखाने केली, हेच या संमेलनाचे चिरस्मरणीय वैशिष्ट्य होय. म्हणूनच बेळगावचे साहित्य संमेलन १९४६ ला ऐतिहासिक महत्त्व आहे. त्यामध्ये असलेली साहित्यिक, राजकीय पुढारी, न्यायाधीश यांची ऐतिहासिक उपस्थिती आणि त्यांनी केलेली मागणी तसेच माडखोलकरांची संयुक्त महाराष्ट्राची घोषणा पुढील लढ्यात अतिशय महत्त्वाची ठरली.

ग. त्र्यं. माडखोलकरांनी संयुक्त महाराष्ट्राची कल्पना इतक्या आवेशाने आणि द्रष्टेपणाने बेळगावच्या संमेलनात मांडली आणि 'आपले उर्वरित आयुष्य संयुक्त महाराष्ट्राच्या चळवळीसाठी आपण खर्च करू,' अशी घोषणा केली खरी; पण चळवळीपासून ते शेकडो मैल दूर राहिले. १ मे १९६० साली संयुक्त महाराष्ट्र झाल्यावर यशवंतराव चव्हाणांना 'हे मराठा राज्य होणार की मराठी राज्य होणार?' असे विचारणारे पत्र त्यांनी लिहिले. त्यावर यशवंतराव चव्हाणांनी 'हे राज्य मराठी राज्य राहणार' असे ठासून सांगितले. प्रत्यक्षात ब्राह्मण समाजाचे सोडा; पण समृद्ध आणि संपन्न माळी समाज, सुवर्णकार समाज, शिंपी समाज आणि दलित समाज यांना तरी पुरेसे प्रतिनिधित्व मिळाले का? याची खातरजमा तसेच जमा-खर्च महाराष्ट्राने करावा.

मामा वरेरकर, कवी गिरीश, श्री. म. माटे, प्रा. द. वा. पोतदार, भुजंगराव दळवी, दादा पेंडसे यांचा स्वभाव संघर्षशील नव्हता; त्यामुळे प्रत्यक्ष चळवळीत भाग घेण्यासंबंधी त्यांचा प्रश्न संपला होता. वि. स. खांडेकर, श्री. शं. नवरे हे

संयुक्त महाराष्ट्राच्या निरीक्षकांच्या भूमिकेत राहिले. दे. भ. शंकरराव देव संयुक्त महाराष्ट्र परिषद मध्येच सोडून पळाले. दे. भ. केशवराव जेधे काँग्रेसमध्ये राहून संयुक्त महाराष्ट्रवादी राहिले म्हणूनच बारामती मतदारसंघातून त्यांना समितीने बिनविरोध निवडून आणले. ग. त्र्यं. माडखोलकरांनी तात्त्विक मांडणी विस्ताराने, वैचारिक सिद्धान्ताने केली आणि आचार्य अत्रे यांनी संयुक्त महाराष्ट्राचा लढा सर्वस्वी प्राण पणाला लावून लढला. त्या वेळी सारे जग विरोधी होते. नेहरू जरी लोकशाहीनियुक्त पंतप्रधान होते, तरी ते स्वातंत्र्याचे दूत म्हणून घेतल्यामुळे 'नेहरू बोले आणि भारत डोले' असे दहशतवादी भीतिदर्शक वातावरण निर्माण होऊन शेवटचा शब्द नेहरूंचाच ही परिस्थिती निर्माण केली होती. भाषिक, भौगोलिक, ऐतिहासिक, सांस्कृतिक, आर्थिक आणि भाषेच्या सलगतेच्या दृष्टिकोनांतून मुंबई महाराष्ट्राची असताना मुंबईतील गिरणीमालक, भारतातील बडे भांडवलदार आणि सत्तेच्या जोरावर दमनयंत्रणेचा वापर करून मुंबई गुजराथला देण्याचा घाट घातला गेला. काही झाले, तरी मुंबई महाराष्ट्राला द्यायची नाही; यासाठी त्रिराज्य योजना, मुंबई केंद्रशासित योजना; गुजराथ, विदर्भासहित महाराष्ट्र अशी महाद्वैभाषिक योजना. विदर्भ वेगळा, महाराष्ट्र वेगळा अशी योजना कधी विदर्भासहित अथवा रहित द्वैभाषिक अशा निरनिराळ्या तत्त्वच्युत भाषिक योजना महाराष्ट्राच्या माथी मारण्याचा सपाटा लावला गेला. मराठी जनतेवर क्रूर, बेजबाबदार, खोटे आणि बदनामीकारक आरोप करण्यात आले. सर्व जग महाराष्ट्रविरोधी आहे, अशी वातावरण निर्मिती करण्यात आली. मराठी जनता दंगलबाज, दगाबाज, विश्वासघातकी, स्वत:च्या पोळीवर तूप ओढणारी, मराठी माणसे लांडगे आहेत. शिवाजीमहाराज साहसी, लुटारू आणि दगाबाजीने त्यांनी अफजलखानाचा खून केला. विजापूरच्या दरबारात जाहीरपणे डोंगरच्या चुयाला जिवंत अथवा मृत हाजीर करीन, अशी घोषणा करणाऱ्या अफजलखानाला मात्र सर्वस्वी मोकळे सोडून त्याची पाठराखण करण्यात आली. भारताच्या सर्वोच्च संविधानात लोकसभेत सर्वोच्च व्यासपीठात महाराष्ट्राची बदनामी करण्यात धन्यता मानणारे खासदार नानू निच्छा पटेल नेहरूंच्या मांडीला मांडी लावून बसलेले. मराठी लोकांनी गुजराथी महिलांवर पार्ल्यात बलात्कार केल्याचा जावईशोध लावला. त्या मोरारजी देसाईने अमेरिकन पत्रकाराला मराठी माणसे लांडगे आहेत, अशी मुलाखत देऊन महाराष्ट्रातील १०५ माणसांचा बळी घेतला. या सर्व आघाड्यांवर आचार्य अत्रे आघाडीचा शिलेदार म्हणून लढत होते. त्यांचा ध्यास, श्वास आणि आस संयुक्त महाराष्ट्र होता. 'बेळगाव महाराष्ट्राचे हृदय आहे आणि मुंबई मस्तक आहे,' असे म्हणून ते सभा जिंकत व गाजवीत. संयुक्त महाराष्ट्राच्या लढ्यात आकंठ बुडालेला पुढारी आचार्य अत्रे यांच्याशिवाय दुसरा नाही. इतर पुढारी आपापल्या पक्षाला चांगले दिवस यावेत, या पक्षीय दृष्टीने महाराष्ट्राच्या लढ्यात होते. महाराष्ट्रप्रेमाने प्रभावित

होऊन सर्वस्वाचा होम करणारे एकमेव आचार्य अत्रेच होते. सर्व आरोपांना तत्काळ सडेतोड उत्तरे देणारे आणि जनभावना पेटवणारे आचार्य अत्रेच होते.

एकशे पाच हुतात्म्यांची किंमत मोजावी लागली महाराष्ट्राला. दिल्लीवरील दोन मोर्चे, प्रतापगडचा प्रभावी आणि प्रवाही मोर्चा, सीमावासीयांचा साराबंदीचा लढा, दार कमिशन, ज. व. प. समिती, फाझलअली समितीला कडाडून विरोध या सर्व पातळ्यांवर आणि आघाड्यांवर एखाद्या शूर शिलेदारासारखा लेखणी आणि वाणी या शस्त्रांनिशी अविरत आणि अखंडपणे १९५४ ते १९६० लढत होता. सारे पुढारी विरुद्ध, सत्ता विरुद्ध, दमनयंत्रणेचा मुक्त वापर, सारे जग विरुद्ध, सर्व प्रांत विरुद्ध. सत्ता, संपत्ती, सरकारची दमनयंत्रणा या सर्वांविरुद्ध सातत्याने लढ्याला पाठिंबा आणि आरोपांना सातत्याने तत्काळ उत्तरे देऊन, जनमत तयार करून लढ्याला प्रवृत्त करणारा, आंदोलनात आकंठ बुडालेला, तनाने, मनाने आणि धनाने मोठ्या दहशतवादाला न घाबरता लढणारा पत्रकार आचार्य अत्रेच होता.

१०५ हुतात्म्यांची न्याय्य बाजू मांडणारा, प्रसंगी स्वत: खटले अंगावर घेणारा, सत्याची कास धरणारा, अन्यायाचा प्रतिकार करणारा समितीतील पक्ष, पुढारी यांच्यापेक्षा कांकणभर सरस असा आचार्य अत्रेंसारखा आचार्य अत्रेच! महाभारतात श्रीकृष्ण जसा सर्वत्र होता, तसेच आचार्य अत्रे सर्वत्र होते.

आता इतरांची कहाणी बघू या.

भा. वि. वरेरकर - मामा वरेरकर या नावाने ओळखले जात. काँग्रेसचे राज्यसभा सभासद. पद्मभूषण, कुंजबिहारी, करीन ती पूर्व अशी पौराणिक, ऐतिहासिक नाटके, हुंडा, धर्मांतर, शुद्धीकरण, मालक-मजूर, जुगार, अहंकार, स्वयंसेवक हाच मुलाचा बाप, सोन्याचा कळस, संन्याशाचा संसार अशी नाटके. धावता धोटा, विधवा कुमारी, सात लाखांत एक या कादंबऱ्यांचा जनक आणि बंगाली साहित्यिक शरच्चंद्र चट्टोपाध्याय यांच्या बंगाली कादंबऱ्यांचे मराठी अनुवाद. तसेच शंभू मित्रा यांच्या पत्नी तृप्ती मित्रा यांना मानसकन्या मानणारे, नेहरूंचे दोस्त असल्याने पंडित नेहरू माझ्या विडीवर आपली सिगारेट पेटवतात, अशा थापा मारणारे थापाडे मामा म्हणून प्रसिद्ध! संयुक्त महाराष्ट्राला विरोध केला. आचार्य अत्रे-वरेरकरांचा वाद बराच गाजला; तरीपण अत्रे-माटे वादाच्या वेळी वरेरकर अत्रे यांच्या बाजूने होते, नव्हे त्या ऐतिहासिक शिवाजी आखाड्यातील सभेचे अध्यक्ष होते. तसेच कऱ्हेच्या दुसऱ्या खंडाचे प्रकाशन काका गाडगीळांच्या शुभ हस्ते झाले; पण मामा अध्यक्ष होते. 'काका बाताडे आणि मामा थापाडे' म्हणून आचार्य अत्रे यांनी त्यांची प्रसिद्धी केली होती. तरी अंतरी ते सर्व एकमेकांची योग्यता जाणून होते. म्हणूनच डॉ. सर्वपल्ली राधाकृष्णन राष्ट्रपतींच्या हस्ते चर्चगेट येथे झालेल्या मामांच्या सत्कारप्रसंगी आचार्य अत्रे यांनी समांतर अग्रलेख लिहून अभीष्टचिंतन केले होते.

कवी गिरीश - शं. के. कानेटकर-नाटककार वसंत कानेटकरांचे तीर्थरूप, रविकिरण मंडळाचे आधारस्तंभ, अनेक कवितासंग्रह प्रसिद्ध. सांगलीत विलिंग्डन कॉलेजात प्राध्यापक. पु. ल. देशपांडे यांचे एम.ए.चे गाइड. आचार्य अत्रे आणि कवी गिरीश यांनी सूर्य आणि त्याचे सात घोडे असलेल्या मुखपृष्ठांची 'अरुण वाचनमाला' (पाचवी ते सातवी) प्रसिद्ध केली. नवयुगमाला आचार्य अत्रे आणि घाटे यांची; बिगरी ते चौथी, पाचवी ते सातवीपर्यंत शं. के. कानेटकर (कवी गिरीश) आणि आचार्य अत्रे यांची अरुण वाचनमाला, तर नववी ते अकरावी आचार्य अत्रे आणि वैयाकरणी कृ. पां. कुलकर्णी यांची सत्यम्, शिवम्, सुंदरम् अजंठा चित्र असलेली सुभाष वाचनमाला. खरेतर नवयुग वाचनमालेने इतिहास घडविला आणि महाराष्ट्राच्या पंधरा ते वीस पिढ्या घडविल्या आणि नव्या पिढ्या पोसल्या. क्ते

श्री. म. माटे - श्रीपाद महादेव माटे. 'उपेक्षितांचे अंतरंग' या ग्रंथाचे कर्ते तसेच पुण्याच्या गाडीतळावर स्वत: एका हातात कंदील आणि दुसऱ्या हातात पाटी-पुस्तके घेऊन दलितांना शिकविणारे आणि पाटीपुस्तके वाटणारे 'माटे मास्तर' म्हणून प्रसिद्ध असण्यापेक्षा 'महार माटे' म्हणून ओळखले जात. 'माणुसकीचा गहिवर' या मराठी वाङ्मयाच्या इतिहासाचे संपादन. म. सा. प.चे अध्यक्ष. संमेलनाचे अध्यक्ष. आचार्य अत्रे– माटे वादाचे प्रवक्ते आणि प्रवर्तक. खरे कारण श्लीलता विरुद्ध अश्लीलता हा खरा वाद; पण वरकरणी अत्रे-माटे वादाचे रूप. ब्रँडीच्या बाटलीतील सोळा हजार एकशे आठ बायकांशी संसार करणाऱ्या श्रीकृष्णावर कोटी करून बावळट बगाराम आम्हाला तेवढा एक चान्स तरी द्या, यावर वाद. देवतांची विटंबना. साहित्यात अश्लीलता वाद आणण्यास आचार्य अत्रे आघाडीवर असल्याचे टीकास्त्र; पण आचार्य अत्रे आणि माटे यांची मैत्री शेवटपर्यंत होती.

ग. त्र्यं. माडखोलकर - नागपूरच्या नरकेसरी प्रकाशनाच्या तरुण भारतचे संपादक. मुक्तात्मा, भंगलेले देऊळ, चंदनवाडी अशा उत्तमोत्तम कादंबऱ्यांचे जनक. १९४६ च्या बेळगावच्या ऐतिहासिक साहित्य संमेलनाचे अध्यक्ष. संयुक्त महाराष्ट्राची घोषणा. आचार्य अत्रे यांनी माडखोलकरांवर टीका केली; पण तरीही स्नेहसंबंध होते. संयुक्त महाराष्ट्राच्या रणसंग्रामापासून अनेक योजने दूरच!

द. वा. पोतदार - आचार्य अत्रे महामहोपाध्याय दत्तो वामन पोतदार यांची योग्यता ओळखून होते. महाराष्ट्राचा तेजस्वी ब्राह्मण या नवयुगच्या दिवाळी अंकातील लेखाने सर्वत्र महाराष्ट्राचा तेजस्वी ब्राह्मण म्हणून ख्याती. इतिहास संशोधक, स्वागताध्यक्ष, आभाराची भाषणे करण्यात हातखंडा. महाराष्ट्र साहित्य परिषदेचे अध्यक्ष. संमेलनाचे अध्यक्ष, हिंदी भाषा समितीचे अध्यक्ष. गोष्टीवेल्हाळ, अघळपघळ व्यक्तिमत्त्व. पण प्रसन्न व्यक्तिमत्त्व.

भुजंगराव दळवी - १९२९ साली शिवराम परांजपे बेळगावच्या साहित्य

संमेलनाचे अध्यक्ष असल्यापासून कार्यरत. १९२९ चे संमेलन आणि १९४६ चे संमेलन भरविण्यात सिंहाचा वाटा. १९४६ च्या बेळगावच्या साहित्य संमेलनाचे स्वागताध्यक्ष. धारवाडचे डिस्ट्रिक्ट जज्ज. मराठी आणि संस्कृत भाषेचे कट्टर अभिमानी. न्यायदानाबरोबर साहित्यातील योगदान मोठे होते.

शं. दा. पेंडसे - मराठीचे अभिमानी. इतिहास संशोधक. इतिहासाच्या क्रमिक पुस्तकांचे जनक. संतवाङ्मयाचा गाढा अभ्यासक.

अशी एकापेक्षा एक वरचढ साहित्यिक मंडळी हजर असणारे. राजकीय, सामाजिक पुढारी असणारे कर्नाटक केसरी गंगाधरराव देशपांडे, दे. भ. केशवराव जेधे, दे. भ. शंकरराव देव. दोन ध्रुव, उल्का, क्रौंचवध यांसारख्या कादंबऱ्या लिहिणारे विष्णू सखाराम खांडेकर; संस्कृत वचने आणि सुभाषिते - श्लोक यांचे अभ्यासक श्री. शं. नवरे अशा दिग्गजांनी १९४६ चे बेळगावचे संमेलनात संयुक्त महाराष्ट्राची घोषणा केली. पाठिंबा दिला, मांडणी केली, मान्यता दिली. एवढ्या मोठ्या संख्येने साहित्यिक हजर राहण्याचे बहुधा बेळगाव हे एकमेव संमेलन स्थळ असावे. त्या दृष्टीने बेळगाव गाजले, गाजत राहिले, गाजत राहील यात काय शंका? या सर्व दिग्गजांनी एकदिलाने, एका आवाजाने संयुक्त महाराष्ट्राची घोषणा केली ही महाराष्ट्राच्या भाग्याची घोषणा होय. महाराष्ट्राच्या सर्व भागांतून आलेली विद्वान, व्यासंगी, दिग्गज मंडळी महाराष्ट्राचे स्तोत्र गातात, याला खूप अर्थ होता. म्हणूनच १९४६ चे बेळगावचे अ. भा. म. साहित्य संमेलन ऐतिहासिक होय, तसेच एकमेवाद्वितीय होय. यातील महाराष्ट्राचा ठराव म्हणजे महाराष्ट्राचा मॅग्नाचार्टा होय.

या उपरोक्त छायाचित्रांत आचार्य अत्रे काँग्रेसच्या संपूर्ण पेहरावात होते. सर्वांत उंच असे आचार्य अत्रेच होते. मामा आणि पोतदार वयस्क दिसत असल्याने त्यांच्या हातात काठ्या आहेत; पण आचार्य अत्रे सर्वांत तरुण असून त्यांच्या हातात काठी कशी? असा प्रश्न वाचकांच्या मनात येईल; पण त्या काळी काठी बाळगण्याची फॅशन-पद्धत होती. कुत्रा, गाई अंगावर येऊ नयेत याकरिता. लोकमान्य टिळक, न. चिं. केळकर, गोपाळ कृष्ण गोखले हे काठीधारी किंवा छत्रीधारी होतेच. ऊन-पावसाची छत्री बरी, म्हणून बड्या आसामी आपल्या हातात छत्री ठेवीत असत. नंतर व्यक्तिमत्त्व रुबाबदार दिसावे म्हणून काठी आली. गांधीजींची काठी किंवा सोटा प्रसिद्ध आहे. वल्लभभाई पटेल, मौलाना आझाद रुबाबदार काठी वापरीत असत. सिनेअभिनेते शांताराम, अशोक कुमार, सुनील दत्त, दिलीप कुमार काठी किंवा छडी. रुबाबदार देव आनंद हातात रूळ घेत होता. सिमला, कुलू, मनाली येथील किंवा महाबळेश्वर येथील नक्षीदार काठ्या ज्यांना ‘छड्या’ म्हणत; वापरण्याची फॅशन होती, अद्यापही आहे. संजीवकुमार त्या छडीवर गाणे गातो. वेळप्रसंगी प्रतिकार करायला तसेच मास्तरांच्या हातात विद्यार्थ्यांना मारण्यासाठी छडी असे. त्यावरूनच

'छडी लागे छम् छम् विद्या येई घम् घम्' असे गीत प्रसिद्ध झाले. तेही आचार्य अत्रे यांच्या 'श्यामची आई' या सुवर्णपदक विजेत्या चित्रपटातीलच होय. सरकारी अधिकारी हातात रूळ घेत. 'शोले'मधील जेलर असरानीच्या हातात रूळ आहे.

१९४७ साली बेळगावच्या प्रभात टॉकीजमध्ये निपाणीचे प्रसिद्ध व्यापारी आणि मराठीचे जाज्वल्य अभिमानी देवीलाल छगनलाल शहा हे निपाणीचे नगरपालिका अध्यक्ष होते. त्यांच्या पुढाकाराने भरलेल्या महाराष्ट्र एकीकरण समितीच्या या परिषदेचे अध्यक्षस्थान अर्थात आचार्य अत्रे यांनीच भूषविले होते. सीमा भागात भरलेली ही पहिलीच परिषद होती. याच वेळी बेळगावात प्रथम महाराष्ट्र एकीकरण समितीची स्थापना झाली आणि गेली साठ वर्षे महाराष्ट्रात महाराष्ट्र एकीकरण समिती गाजत आहे, वाजत आहे आणि झगडत आहे. मराठी एकीकरणाची चळवळ आजची नाही; ती तीनशे वर्षांपूर्वी शिवाजी महाराजांनी सुरू केली होती. आम्ही मराठी दोन कोटी आहोत. आमच्यात सामर्थ्याचा वारसा आहे. आमच्या पराक्रमाचे झेंडे जसे अटकेपार गेले, तसे ते त्रावणकोर-म्हैसूरपर्यंत पसरले आहेत. मुंबईत गुजराथीचे आक्रमण, नागपूरमध्ये हिंदीचे आक्रमण आणि बेळगावात कानडीचे आक्रमण आम्ही चालू देणार नाही, अशी एकीकरण समितीची घोषणा होती.

त्यानंतर १९५० च्या जानेवारीत बेळगाव येथे भरलेल्या दहाव्या पत्रकार अधिवेशनाचे आचार्य अत्रेच अध्यक्ष होते. 'वृत्तपत्रे क्रांतीरसाची कारंजी व्हावीत' असा संदेश आचार्य अत्रे यांनी याच बेळगावातून साऱ्या महाराष्ट्राला दिला होता. जनतेच्या स्वातंत्र्याचे रक्षण करणे, हे पत्रकाराचे आद्यकर्तव्य आहे; अशा घोषणेने बेळगाव पत्रकार संमेलनाची सांगता झाली. कर्नाटक सिंह गंगाधरराव यांच्या उद्घाटनाच्या भाषणाची मुक्तकंठाने प्रशंसा केली. मी जन्माने कानडी असूनदेखील मराठी पत्रकारांनी केलेले कार्य आम्हा कानडी पत्रकारांना मुळीच करता आले नाही. आम्ही कानडी लोक त्याबाबतीत मागे राहिलो, अशी खंत त्यांनी व्यक्त केली होती. आचार्य अत्रे यांनी गंगाधररावांच्या या भावनेचा आदर करून, त्यांनी महाराष्ट्रावर खूप उपकार केल्याचे सांगितले.

राणी पार्वतीदेवी कॉलेज बाळासाहेब खेरांनी कन्नडीगांना देऊन टाकल्याबद्दल बाळासाहेब खेरांवर जोरदार टीका केली. ते गुजराथमध्ये गेल्यावर 'केम छे' म्हणतील आणि कर्नाटकात आल्यावर 'येन री द्यावरू' असे म्हणतील आणि मराठीवर मात्र अन्याय करतील. नाहीतर राणी पार्वतीदेवी कॉलेज त्यांनी कन्नडीगांना का दिले असते. शिवाजी महाराज आणि लोकमान्य टिळक राष्ट्रीय पुरुषांच्या चौकटीत बसत नाहीत, अशी मुक्ताफळे उधळणाऱ्या बाळासाहेब खेरांना मराठीचे प्रेम कसे असावे? अशा तऱ्हेने तीन दिवस आचार्य अत्रे यांनी निरनिराळी बाणेदार भाषणे करून बेळगाव अक्षरश: जिंकले, असेच म्हटले पाहिजे.

त्यानंतर लागोपाठ दुसऱ्या वर्षी म्हणजे मे १९४९ मध्ये कारवारला अखिल भारतीय मराठी साहित्य संमेलन भरले. त्याला जाण्यासाठी आचार्य अत्रे बेळगावला आले होते. कारवार, सुपे आणि हल्याळ हे तीन तालुके संपूर्णपणे मराठी भाषिक असल्याने कारवारला मराठी भाषा साहित्य संमेलन भरणे अतिशय गरजेचे होते. तीस वर्षांपूर्वी कारवारला सर नारायण चंदावरकर यांच्या अध्यक्षतेखाली पहिली राजकीय परिषद भरली असता त्यांचे कानडी भाषण लोकांनी बंद पाडून, उधळून लावले. त्यांनी कानडी बोलण्यास सुरुवात केली, त्या वेळी 'कानडी नको; मराठी बोला' असा गलका लोकांनी केला होता.

बेळगावमधील चार जिल्हे आणि कारवारमधील तीन जिल्हे यांचा समावेश महाराष्ट्रात व्हावा म्हणून महाराष्ट्र एकीकरण समितीची चार अधिवेशने बेळगाव शहरात भरली होती. पाचवे अधिवेशन जानेवारी १९५० ला कारवारला भाऊसाहेब हिरे यांच्या अध्यक्षतेखाली भरले होते. त्याच परिषदेमध्ये मराठी मंडळ ही संस्था सेनापती बापटांच्या अध्यक्षतेखाली स्थापन झाली होती. कारवारच्या या चौतीसाव्या साहित्य संमेलनाला अप्पा पेंडसे, प्रा. वसंत बापट, श्रीमती शशिकला आंदलकर आणि आचार्य अत्रे असे चौघे, आचार्य अत्रे यांच्या मोटारीतून आले होते. गाडी छोटी असली, तरी मजबूत होती. दीड तपाच्या अनुभवाने गाडी हाकण्याची कुशलता आचार्य अत्रे यांच्यात आली होती. निबिड अरण्यातून, निर्मनुष्य अशा कारवारच्या वनातून निर्धास्तपणे आचार्य अत्रे गाडी हाकीत होते आणि वरील चार माणसे प्रशस्तपणे निर्धास्त आणि निश्चिंतपणे कारवारच्या निसर्गसौंदर्याचा आस्वाद घेत होती. डॉ. केशवराव साठ्यांच्या घरी बेळगावला हापूस आंब्याचे भोजन करून मंडळी कारवारला निघाली होती.

कारवारच्या जंगलातील अनेक गमती अत्रे यांनी गाडीतील लोकांना सांगितल्या. पुण्यातील एका वकिलाच्या मस्तकातून सागाचा सोट कसा सुईच्या नेढ्यासारखा आरपार गेला होता. त्याच्या भुताने मला परत पुण्याला न्या, असा हंबरडा फोडला तर काय करायचे, या भीतीने अत्रे यांचे मस्तक सुन्न झाले होते. कारवारचे घनदाट, निबिड अरण्य, निर्मनुष्य रस्ता, लांबलचक सागाचे बन, निःस्तब्ध वातावरण आणि अपघाताच्या अन् भुताखेताच्या गप्पा आणि नीरव शांतता. अशा वेळी नामस्मरण अथवा देवाचा धावाच उपयोगी पडतो. इतक्यात एका झोपडीतील मंदिरातून 'घण, घण, घण' असा घंटेचा आवाज आला आणि आचार्य अत्रे यांनी गाडी थांबविली. लोक म्हणाले, "अहो अत्रे, आपण नास्तिक आहात, तर देवळासमोर गाडी कशाला थांबवता?" त्यावर आचार्य अत्रे यांनी फार मार्मिक उत्तर दिले ते असे, "आस्तिक माणसाला नास्तिकत्वाकडे नेता येते; पण नास्तिक माणसात अशा भयंकर अरण्यात आस्तिकपणा निर्माण करण्यासाठी 'घण, घण, घण' या घंटेच्या नादाची साददेखील

पुरी पडते.'' प्रचंड अरण्य आणि कारवार अब बहुत दूर अशा परिस्थितीत सर्वांचा धीर सुटला होता; पण आचार्य अत्रे निर्धास्तपणे मोटार चालवीत कारवारला पोहोचले. शिरीन टॉकीजजवळ संमेलन कचेरी होती; पण तिथे काही चांगली सोय नव्हती. मग ही मंडळी कारवारच्या ग्रॅन्ड हॉटेलात उतरली आणि त्यांना एकदाचे हायसे वाटले.

कारवारच्या समुद्र किनाऱ्याचे वर्णन आचार्य अत्रे यांनी केले आहे, ते मुळातूनच वाचायला हवे. श्री. राम राघोबा राणे हे परमवीरचक्र पदक मिळविणारे कारवारचे पहिले नागरिक होते. त्यांचा सत्कार झाला– तोच मुळी आचार्य अत्रे यांच्या प्रसंगावधानाने! नंतर त्यांची मैत्री झाली. त्यांचे लग्नदेखील आचार्य अत्रे यांनीच जमविले. हे सांगूनदेखील खरे वाटणार नाही महाराष्ट्राला. स्वागताध्यक्ष डॉ. वामन वाघ होते. वाघ या आडनावापेक्षा वामन हे मूळ नावच तुम्हाला जास्त शोभते, असे म्हणून आचार्य अत्रे यांनी त्यांच्या शरीरप्रकृतीकडे बघून केलेल्या उल्लेखाने सर्वांमध्ये खसखस पिकली. कारवारच्या संमेलनाचे अध्यक्ष डॉ. अनंत काकबा प्रियोलकर होते. कारवार आणि गोवा हे चंद्राचे दोन तुकडे आहेत. गोवा स्वतंत्र झाला की, गोवा आणि कारवार एक होईल, असे प्रियोलकरांनी सांगून टाकले. शिवाजी महाराज आणि लोकमान्य टिळक हे राष्ट्रीय पुरुषांच्या चौकटीत बसत नाहीत, या बाळासाहेब खेरांच्या वक्तव्याबद्दल त्यांच्या निषेधाचा ठराव आचार्य अत्रे यांनी मांडला. त्यांचा निषेध व्हावा, असे अध्यक्ष प्रियोलकरांना वाटत नव्हते. द. वा. पोतदार ठरावाविरुद्ध म. सा. प. कार्यकर्ते अशी परिस्थिती होती. एक महिन्यापूर्वी अहमदनगरच्या संमेलनात आचार्य अत्रे यांच्या या ठरावाला पाठिंबा देणारे ह. रा. महाजनी मात्र आता ठरावाला विरोध करीत होते, हे या संमेलनाचे आश्चर्य होय.

ठरावाच्या बाजूने एकोणतीस व विरुद्धदेखील एकोणतीस; मग अध्यक्षांनी ठरावाविरुद्ध मत दिल्यामुळे ठराव नापास झाला. सकाळी ठरावाला पाठिंबा देणारे रघुनाथराव खाडीलकर ठरावाला विरोध करू लागले. सविस्तर मांडणी करून आचार्य अत्रे यांनी ठराव मागे घेतला. दुसऱ्या दिवशी आचार्य अत्रे यांचे मराठी रंगभूमीवर विस्ताराने भाषण झाले. बरेच नाट्यलेखकही बोलले. कारवारच्या दर्शनाने गुरुदेव टागोरांची जशी स्थिती झाली, तशीच आमचीही झाली आणि त्यांच्या काव्यमय उद्‌गारांची आचार्य अत्रे यांनी आठवण सांगितली.

''अथांग सागराला आलिंगन देण्यासाठी आपले दोन्ही बाहू पसरणारा कारवारचा अर्धचंद्राकृती किनारा पाहिला की, अनंताला भेटण्यासाठी हुरहुरणारी इच्छा साकार झाल्यासारखी वाटते. या किनाऱ्यावर उभे राहिल्यावर वाटते की, निसर्गसौंदर्य हे मनाचे मृगजळ नाही; तो अनंताच्या आनंदाचा प्रकाश आहे. त्या प्रकाशाने आपण ओढले जातो आणि त्यामध्ये आपण विलीन होऊन जातो.'' कारवारच्या साहित्य

संमेलनापेक्षा कारवारच्या या सागरसूक्तानेच कारवार संमेलन फार गाजले आणि बाळासाहेब खेरांच्या निषेधाचा ठराव जरी बारगळला, तरी त्याने साऱ्या महाराष्ट्राची मोठ्या प्रमाणात जनजागृती केली, हे मात्र खरे आहे.

१९४० साली मुंबईत आचार्य अत्रे अखिल भारतीय मराठी नाट्य संमेलनाचे पहिल्यांदा अध्यक्ष झाले होते; पण बेळगावकरांनी पुन्हा एकदा १९५५ मध्ये ५ ते ७ जानेवारीदरम्यान दुसऱ्यांदा आचार्य अत्रे यांच्या गळ्यात नाट्य संमेलनाची माळ घातली. ते अडतिसावे मराठी नाट्य संमेलन होते. नुकतेच आचार्य अत्रे यांच्या 'श्यामची आई' चित्रपटाला सुवर्णपदक मिळाले होते आणि 'महात्मा फुले'ला रौप्यपदक मिळाले होते. लागोपाठ सतत दोन वर्षे पुरस्कार प्राप्त होणारा आचार्य अत्रे हा एकमेव महाराष्ट्रीय होय, हे आपण विसरता कामा नये.

वर्तमानपत्र संमेलन, नाट्य संमेलन आणि साहित्य संमेलन अशी तीन संमेलने भरवून बेळगावकरांनी आत्ताच्या भाषेत हॅटट्रिक केली होती. दोन संमेलनांचे अध्यक्ष तर आचार्य अत्रेच होते. साहित्य संमेलनाचे १९४६ चे अध्यक्ष ग. त्र्यं. माडखोलकर होते; पण संयुक्त महाराष्ट्राचा ठराव अत्रे यांनी मांडला होता. ही तीनही संमेलने आचार्य अत्रे यांनी गाजविली होती. बेळगावदेखील आचार्य अत्रे यांनी गाजविले होते, तसेच तीनदा अध्यक्ष होऊन आचार्य अत्रे यांनी बेळगाव जिंकले होते. एका गावाने इतक्या वेगाने आणि आपुलकीने प्रेम दिले आचार्य अत्रे यांना – ते गाव म्हणजे बेळगाव होय. बेळगावावर आचार्य अत्रे यांचा मोठा जीव होता.

नाटकावर तेहतीस टक्के कराचा तीव्र निषेध, रंगभूमीचा समग्र इतिहास आचार्य अत्रे यांनी उभा केला. रंगभूमीचा इतका समग्र अभ्यास क्वचितच आचार्य अत्रे यांच्याशिवाय कुणी केला असेल!

पुढे १९५६ मध्ये मोरारजी सरकारने जी १०५ माणसे मारली आणि हुतात्मे केले; त्यामुळे मराठी जनता आणखी चवताळून उठली आणि सलग सहा वर्षे अखंड चळवळ, सभा, संमेलने, मोर्चे, परिषदा, निदर्शने, प्रदर्शने, निवडणुका या सर्वांनी महाराष्ट्र ढवळून काढला – तो आचार्य अत्रे यांनीच.

बेळगावात नागप्पा दुदाप्पा होसूरकर याचा खून झाला, त्या वेळी आचार्य अत्रे यांनी १३ मे १९५६ रोजी नागप्पा होसूरकरांनी आत्महत्या केली नसून त्यांचा खून करण्यात आला, असा जळजळीत लेख नवयुगात लिहून महाराष्ट्राला खडबडून जागे केले. खानापूर तालुक्यातील कुपटगिरी गावचा नागप्पा दुदाप्पा होसूरकर हा पहिलवान गडी, तगडा गडी कर्नाटक पोलिसांनी कसा मारला यावर आचार्य अत्रे यांनी बेळगावात पुराव्यानिशी मोठी चळवळ, व्याख्याने, सभा भरवून निदर्शने केली, मोर्चे काढले. त्याने १९ एप्रिलला बेळगावच्या संभाजी चौकात कसा सत्याग्रह केला व कर्नाटक सरकारला आव्हान दिले की, बेळगाव महाराष्ट्रात सामील करा; त्यामुळे

कर्नाटक सरकारने त्याचा खून केला आणि आत्महत्या केल्याचे सिद्ध करण्याचा खटाटोप केला. त्या कामी डॉ. कोवाडकर, डॉ. साठे, बाबूराव ठाकूर अशा महाराष्ट्र एकीकरण समितीच्या नेत्यांनी आचार्य अत्रे यांना मोठी साथ दिली.

नागप्पा होसूरकर प्रकरणाने चिडून जाऊन कर्नाटक सरकारने आचार्य अत्रे यांच्यावर खटला भरला आणि त्यांना ५०० रुपये दंड केला. त्या वेळी डिस्ट्रिक्ट मॅजिस्ट्रेट रानडे यांच्याशी आचार्य अत्रे यांचे खटके उडाले होते. आचार्य अत्रे यांनी बचावार्थ एका वाक्याचे निरनिराळे अर्थ होतात, असे सांगून आपल्या व्यासंगाची चुणूक दाखविली. वाक्यार्थ, मथितार्थ, शब्दार्थ, गर्भितार्थ, उद्देश्यार्थ, भावार्थ असे वाक्याचे निरनिराळे अर्थ सांगून न्यायमूर्ती रानडे यांची पंचाईत केली. रानडे यांनी त्यांना ५०० रुपयांचा दंड केला. त्यावर आचार्य अत्रे म्हणाले, "बास, कर्नाटक सरकारची किंमत फक्त ५०० रुपये." त्यावर लोकांनी अत्रे यांना आवरले; नाहीतर न्यायालयाची बेअब्रू केल्याचा, अवमान केल्याचा दुसरा खटला भरला गेला असता.

बेळगावचा पोलीस कमिशनर लुईस तर आचार्य अत्रे यांच्यावर खार खाऊन होता. कधी आचार्य अत्रे माझ्या तावडीत सापडतात आणि कधी मी त्यांना चांगला चोपून काढतो आणि त्यांना धडा शिकवतो, असे त्याला झाले होते. कर्नाटक सरकारच्या पोलिसांच्या निर्घृण कथा आचार्य अत्रे यांनी स्वत: पाहिल्या होत्या. केलेले अत्याचार त्यांनी पाहिले होते. तरी लोक म्हणतात, आचार्य अत्रे पोलिसाला भीत होते. स्वत: काही करायचे नाही. दुसऱ्याने वाभाडे काढल्यावर त्याला जर पोलिसाने पकडले आणि त्याच्यावर अत्याचार केले, तर हे नुसते बघ्याची भूमिका घेणार आणि म्हणणार, अत्रे पोलिसांना घाबरतात. अत्रे पोलिसी अत्याचाराला, गुंडगिरीला घाबरत नव्हते. आचार्य अत्रे यांनी कर्नाटक सरकारचे एवढे वाभाडे काढले की, आचार्य अत्रे हे त्यांचे एकमेव शत्रू ठरले व कमिशनर लुईसने तर त्यांना अद्दल घडविण्याची प्रतिज्ञा केली होती. कर्नाटक सरकारचे राक्षसी अत्याचार, सरकारचा मराठी लोकांवर अनावर राग आणि पिसाटासारखा बेछूट लाठीमार याच्या भयानक कारवाया आचार्य अत्रे वृत्तपत्रातून प्रसिद्ध करीत असत; त्यामुळे कानडी पोलिसांना आणि सरकारला आचार्य अत्रे शत्रूच वाटत आणि त्यांचा बीमोड करावा, ही त्यांची महत्त्वाकांक्षा होती. म्होरक्या पकडल्यावर, त्याचा छळ केल्यावर दुसरे लढायला धजत नाहीत; त्यामुळे आचार्य अत्रे यांच्यावर कमालीचा राग होता.

बेळगावकरांच्या प्रश्नांसंबंधी इतका जागरूक पत्रकार आचार्य अत्रे यांच्याशिवाय दुसरा नव्हता. 'बेळगाव हे महाराष्ट्राचे हृदय आहे,' असे आचार्य अत्रे म्हणत– ते सवाई गंधर्व, मल्लिकार्जुन मन्सूर, गंगूबाई हनगल वगैरे शास्त्रोक्त गायकांच्या योगदानामुळेच! बेळगाववर आचार्य अत्रे यांचे पुणे शहराइतकेच प्रेम होते, हे मात्र निर्विवाद सत्य होय. आचार्य अत्रे यांचे हृदय बेळगावात गुंतले होते हे मात्र खरे.

१९२९ पासून ते १९६९ पर्यंत पन्नास वर्षांत हजार वेळा तरी आचार्य अत्रे बेळगावला गेले होते. १९२९ पहिले मराठी संमेलन बेळगावमध्ये, नंतर अनेक व्याख्यानांसाठी, १९४६ मधील बेळगावच्या संमेलनात संयुक्त महाराष्ट्राची घोषणा माडखोलकरांनी केली, त्या वेळी अत्रे यांनी ठराव मांडला. १९५० कारवार संमेलन, १९५१ साली महाराष्ट्र एकीकरण समितीचे अधिवेशन, नागप्पा होसूरकर खटल्यात तर त्यांना सारखे बेळगावला यावे लागे.

मग सीमालढा की महाद्वैभाषिक विरुद्ध लढा, असा संभ्रमाचा प्रश्न काही हितसंबंधींनी उठवला आणि मतभेद निर्माण करून समितीला पेचात टाकले; पण समितीने १८ जानेवारी १९५९ रोजी सीमालढ्याचे आणि साराबंदीचे रणशिंग फुंकले. त्यात आचार्य अत्रे अग्रभागी होते. दिल्लीला दुसरा मोर्चा बेळगाव-कारवार या सीमाभागासाठीच काढला होता. त्यानंतर साराबंदीचा लढा झाला आणि कर्नाटक सरकारची 'दे माय धरणी ठाय' अशी स्थिती झाली. मग १ मे १९६० रोजी संयुक्त महाराष्ट्र झाला. आता समितीचे ऐतिहासिक कार्य संपले. समिती कम्युनिस्टांच्या कह्यात गेली; अशा कारणाने समितीचा एक पक्ष न होता समिती फुटली. त्यावर आचार्य अत्रे यांनी प्रजा समाजवादी, समाजवादी पक्षाला जबाबदार धरून एस. एम. जोशींवर टीकास्त्र सोडले आणि त्यांच्यातील वाद विकोपाला गेला.

एस. एम. बायकोच्या नथीतून तीर मारतात, असा लेख लिहिला. एस. एम.ना जोड्याने मारा असा लेख लिहिला; तो या सीमा प्रश्नासाठी, या बेळगावसाठीच! मग आचार्य अत्रे यांच्या खुनाचा प्रयत्न झाला. नारायण आठवले, माधवराव खंडकर आणि डायमंड कंपनीचे भावे यांनी कट आखला. आचार्य अत्रे यांच्यावर पाठीमागून जोडे फेकले गेले. समिती फुटली. महाराष्ट्र झाला; पण बेळगावला न्याय मिळाला नाही. इंग्रजशाही गेली, काँग्रेसशाही गेली, जनताशाही गेली, लोकशाही आली; पण बेळगाव-कारवार आणि सीमाभागातील ११६५ गावांना न्याय मिळाला नाही. १ मे १९६० रोजी आचार्य अत्रे यांनी त्याबद्दल जळजळीत भावना व्यक्त केल्या आणि राजीनामा देण्यासाठी ते स्वत: बेळगावला गेले. त्या वेळी आनंदराव चव्हाण - पृथ्वीराज चव्हाणांचे वडील (माजी मुख्यमंत्र्यांचे वडील) यांना लेख, अग्रलेख वाचून दाखविला कऱ्हाड मुक्कामी आणि त्यांच्या घरी मुक्काम करून बेळगावला जाऊन बेळगावकरांवरील अन्यायासाठी जाहीर सभा घेऊन आपल्या आमदारकीचा निषेध केला आणि राजीनामा दिला. आचार्य अत्रे बेळगावच्या प्रश्नाशी इतके एकरूप होते. समिती फुटली. एस. एम.वर टीका केली, तरी शेवटी एस. एम.च्या पाया पडून सीमावासीयांना आपण शब्द दिला, त्यासाठी एकत्र येऊ या म्हणून संपूर्ण महाराष्ट्र समिती स्थापन केली आणि पुन्हा लढा दिला. १३ जून १९६९ रोजी आचार्य अत्रे यांच्या नेतृत्वाखाली विधानसभेवर मोर्चा जाणार होता; पण त्याच दिवशी आचार्य

अत्रे यांचे प्राणोत्क्रमण झाले. बेळगावाकरता काहीही करायला, अपमान गिळायला, अन्यायाविरुद्ध लढायला आचार्य अत्रे नेहमी तयार होते. बेळगावकरांवर मनापासून प्रेम करणारे आणि त्यासाठी जीवाचे रान करणारे आचार्य अत्रेच होत.

सात राज्यांचा दौरा करून भूदान चळवळीचा प्रचार आणि प्रसार करून संत विनोबा ज्या वेळी महाराष्ट्रात आले, त्या वेळी महाराष्ट्राचे रक्तबंबाळ हृदय विनोबांपुढे उघडे करावे म्हणून साथी एस. एम. जोशी, भाई माधवराव बागल, कॉ. श्रीनिवास सरदेसाई आणि आचार्य अत्रे यांनी विनोबांची भेट घेतली आणि वेळप्रसंगी जसे गांधींचे कान विनोबा उपटत असत; तसे ते पंडित नेहरूंचे कान पकडून महाराष्ट्रावर अन्याय झाला तो संयुक्त महाराष्ट्र देऊन दूर करा, असा आपुलकीचा सल्ला देतील, असे वाटले होते. उलट त्यांनी नेहरू अनाग्रही आहेत असे सांगून महाराष्ट्राची कानउघडणी केली आणि महाद्वैभाषिकांचे समर्थन केले. तसेच गोळीबाराचे समर्थन केले. त्यावर आचार्य अत्रे यांनी विनोबांचे 'विनोबा की वानरोबा' असा लेख लिहून वाभाडे काढले. मोरारजी सरकारने गोळीबार करून तीन वर्षांची रंजना हिला पोरके केले. कमलाबाई मोहिते या गोळीबारात बळी पडल्या. तिच्या तीन वर्षांच्या मुलीला– रंजनाला आचार्य अत्रेंनी स्वत: कडेवर घेऊन विनोबांपुढे हंबरडा फोडला. ''बाबा हिच्या आईला काँग्रेस सरकारने ठार मारले हो.'' असा टाहो फोडला. त्या वेळी विनोबांवर त्याचा काही परिणाम झाला नाही. कारण का तर म्हणे, भारताच्या फाळणीच्या वेळी मी एवढी भयंकर दृश्ये पाहिली आहेत की, या मुलीचे दु:ख मला काहीच वाटत नाही. या त्यांच्या विधानाने आचार्य अत्रे आणि महाराष्ट्राचे हृदय शतश: विदीर्ण झाले. संतांचे नाव दया. विनोबा हे संत – त्यांची दया आटली मग आभाळच फाटले. संतांपुढे आपली व्यथा मांडायची नाही, तर कोणापुढे मांडायची? आचार्य अत्रे यांनी विनोबांवर फार जहरी टीका केली. त्यावर एस. एम. असे म्हणतात, लोकशाहीत प्रखर लेखनाला स्थान नाही. ते योग्य नव्हे. ते जोपर्यंत प्रतिकार करण्याचा अहिंसात्मक मार्ग दाखवीत नाहीत, तोपर्यंत हातावर हात ठेवून बसणे शहाणपणाचे नाही. तसेच आचार्य अत्रे यांच्या प्रखर आणि उग्र लिखाणाला आपल्याला नावे ठेवता येणार नाहीत. कारण प्रतिकार करण्याचा तोच एक अहिंसात्मक मार्ग राहतो.

आचार्य अत्रे यांच्या लिखाणात स्वातंत्र्याचा लढा कसा उत्क्रांत झाला, याचा साद्यंत वृत्तान्त आहे. तसेच इंग्लंड, रशिया, जपान आणि काही प्रमाणात चीनचा उल्लेख आहे. 'कऱ्हेचे पाणी' हा त्यांचा आत्मचरित्रात्मक प्रवास आहे. त्याबरोबर भारताच्या आणि महाराष्ट्राच्या ऐतिहासिक, भौगोलिक, शैक्षणिक, सांस्कृतिक, आर्थिक, भाषिक, राजकीय, सामाजिक बदल, परिवर्तन आणि प्रबोधनाचा समग्र ऐतिहासिक दस्तऐवज होय. आचार्य अत्रे यांना आपल्या आत्मचरित्राचे निदान दहा खंड लिहायचे होते; पण त्यांना आयुष्य कमी लाभले आणि त्यांनी पाचच खंड पूर्ण केले. अर्थात, मुंबईसह संयुक्त महाराष्ट्राच्या लढ्याचा साद्यंत इतिहास त्यात आहेच आणि मुंबईसह संयुक्त महाराष्ट्राची निर्मिती हा त्यांच्या आयुष्यातील सुवर्णकाळ होय. १ मे १९६० रोजी सीमाभागाशिवाय म्हणजे बेळगाव, कारवार, खानापूर, निपाणी याशिवाय आणि गोवा, दीव, दमण, दादरा नगर हवेली, डांग, उंबरगाव आणि खानदेशातील १३५ गावे, मध्य प्रदेशातील बैतुल, छिंदवाडा, बस्तर या भागांशिवाय आणि त्यांच्या प्राणप्रिय बेळगाव, कारवार आणि ११६५ गावांशिवाय, छिन्न- विच्छिन्न महाराष्ट्र निर्माण झाला. त्याची सल त्यांना सारखी यातना देत होती तरी हाती येईल ते घ्या आणि नसेल त्यासाठी भांडा या न्यायाने हाती आलेल्या महाराष्ट्राचा साऱ्या जनतेने स्वीकार केला. ते उद्विग्न झाले होते; पण समोर येणाऱ्या संकटांशी सामना करण्याची ताकद त्यांच्यात होती. मुंबईसह संयुक्त महाराष्ट्राच्या या लढ्यात आचार्य अत्रे यांनी प्रयत्नांची पराकाष्ठा केली. सारा महाराष्ट्र पालथा घातला आणि प्राणांची बाजी लावून

गोवा - महाराष्ट्राच्या मर्मबंधातली ठेव!

महाराष्ट्र निर्माण केला आणि म्हणूनच पाचव्या खंडाच्या 'अर्घ्य' या प्रस्तावनेत आचार्य अत्रे लिहितात, 'या अतीव आनंदाच्या अमृतमुहूर्तावर 'कऱ्हेच्या पाण्या'चा पाचवा खंड मी पूर्ण करतो. हर्षाच्या आणि संतोषाच्या त्या मधुर धुंदीत महाराष्ट्रमातेच्या चरणावर मस्तक ठेवून अर्धोन्मीलित नेत्रांनी काही काळ मला आता निश्चल पडू द्या.' असे म्हणून त्यांनी विश्रांती घेतली; पण गप्प बसतील ते आचार्य अत्रे कसले?

'महाराष्ट्राचा मला प्रखर अभिमान आहे. भारतात जन्माला येणे दुर्लभ असले, तरी महाराष्ट्रात जन्माला येणे हे अतिदुर्लभ आहे.' 'दुर्लभ्ये भारतम् जन्मम् महाराष्ट्रेतु अतिदुलर्भम्।' शौर्य आणि साधुत्व यांचा दुर्मिळ संगम या भूमीत झाला आहे.

"अशा या महाराष्ट्रावर द्वैभाषिक राज्य जबरदस्तीने लादून काँग्रेसच्या राज्यकर्त्यांनी महाराष्ट्राच्या इतिहासाला आणि कर्तृत्वाला आव्हान दिले होते. ते आव्हान स्वीकारून चार कोटी मराठी जनतेने संयुक्त महाराष्ट्राचा जो घनघोर रणसंग्राम केला त्यामध्ये आघाडीवर लढण्याची जी मला संधी मिळाली, तेच माझ्या जीवनाचे सर्वांत मोठे साफल्य होय." संयुक्त महाराष्ट्र हेच त्यांच्या जीवनाचे सार, सर्वस्व होते. भारतरत्न आणि ज्ञानपीठ हा पुरस्कार प्राप्त करण्याची त्यांची खऱ्या अर्थाने योग्यता असताना त्यांनी त्याची पर्वा न करता संयुक्त महाराष्ट्राची कास धरली. इतर लेखक हा पुरस्कार प्राप्त करण्यासाठी कसे लांगूलचालन करतात; कशी हांजी हांजी करतात आणि सरकारदरबारी कसे लॉबिंग करतात याच्या सुरम्य कथा आपल्या वाचनात आहेत. या सर्वोत्तम पुरस्काराच्या योग्यतेचे असूनही त्यांनी तो प्राप्त करण्याचा अंगीकार केला नाही. काँग्रेस सत्तेलाच हादरा दिल्यावर काँग्रेसवाले कशाला त्यांना जवळ करतील. काँग्रेसला कधीही सत्य, नीती आणि न्याय यांची चाड नव्हती. शिरोधारी 'सत्यमेव जयते'ची बिरुदावली झळकायची आणि सर्व व्यवहार उलटा करायचा. आचार्य अत्रे यांना न्यायाची चाड होती तसेच अन्यायाबद्दल चीडही होती म्हणून आचार्य अत्रे यांनी महाराष्ट्रात काँग्रेसचे पानिपत केले. त्या काँग्रेसने आचार्य अत्रे यांना भारतरत्न आणि ज्ञानपीठ पुरस्कारापासून दूर ठेवण्याचे कारण योग्यतेला, सत्याला, नीतीला काँग्रेसच्या राज्यात किंमत उरलेली नाही हेच होय. खरेतर नोबेल आणि ऑस्कर पुरस्कार मिळविण्याच्या योग्यतेचा, कर्तबगारीचा आणि जीवनाच्या प्रत्येक क्षेत्रात योगदान देणाऱ्या, काँग्रेस राजकारणाला आणि दु:शासनाला विरोध करणाऱ्या या महाभागाला काँग्रेसवाले कसे आवडतील; पण 'ललित' मासिकाच्या संपादकपदी असलेल्या जयवंत दळवी यांनी महाराष्ट्रात-भारतात सर्व्हे घेऊन सर्वांत जास्त मते नोबेल पारितोषिकपात्र 'आचार्य अत्रेच' होत, असे जाहीर केले होते. यावरून आचार्य अत्रे यांच्या योगदानाची आणि त्यांच्या लोकप्रियतेची, कर्तबगारीची आपल्याला कल्पना येईल. खरोखर दहा हजार वर्षांत असा क्वचित एखादा महाभाग जन्माला येतो, असे आचार्य अत्रे म्हणत आणि तसा महाभाग या महाराष्ट्रात

जन्माला यावा, हे आम्हा महाराष्ट्रीयांचे महाभाग्य होय. पण आपल्याला पराकोटीला जाता येत नाही ना? मग त्या माणसाला 'दगडे मारा! त्याला अनुल्लेखाने मारा!' हे माणसांना अगदी सहज जमते आणि आपली कर्तृत्वशून्य कारकीर्द झाकण्यासाठी आचार्य अत्रे यांच्यावर गाली प्रदान करण्यात धन्यता मानता येते. हे मात्र सर्वार्थाने खरे होय. भारताच्या स्वातंत्र्यलढ्यात भारताचे भाग्यविधाते पंडित जवाहरलाल नेहरू यांच्याकडून तीन-चार अक्षम्य चुका झाल्या. त्यातील काश्मीर, हैदराबाद संस्थान आणि गोवा! गोवा ही पोर्तुगालची वसाहत. पंडित नेहरूंचे तुणतुणे - तेथील संस्कृती वेगळी आहे, तिची जपणूक केली पाहिजे. काश्मीर आणि हैदराबाद या संस्थानांत मुसलमानांची संख्या मोठी होती आणि पंडित नेहरूंचे मुस्लीमप्रेम जगजाहीर असल्याने त्यांनी काश्मीर प्रश्न युनोत नेला आणि हैदराबाद पोलीस ॲक्शनला विरोध केला; पण गोव्याबाबत तसे नव्हते. त्या ठिकाणी परकीय राजवट होती आणि परकीयांना हाकलून लावण्याच्या आणि आपली भूमी स्वतंत्र करण्याच्या काँग्रेसच्या भूमिकेशी सुसंगत अशी भूमिका होती, तरी गोव्याची संस्कृती निराळी आहे, तिची जपणूक केली पाहिजे म्हणून पोर्तुगालच्या अन्याय्य राजवटीला अभयदान देणे कितपत योग्य होते? पण भारताचे पहिले पंतप्रधान पंडित जवाहरलाल नेहरू यांनी गोव्याच्या रूपाने पोर्तुगालला अभयदान दिले.

१८ जून १९४६ रोजी राममनोहर लोहिया यांनी स्वातंत्र्यासाठी गोव्यावर पहिल्यांदा बॉम्ब टाकला. त्या वेळी भारतातील सर्व जनता खडबडून जागी झाली आणि जोपर्यंत गोव्याला स्वातंत्र्य मिळत नाही, तोपर्यंत भारताला स्वातंत्र्य मिळाले, तरी ते स्वातंत्र्य अपूर्ण होय. गोवा हा महाराष्ट्राचा आणि भारताचा 'अविभाज्य भाग' आहे. त्या ठिकाणी असलेल्या परकीय सत्तेला हद्दपार केल्याशिवाय भारतीय जनता स्वस्थ बसणार नाही, अशी ग्वाही देण्यात आली आणि गोव्याच्या स्वातंत्र्याचा सर्वत्र पुकारा झाला. आजही गोव्यातील पणजी या शहरातील एका भागाला '१८ जून विभाग' म्हणून संबोधिले जाते आणि राममनोहर लोहिया यांच्या शौर्याची तारीफ केली जाते. कारण याच ठिकाणी त्यांनी बॉम्ब टाकला होता.

भारताच्या स्वातंत्र्यानंतर सर्व प्रश्न एकदम सोडविले जातील, ही जनतेची अपेक्षा नव्हती; पण भारताचा अविभाज्य भाग असलेल्या गोव्याला परकीय सत्तेपासून अग्रक्रमाने स्वातंत्र्यात आणणे अतिशय गरजेचे होते. याबाबतीत पंडित नेहरूंनी अक्षम्य दिरंगाई केली आणि गोव्याचा प्रश्न सतत भिजत घोंगड्यासारखा लोंबकळत ठेवला आणि जनतेच्या सहनशीलतेचा अंत पाहिला; पण जनता स्वस्थ बसते काय? त्यांनी स्वयंस्फूर्तीने, स्वत:च्या ताकदीने, स्वत:च्या जबाबदारीवर 'गोवा विमोचन समिती' स्थापन करून गोव्याच्या स्वातंत्र्यलढ्याला सुरुवात केली. गोवा विमोचन समिती स्थापन होण्याअगोदर श्री. जयंतराव टिळक, श्री. केशवराव जेधे

यांच्या घरी 'जेधे प्रासाद' येथे गेले आणि आपण गोवा विमोचन समितीचे अध्यक्ष व्हावे, अशी इच्छा प्रदर्शित केली. त्या वेळी 'लोकमान्यांचा नातू माझ्या घरी आला,' म्हणून केशवराव जेधे यांना फार आनंद झाला आणि ते ज्याला त्याला वरीलप्रमाणे सांगू लागले. श्री. केशवराव जेधे अध्यक्ष, श्री. जयंतराव टिळक सेक्रेटरी आणि कॉ. कमलबाई भागवत खजिनदार अशी सर्वानुमते निवड करण्यात आली आणि पहिल्या सत्याग्रही तुकडीची घोषणा करण्यात आली. पहिला सत्याग्रही म्हणून श्री. मधू दंडवते यांची निवड करण्यात आली आणि त्यांच्याच नेतृत्वाखाली सत्याग्रही तुकडीची आयोजना झाली.

श्री. मधू दंडवते यांच्या पहिल्या तुकडीत कॉ. विनायकराव भावे हेदेखील होते. ते आचार्य अत्रे यांच्या दैनिक मराठाचे उपसंपादक म्हणून १९५६ च्या पुढे रुजू झाले; पण त्याआधी कम्युनिस्ट पार्टीचे ते क्रियाशील सभासद होते आणि भारताचा प्राचीन इतिहास, तमाशा आणि लोकगीतांचे ते व्यासंगी होते.

पहिल्यावहिल्या तुकडीवर सालाझारने निर्दयपणे लाठीमार केला. पहिल्या तुकडीतील सर्व सत्याग्रही जखमी झाले. काही सत्याग्रही धारातीर्थी पडले. कॉ. विष्णुपंत चितळे यांनी अशी कल्पना मांडली की, गोव्याच्या स्वातंत्र्याच्या वातावरण निर्मितीसाठी आणि लोकांच्या सामुदायिक सहभागासाठी गोव्याच्या सत्याग्रहीतील हुतात्म्यांची गोव्यापासून पुण्यापर्यंत अंत्यदर्शन मिरवणूक काढायची आणि कोल्हापूर, कऱ्हाड, सातारा, पुणे ही शहरे पेटली की, सारा महाराष्ट्र पेटून उठेल आणि सत्याग्रहाची आग भारतभर पसरेल. झाले, सुरुवातीला कॉ. चितळ्यांच्या या कल्पनेला विरोध झाला; पण चितळ्यांनी माघार घेतली नाही आणि ज्या वेळी हुतात्म्यांच्या दर्शनासाठी लोक जथ्याजथ्याने गावोगाव जमू लागले आणि जनसागरात त्याचे केव्हा रूपांतर झाले, हे समजलेच नाही. पोर्तुगालच्या सालाझारविरुद्ध असंतोषाचा आगडोंब उसळला आणि सत्याग्रहाच्या तुकड्यांवर तुकड्या गोव्याच्या सरहद्दीवर फोंडामार्गे गोव्यात प्रवेश करू लागल्या आणि सालाझारच्या अत्याचाराचा सामना करू लागल्या. हिरवे गुरुजी, अण्णासाहेब कवडी आणि यांसारखे सत्याग्रही शहीद झाले. त्यांच्या मृतदेहाच्या अंत्यदर्शनासाठी सारे पुणे लोटले आणि पुण्यातदेखील हुतात्म्यांच्या दर्शनासाठी गायकवाड वाड्यात रांगा लागल्या.

एका बाजूला सत्याग्रहींची नोंदणी, त्यांच्या तुकड्यांची आखणी; दुसऱ्या बाजूला हुतात्म्यांच्या अंत्यदर्शनासाठी जनसमुदायाची व्यवस्था या सर्व गोष्टींनी गायकवाड वाडा एक युद्धभूमी झाली होती. सत्याग्रहींच्या जेवणासाठी घराघरांतून भाजी-भाकरी, चटणी यांचा वर्षाव झाला. शाळकरी मुले-मुली स्वयंस्फूर्तीने घराघरांतून भाकऱ्या जमा करीत होते. त्या शाळकरी चमूत मी आणि माझी भावी पत्नीदेखील सामील होतो, हे मोठ्या अभिमानाने सांगावेसे वाटते. पुण्यात शाळा-कॉलेजवर

बहिष्कार; कारखाने, दुकाने बंद; फॅक्टऱ्या आणि ऑफिसेस बंद असे वातावरण होते. त्या वेळी १९५५ साली मी एमइएस कॉलेजमध्ये (आत्ताचे गरवारे कॉलेज) होतो. सहामाही परीक्षा होती आणि कॉलेजवर विद्यार्थ्यांचा मोर्चा आला. विद्यार्थी परीक्षा सोडून मोर्चात सहभागी झाले. माझ्या वर्गातील नंदा देशपांडे आई-वडिलांच्या संमतीवाचून सत्याग्रहात सामील झाला होता आणि अमानुष लाठीमाराचा प्रसाद खाऊन जखमी अवस्थेत रक्तबंबाळ होऊन आला होता. ही हकिकत आमच्या कॉलेजच्या अगोदरची शाळेतली साधारण १९५३ सालची. त्या वेळी मी शाळा बंद पाडून, हरताळ पाळून कलेक्टर ऑफिसवर विद्यार्थ्यांचा मोर्चा नेला होता. विद्यार्थ्यांनी राजकारणात भाग घेऊ नये म्हणून माझी फ्रीशिप रद्द करण्यात आली होती; पण त्याची पर्वा होती कुणाला? सर्वत्र वातावरण तंग, मंतरलेले आणि सालाझारविरोधी तसेच नेहरूंविरोधी होते. कारण केंद्र सरकारचा या सत्याग्रहाला विरोध होता. सत्याग्रही बळी पडत होते. आचार्य अत्रे आपल्या 'नवयुग'मधून आग ओकत होते. सालाझारच्या अमानुष अत्याचाराच्या सचित्र कहाण्या प्रसिद्ध करीत होते आणि महाराष्ट्रातील वातावरण सारखे तापत ठेवत होते. जनजागृतीसाठी काही लोकांना सत्याग्रहात भाग घेण्यास नेत्यांनी बंदी केली होती. त्यांनी जनजागरणाचा सत्याग्रही यज्ञकुंड पेटतच ठेवला कारण सत्याग्रहींना तुरुंगात डांबल्यावर सारे कार्य अपुरे राहील, त्यात आचार्य अत्रे होते.

सेनापती बापटांच्या नेतृत्वाखाली सत्याग्रहींची तुकडी जाणार म्हटल्यावर आचार्य अत्रे यांनी 'सेनापतींची गोव्यावर स्वारी' असा मथळा नवयुगमध्ये दिला. सालाझारला वाटले की, भारताचा सेनापतीच चाल करून येतोय; म्हणून त्याने त्यांच्या सैन्याची जमवाजमव आणि कडक बंदोबस्त आणि सत्याग्रहींवर अत्याचार करण्याची योजना केली. झाले, सेनापतींच्या नेतृत्वाखाली सत्याग्रहींचा जथा जेव्हा फोंडामार्गे गोव्याची सरहद्द पार करू लागला, तेव्हा सेनापतींची वामनमूर्ती पाहून सालाझारच्या शिपायांनी या वयोवृद्ध सत्याग्रहीवर लाठीमार केला. झाले, महाराष्ट्रातील जनता आणखी खवळली आणि गोव्यावर चाल करू लागली आणि सत्याग्रहींच्या तुकड्यांवर तुकड्या; सालाझारचा अमानुषपणे गोळीबार, लाठीमार, अत्याचार याला बळी पडलेली निराधार जनता आचार्य अत्रे यांच्या लेखणीचा अंगार तसेच गोव्यात पणजी, वास्को, मडगाव आणि म्हापसा येथील जंगी सभा आणि सालाझारवर विष ओकणारी वाणी; याचा परिणाम व्हायचा तोच होत होता. महाराष्ट्रात इतर पुढारीदेखील होते. त्यांचे पक्षदेखील होते; पण आचार्य अत्रे हे अपक्षीय आणि जनतेचे पुढारी म्हणून गणले जात होते आणि त्यांच्या अचूक माऱ्याने जनता पेटून उठत होती. तसेच विनोदाच्या माध्यमातून काँग्रेस सरकारची रेवडी उडविण्याचा सपाटा चालला होता. साथी नानासाहेब गोरे, महादेवशास्त्री जोशी यांच्या सुविद्य पत्नी सिंधूताई जोशी

यांना आग्वादच्या तुरुंगात डांबण्यात आल्याने जनतेच्या संतापाला पारावार उरला नाही आणि सत्याग्रहाचा आगडोंब उसळला. निरपराध सत्याग्रहींचे व्यर्थ बलिदान टाळण्यासाठी सरकारवर दबाव वाढला आणि शेवटी केंद्र सरकारने मिलिटरी ॲक्शनद्वारे गोवा मुक्त केला आणि गोवा स्वतंत्र भारतात विलीन झाला. सगळीकडे आनंदीआनंद झाला.

त्या वेळी दारूबंदीचा कायदा होता. आचार्य अत्रे दारू पीत, हे जगजाहीर होते. कारण आचार्य अत्रे यांचे जीवन पारदर्शक होते. आता 'पारदर्शकता हवी, पारदर्शकता हवी'चा नारा लावला जात आहे, त्याअगोदर आचार्य अत्रे यांनी सुरुवात केली होती. "मी जनतेपासून काहीही लपवून ठेवले नाही. माझे मद्यपान, माझे वनमालाबरोबरचे प्रेमसंबंध हे सर्व जगजाहीर आहे. मी लपूनछपून काही करत नाही. सर्वकाही रोखठोक." गोव्याच्या एका सभेत आचार्य अत्रे दारू पिऊन नेहमीप्रमाणे भाषण देत होते. सालाझार आणि बेळगावचा पोलीस कमिशनर यांना आचार्य अत्रे दारू पितात याची माहिती होती. त्यांना दारूबंदी कायद्याखाली अटक करून बेदम मारहाण करायची आणि अद्दल घडवायची, अशी योजना आखण्यात आली. कारण आचार्य अत्रे यांच्या लेखणीचा तोफखाना झाला होता. बंदुकीच्या गोळीपेक्षा लेखणीचा बार सरकारच्या वर्मी आणि मर्मी लागत होता. नागप्पा होसूरकर या बेळगावच्या पहिलवानाचा खून आत्महत्या म्हणून भासविण्याचा बेळगाव पोलीस कमिशनर लुईस याचा डाव होता; पण आचार्य अत्रे यांनी तो उधळून लावला आणि सरकारची अब्रू चव्हाट्यावर आणली तसेच गोव्याच्या सालाझारची लक्तरे जगाच्या वेशीवर टांगली; त्यामुळे आचार्य अत्रे सालाझार आणि बेळगाव पोलीस कमिशनर लुईस यांचा एक नंबरचा शत्रू होते. त्यांना पकडायचे आणि तुरुंगात त्यांचे हाल हाल करायचे, अशी योजना होती. त्याची कुणकुण आचार्य अत्रे यांच्या अंगरक्षकाला आणि जवळच्या स्नेह्यांना लागली आणि व्यासपीठावरून उतरल्यावर आचार्य अत्रे यांना गुपचूप पळवून बांद्याच्या सरहद्दीवर आणून सोडण्यात आले. कारण त्या ठिकाणी गोव्याची सरहद्द संपते. आचार्य अत्रे यांचा अंगरक्षक आणि स्नेही-सोबत्यांनी दाखविलेल्या समयसूचकतेने आचार्य अत्रे कर्नाटक पोलीस कमिशनर आणि सालाझारच्या तडाख्यातून वाचले; नाहीतर...!

मग झाला गोव्याच्या विलीनीकरणाचा लढा. गोव्याची संस्कृती निराळी, हे पंडित नेहरूंचे नेहमीचेच फॅड आणि महाराष्ट्रद्वेष उफाळून आला. कोकणी ही मराठीची बोलीभाषा असताना तसेच ऐतिहासिक, भौगोलिक, सांस्कृतिक, आर्थिकदृष्ट्या गोवा महाराष्ट्राला जवळचा नव्हे तर महाराष्ट्राचा भाग असताना केवळ नेहरूहट्टापायी गोवा स्वतंत्र, गोवा केंद्रशासित किंवा महाराष्ट्रात विलीन असे पर्याय समोर आले. खरेतर गोवा स्वतंत्र किंवा केंद्रशासित या योजना महाराष्ट्रद्वेषातून नेहरूंनी पिकविल्या

होत्या. मग त्यांची हुजरेगिरी करणाऱ्यांची फौज तयार झाली. सदोबा पाटील, कुडाळ-मालवणचे. गोव्याच्या जवळची ही गावे. त्यांना गोवा महाराष्ट्रात आल्याने आनंद होण्याऐवजी नेहरूंची मर्जी संपादन करण्यात जास्त रस असल्याने त्यांनीदेखील महाराष्ट्रद्वेषाची भूमिका घेतली. हा त्यांचा महाराष्ट्रद्वेष पुढे फार उफाळून आला कारण मुंबईतील काळाबाजारवाले, दारूभट्टीवाले सटोडिये, शेठजी, भांडवलदार, गिरणीमालक, सट्टेबाज मंडळी यांचे सदोबा पाटलांशी अतिशय सख्य होते. नव्हे, सदोबा सामान्य जनतेपेक्षा या मंडळींचे पुढारी म्हणूनच लोकप्रिय होते. पण ते महाराष्ट्राचे शत्रू म्हणून उभे ठाकले.

'यावच्चंद्र दिवाकरौ' मुंबई महाराष्ट्राला मिळणार नाही. काँग्रेस जिवंत असेपर्यंत मुंबई महाराष्ट्राला मिळणार नाही, अशा गर्जना करण्यापर्यंत त्यांची मजल गेली. मग काय, महाराष्ट्रद्वेष्ट्यांची रांगच रांग लागली. केंद्र सरकारमधील गोविंद वल्लभपंत, बा. नी. दातार, नेहरूंचे सहकारी मंत्रिमंडळ, त्यांचे हुजरे तसेच काका कालेलकर, मामा वरेरकर, गोव्याचे कवी बा. भ. बोरकर. खरेतर त्यांना महाराष्ट्राने प्रसिद्धी मिळवून दिली. कोकणी, मालवणी आणि गोव्यातील कोकणी या मराठीच्या बोलीभाषा; पण महाराष्ट्रद्वेषापायी गोव्याचे महाराष्ट्रात विलीनीकरण होऊ नये, या नेहरूभूमिकेचे समर्थन करणारी सरकारी यंत्रणा; परप्रांतीय, सत्ताधारी या मंडळींबरोबर अस्तनीतले निखारे सदोबा पाटील, मोरारजी देसाई, आचार्य काका कालेलकर होतेच– महाराष्ट्राची होळी करण्याला टपलेले! पण महाराष्ट्र काही लेचापेचा नव्हता. कॉ. डांगे, साथी एस. एम. जोशी, नाना गोरे, आचार्य अत्रे ही महाराष्ट्राची मुलुखमैदान तोफ, क्रांतिसिंह नाना पाटील यांचा गावरान मेवा होताच! गोवा स्वतंत्र; गोवा केंद्रशासितबरोबर बेळगाव, कारवार, गोवा, मुंबई असा निराळा सागरी प्रांत निर्माण करावा, असे पिल्लू आचार्य काका कालेलकरांनी सोडून दिले. त्याबरोबर महाराष्ट्र विचलित होईल, संभ्रमित होईल, महाराष्ट्र द्विधा होईल, महाराष्ट्राची अभंगता भंगेल; या उद्देशाने महाराष्ट्राला चेतावनी देण्यात आली. महाराष्ट्र काही दूधखुळा नव्हता असल्या मृगजळी योजनांना भुलायला. महाराष्ट्र त्यांचा बाप होता.

गोव्याचा प्रश्न सार्वमताने सोडवावा, असा एक तोडगा काढण्यात आला. खरेतर पाकिस्तान काश्मीरचा प्रश्न सार्वमताने सोडवावा म्हणत असताना पाकिस्तानी सार्वमताचा विरोध पत्करून काश्मीर भारताचा अविभाज्य भाग असल्याची जाहीर भूमिका पंडित नेहरूंसह यच्चयावत भारतीय जनतेने घेतली होती. सार्वमत या प्रक्रियेला विरोध असणाऱ्या नेहरू सरकारने महाराष्ट्राचा अविभाज्य भाग असणाऱ्या गोव्याला मात्र सार्वमताचा न्याय द्यावा, हे विरोधाभासाचे जागतिक उदाहरण देऊन नेहरूंनी स्वत:ची नाचक्की करवून घेतली

केंद्र सरकारचा गोव्याच्या महाराष्ट्रात विलीनीकरणाला प्रखर विरोध आणि गोवा

स्वतंत्र राहावा किंवा महाराष्ट्रात सामील व्हावा, याबद्दल सार्वमताचा तोडगा काढण्यात आला. 'महाराष्ट्रापेक्षा पंडित नेहरू मोठे आहेत. पंडित नेहरू आणि महाराष्ट्र यांतून निवड करायची झाल्यास मी डोळे झाकून नेहरूंच्या मागे उभा राहीन,' अशी महाराष्ट्रद्वेष्टी भूमिका श्री. यशवंतराव चव्हाणांनी घेतल्याने त्यांची भूमिका काय असणार? हे सर्वज्ञात होते. ते सार्वमताला तयार झाले. मग काँग्रेसवाले तयार न होतील, तर काय नवल? 'नेहरू बोले आणि भारत डोले' अशी त्या वेळी परिस्थिती होती. नेहरूंनी एकदा एक भूमिका घेतली की झाले, मग त्या भूमिकेची अहम्-अहमिकेने मांडणी करण्यात त्यांचे बगलबच्चे तयारच असत. मोरारजी देसाई, सदोबा पाटील, भाऊसाहेब हिरे, यशवंतराव चव्हाण आणि सारी प्यादी तयार झालीच म्हणून समजा. नेहरूंच्या एक पाऊल पुढे असत त्यांचे हुजरे!

खरे पाहिले तर कोकणी, मालवणी आणि पोर्तुगीज-कोकणीमिश्रित कोकणीला जवळची भाषा मराठी भाषा. या मराठीच्या बोली भाषा. गोव्यातील लोकांची बोलीभाषा कोकणी पण लिखित भाषा मराठी. सर्व व्यवहार मराठीतून चालत. ऐतिहासिक, भौगोलिक, सांस्कृतिक, भाषिक, आर्थिकदृष्ट्या गोवा महाराष्ट्राशी अतिशय जवळचा होता. तेथील बहुसंख्य माणसे मराठी, त्यांच्या चालीरीती मराठी, त्यांच्या परंपरा-रूढी मराठी, त्यांची सणवार-संस्कृती मराठी, बहुसंख्य लोक मराठी, भाषिक सलगता मराठी. लोकशाहीत बहुमताला प्राधान्य असते. त्या दृष्टिकोनातून पाहिले, तर मराठी लोकसंख्या, गोवन लोकसंख्येपेक्षा आणि पोर्तुगीज लोकसंख्येपेक्षा जास्त असताना, सर्वत्र मराठीची लोकसंख्या जास्त असताना लोकशाही पद्धतीप्रमाणे ज्यांची लोकसंख्या सर्वांत जास्त, त्यांच्या बाजूने कौल ही लोकशाहीची धारणा; पण पंडित नेहरूंना महाराष्ट्रासंबंधी काही प्रश्न निर्माण झाला की, त्यांचा महाराष्ट्रद्वेष उफाळून यायचा. हे फक्त सी. डी. देशमुखांनी ओळखले होते. त्यांनी भर पार्लमेंटमध्ये 'सत्ताधारी पक्षामध्ये महाराष्ट्रासंबंधी वैरभाव आहे,' असे बोलून नेहरूंचे वाभाडे काढले होते. ज्यांचे बहुमत जास्त, त्यांचा गोवा या सुलभ पद्धतीने हा प्रश्न न सोडवता आडमुठ्या पद्धतीने, अशास्त्रीय पद्धतीने, सत्तेच्या जोरावर सोडविण्याची पंडित नेहरूंना काही गरज होती का? पण गोव्याची संस्कृती वेगळी, असा आभासी साक्षात्कार नेहरूंना झाला आणि सार्वमताचा बडगा महाराष्ट्राच्या माथी मारण्यात आला. झाले, महाराष्ट्रात आगडोंब उसळला. सर्व काँग्रेसची जनता नेहरूंच्या बाजूने, भारतीय जनता पक्ष त्या वेळचा जनसंघ हा छोटी-छोटी स्वतंत्र राज्ये व्हावीत, या त्यांच्या धोरणात्मक निर्णयाच्या बाजूचा कारण त्यांना आपले सरकार आणणे अतिशय सोपे जाते, अशी त्यांची भूमिका. मोठ्या जमावापेक्षा लहान जमावाला गंडविता येते. त्यांना मुत्सद्दीपणाने फसविता येते आणि आपले म्हणणे छोट्या लोकसंख्येच्या गळी उतरविता येते. या त्यांच्या रणनीतीने ते स्वतंत्र

गोव्याच्या बाजूने राहिले. खरेतर धर्म, संस्कृती, परंपरा, रूढीप्रिय असणाऱ्या जनसंघाने महाराष्ट्रात गोवा विलीन करण्याच्या धोरणाला पाठिंबा द्यायला हवा होता; पण संभ्रम निर्माण करायचा, लोकांत दुही माजवायची आणि दोघांच्या भांडणात आपला फायदा करून घ्यायचा, हीच स्वार्थी नीतिमत्ता जनसंघाची - म्हणजे आत्ताच्या भारतीय जनता पक्षाची आहे.

बुद्धिभेद, मतभेद, मुत्सद्दीपणाने या जनतेत गोंधळ माजवून द्यायचा आणि छुप्या प्रचाराच्या जोरावर जिंकायचे, ही जनसंघाची धूर्तनीती होती. तीच आजच्या भारतीय जनता पक्षाची आहे. बरे, त्यांच्या मुत्सद्दीपणात सातत्य, शास्त्रीय दृष्टिकोन, तार्किक आधार, सैद्धान्तिक मांडणी असे काही नसते. फक्त स्वार्थ साधायचा, तात्पुरती मलमपट्टी करायची आणि आपली पोळी भाजायची आणि कार्यसिद्धी झाल्यावर त्याला बळकटी आणणारी नीती अमलात आणायची आणि हळूहळू पाय पसरायचे आणि शेवटी सत्ता हस्तगत करायची. आताच्या गोव्यात त्यांनीच आपली सत्ता आणली नाही काय? जनतेला नित्याची अस्थिरता, अनिश्चितता यांमध्ये अडकवून व्यवहारी मुत्सद्दीपणाने मात करून आपले बस्तान बसवायचे हा धर्म, नीती, सत्य, सदाचार वगैरे, वगैरे. त्यांचा खाक्या!

झाले, खरेतर मराठी जनता म्हणजे सर्व हिंदू जनता, या न्यायाने सारा गोवा महाराष्ट्रात विलीन करून त्यांना बहुसंख्य हिंदूंचा प्रांत निर्माण करता आला असता; पण अस्थिरता हा त्यांचा आत्मा असल्याने त्यांनी गोवा स्वतंत्र ठेवण्याचा निर्णय घेतला आणि आपल्या जनतेला स्वतंत्र गोवा ठेवण्याच्या कृतीला पाठिंबा द्यायला सांगितले. समाजवादी आणि कम्युनिस्ट यांना विश्वबंधुत्वाच्या कल्पनेच्या आहारी गेल्याने 'सब भूमी गोपाल की' या न्यायाने फारसा रस नव्हता. फक्त महाराष्ट्र अभिमानी जनता आणि त्याचे नेतृत्व करणारे आचार्य अत्रे. कारण आचार्य अत्रे यांना भारताच्या नकाशावर 'महाराष्ट्र वाघासारखा पसरलेला' पाहायचा होता. महाराष्ट्र हेच त्यांचे ध्येय होते.

झाले, कोकणी बोलीभाषा आहे मराठीची या वास्तववादी भूमिकेला छेद देण्यासाठी बुद्धिवंत मंडळी, साहित्यिक मंडळी, संगीतातली मंडळी पुढे सरसावली. कवी बोरकर यांनी मराठीविरोधी भूमिका घेतली. खरे म्हणजे त्यांच्या योग्यतेचे कौतुक मराठी जनतेने केले; पण ते मराठीचे शत्रू निघाले. आचार्य अत्रे यांनी त्यांचा उल्लेख 'बाकी बाब' म्हणून करण्यास सुरुवात केली. त्यांच्या विरुद्ध रान उठविले, त्याबरोबर त्यांची चाहती मंडळी आचार्य अत्रे यांच्या विरोधात गेली. बरे बा. भ. बोरकर शेवटपर्यंत गोव्यात राहिले का, ते नंतर पुण्यात स्थायिक झाले. कोकणीचे गोडवे गायचे आणि मराठी मुलखांत राहायचे. मराठीचे माहेरघर असलेल्या पुण्यात. या दुटप्पीपणाला काय म्हणावे?

मामा वरेरकर, काका कालेलकर वगैरे काँग्रेसधार्जिणी मंडळी कोकणी बोलीभाषेचा आग्रह करून स्वतंत्र गोवा असावा, या भूमिकेच्या बाजूने जमा झाली. साहित्यिक जनमानसांत त्यांचा प्रभाव असल्याने त्यांना भरपूर अनुयायी मिळाले. काका कालेलकरांना आचार्य अत्रे 'कागडो कालेलकर' म्हणायचे.

गोवा स्वातंत्र्याच्या वेळी दयानंद बांदोडकर मंडळी महाराष्ट्राबरोबर होती; पण कोणीतरी त्यांचे कान फुंकले आणि त्यांनी स्वतंत्र गोवा ही भूमिका घेतली. दयानंद बांदोडकरांना गोव्यात देवपण प्राप्त झाले होते. सुरुवातीला दयानंद बांदोडकर महाराष्ट्रवादी गोमंतक होते. नंतर ते स्वतंत्र गोवावादी झाले कारण त्यांना मुख्य मंत्रिपद पटकवायचे होते. सत्तेची हाव! सुरुवातीला संयुक्त महाराष्ट्रवादी असणारे बांदोडकर यांचे आणि आचार्य अत्रे यांचे चांगले स्नेहसंबंध होते. 'दैनिक मराठा' काढण्यासाठी सर्वतोपरी साहाय्य देण्याचे मान्य केले; पण सत्ता मिळेल, मुख्यमंत्रिपद मिळेल म्हणून त्यांनी आपल्या भूमिका बदलल्या आणि गोव्यात महाराष्ट्रवादी भूमिका मान्य करण्यासाठी, महाराष्ट्राची न्याय्य बाजू पटविण्यासाठी 'दैनिक मराठा' काढण्याच्या आचार्य अत्रे यांच्या प्रयत्नांना अपयश आले. दयानंद बांदोडकरांनी सुरुवातीला दोन छान कुत्री आचार्य अत्रे यांना भेट दिली; पण बांदोडकरांनी भूमिका बदलल्याने अत्रे यांनी बांड्या-पांड्या या कुत्र्यांना बांदोडकरांची नावे देऊन आपला त्यांच्या विषयीचा राग व्यक्त केला. 'जॅक सिक्वेरा' नावाचा गोवानिज ख्रिस्ती समाजाचा पुढारी होता. त्याला स्वतंत्र गोवा हवा होता आणि युनायटेड गोवा या नावाने पक्ष काढून जनतेत फूट पाडायची होती आणि हळूच छुप्या पद्धतीने गोव्यावर पोर्तुगाल, स्पेनचे राज्य आणायचे होते. त्या जॅक सिक्वेराने बहुसंख्य महाराष्ट्रवादी गोमंतक जनतेत दरी निर्माण करून स्वत:ची पोळी भाजण्याचे आणि तंगडीत तंगडी घालून मराठी जनतेला पाडण्याचे तंत्र अवलंबिल्याने आचार्य अत्रे यांनी त्यांच्या दुसऱ्या कुत्र्याला 'जॅक' असे जॅक सिक्वेरा कुत्र्यासारखा असल्याने नाव दिले. पुढे याच जॅक नावाच्या कुत्र्याने आचार्य अत्रे यांना तंगडीत अडकवून बंगल्यातील गॅलरीत पाडले आणि त्यांच्या मांडीला फ्रॅक्चर झाले. त्याचे झाले असे, आचार्य अत्रे आपल्या दुमजली आमोद हाउसच्या बाल्कनीत उभे राहून शिवाजी पार्कमध्ये सभेला किती जनसमुदाय जमला, याचा अंदाज घेत असत. बाल्कनीतून शिवाजी पार्कवरील सर्व चित्र स्पष्ट दिसत असे. गर्दीचा अंदाज याबद्दल ते निर्णय घेत. खूप गर्दी झाल्यावरच सभेला जायचे, असा त्यांचा खाक्या होता. कठड्याला ओणवे होऊन ते जनसमुदायाचा अंदाज घेत असताना पाठीमागे त्यांचा आवडता कुत्रा जॅक घुटमळला आणि तंगडीत तंगडी अडकवून त्याने आचार्य अत्रे यांना पाडले आणि त्यांचे मांडीचे हाड मोडले आणि हा आजार त्यांना महागात पडला. सहा महिने ते जायबंदी झाले आणि अंथरुणाला खिळून राहिले.

झाले. काँग्रेसचे पुढारी नेहरूंची री ओढू लागले. गोव्याचा प्रश्न सार्वमताने सुटला पाहिजे, अशी हाकाटी सदोबा पाटलांनी लावली. त्याला उत्तर देताना बिनचूक सिद्धान्त मांडला. 'सदोबाचे तीर्थरूप कान्होबा पाटील आणि आई कौसल्याबाई पाटील, तेव्हा सदोबा हा कान्होबाचा मुलगा आहे, ही काय सार्वजनिक मताने ठरविण्याची गोष्ट आहे?' असा सवाल उभा करून आचार्य अत्रे हशा पिकवीत असत. 'सदोबा हा कान्होबाचा आणि कौसल्याबाईंचा मुलगा असल्याचे या दोघांनी जाहीर करावे. सार्वमताने हा प्रश्न सुटणार आहे का?' म्हणून बॉम्बगोळा टाकीत. गोवा महाराष्ट्राचाच आहे हे त्रिकालाबाधित सत्य असताना खोट्या आणि सार्वमत पद्धतीत दगलबाजी करून, सरकारी सत्तेचा दुरुपयोग करून, सार्वमतात बदल करून गोवा स्वतंत्र ठेवता येतो कारण मतदान पद्धतीत बदल करण्यात सदोबाचा हात कोणीही धरत नसे. कारण सदोबा काँग्रेसचे निवडणूक आकडेशास्त्रज्ञ होते. आचार्य अत्रे यांच्या उत्तराने नेमकेपणाने प्रश्न समजण्याचे कार्य झाले होते. नेमकेपणाने, नेटकेपणाने सत्य सांगणे यासाठी आचार्य अत्रे विनोदाचा आधार घेत; त्यामुळे लोकांच्या पक्के ध्यानात येत असे.

मतपेट्यांतील भ्रष्टाचार, मतपेट्या पळविणे या जोरावर गोव्यात सार्वमत घेऊन गोवा महाराष्ट्रात विलीन करण्याच्या लोकशाही पद्धतीला मूठमाती देण्यात आली. गोवा स्वतंत्र झाला. मग केंद्रशासित गोवा आणि नंतर गोव्याचे स्वतंत्र राज्य अशा उन्नत अवस्थेत गोवा आला आणि भारतीय जनता पक्षाचे छोट्या राज्याचे स्वप्न साकार झाले आणि नंतर भारतीय जनता पक्षाचे सरकार आणून महाराष्ट्रवादी गोमंतक पक्षाचा पराभव करून गोवा कायम स्वतंत्र ठेवण्यात काँग्रेसला आणि भाजपला यश आले.

खरे तर मराठी रंगभूमीला गोवेकरांनी उदारपणे आश्रय दिला. बालगंधर्वांना उदंड लोकप्रियता प्राप्त झाली. गोव्याने महाराष्ट्राला कलावंत मंडळी पुरविली. मुंबईत 'गोवा हिंदु असोसिएशन' या संस्थेने मराठी रंगभूमी समृद्ध केली. इतके मराठीचे आणि गोव्याचे स्नेहसंबंध आहेत. गानसम्राज्ञी लता मंगेशकर या गोव्याच्या; त्यामुळे 'गोव्याच्या गळ्याने महाराष्ट्र गातो. भारत महाराष्ट्राच्या गळ्याने गातो आणि सर्व जग भारताच्या गळ्याने गाते,' असे आचार्य अत्रे म्हणत. इतके गोव्याचे अंतरंग आचार्य अत्रे जाणत होते आणि गोव्याचे साहित्यिक अनंत काकबा प्रियोलकर हे कारवारच्या मराठी संमेलनाचे अध्यक्ष झाले होते. मराठीचे प्रचंड व्यासंगी अ. का. प्रियोलकर ही महाराष्ट्राला मिळालेली देणगी होय. शिवाय संगीताच्या क्षेत्रातील अनेकांचे योगदान आचार्य अत्रे यांना मान्य होते. रवि वर्म्याची 'ओलेती' मुधोळकर ही गोवाकन्या होती आणि त्या कलाकृतीने जगात मान्यता मिळविली, ती गिरगावात राहात होती आणि मराठी म्हणून ओळखली जात होती. संगीत रंगभूमी, साहित्यभूमीत

गोव्याचे प्रचंड योगदान असल्याचे आचार्य अत्रे सांगत. खरे तर गोवा हे आचार्य अत्रे यांची 'मर्मबंधातली ठेव' होती. सर विन्स्टन चर्चिलचे दु:खद निधन झाले असताना आचार्य अत्रे गोव्यात होते. त्यांनी मोटारच्या बॉनेटवर चर्चिलवर अग्रलेख लिहिला आणि मुंबईत मराठात प्रसिद्ध केला. तो अतिशय गाजला. आचार्य अत्रे यांनी गोव्याला असंख्य वाऱ्या केल्या. गोव्याच्या प्रश्नाशी एकरूप झालेला फक्त आचार्य अत्रेच हा महापुरुष सर्वार्थाने मराठी होता. ही मराठीजनांना अभिमानास्पद गोष्ट होय.

गोव्याचे निसर्गसौंदर्य, गोव्याची माणसे, गोव्याचे साहित्यिक, गोव्याचे मराठी प्रेम, गोव्याच्या लोकांनी मराठी रंगभूमी समृद्ध केली; असे ते नेहमी म्हणत. गोव्याच्या निसर्गसौंदर्याने आचार्य अत्रे अतिशय वेडे झाले होते आणि तेथील मराठी जनता साधी, भोळी, निष्पाप आहे आणि मराठी परंपरा जपणारी आहे, याचा त्यांना अभिमान होता. म्हणूनच गोव्यासाठी आचार्य अत्रे यांनी सर्वस्व अर्पण केले होते. गोव्यासंबंधीच्या त्यांच्या भाषणांचा आणि लेखांच्या संग्रहाचा एक मोठा ग्रंथ होईल, इतके विपुल लिखाण आचार्य अत्रे यांनी त्यांच्या लाडक्या गोव्यावर केले आहे.

आजही महाराष्ट्रवादी गोमंतक पक्षातील काही नेते मंडळी आचार्य अत्रे यांना मानतात कारण आचार्य अत्रे त्यांचे प्रेरणास्रोत होते. मराठी भाषा, मराठी संस्कृती, मराठी माती आणि मराठी माणूस हीच महाराष्ट्रवादी गोमंतक पक्षाची प्रेरणा आहे. मराठीबद्दलचे प्रेम, अभिमान, अस्मिता जपण्याचा प्रयत्न तो करीत आहे. मा. श्री. रमाकांत खलप, श्रीमती शशिकलाताई काकोडकर आणि त्यांची अनुयायी मंडळी आचार्य अत्रे यांची चाहती आहेत. कोकणी आणि मालवणी मराठीच्या बोलीभाषा आहेत. कोकणी किंवा मालवणी भाषेतील एखादे वर्तमानपत्र गोव्यात नाही. त्यातून ग्रंथनिर्मिती होत नाही. एक वर्तमानपत्र आहे म्हणतात, त्याचा खप पाचशे ते सातशे आहे. कारण बोलीभाषा ही मूळ भाषेची नाळ असते आणि मूळ भाषेशिवाय आपल्याला काहीही करता येत नाही, हेच त्यातून सिद्ध होते.

रत्नांचे आगर - निसर्गाचा सागर - रत्नागिरी!

रत्नागिरीचे नाव घेतले की, प्रथम लोकमान्य आठवतात. लोकमान्यांचा जन्म रत्नागिरीत झाला. त्यांचे प्राथमिक शिक्षण रत्नागिरीत झाले. लोकमान्यांनंतर रत्नागिरीचे नाव हापूस आंबा आणि रत्नागिरी पायरी यांमुळे आपल्या लक्षात राहते. रत्नागिरीचा निसर्ग, तेथील सागराच्या पडावातील नांगरलेल्या होड्या, ब्रह्मदेशचा राजा थिबा याचा राजवाडा आणि रत्नागिरीचा किल्ला हे सर्व आपल्या डोळ्यांसमोर येते; पण स्वातंत्र्यवीर सावरकरांना स्थानबद्ध केले होते रत्नागिरीला, याची आठवण रत्नागिरी शहरावरून लगेच यायला हवी, तशी महाराष्ट्राला येते का? हा खरा प्रश्न आहे.

सावरकरांना राजकारणात भाग घेण्यास बंदी केली; पण त्यांनी समाजकारण केले. हिंदू धर्मातील जातीयता संपविण्याचा संकल्प त्यांनी सोडला. स्पृश्यास्पृश्य भेद नाहीसा करून त्यावरील कलंक धुवून काढण्याचा सपाटा सावरकरांनी लावला. पतित पावन मंदिराची उभारणी केली. सर्व जाती-धर्मांच्या लोकांना त्या मंदिरात प्रवेश दिला होता. सर्वजण गोळ्यामेळ्याने राहत होते. महात्माजींना सावरकरांच्या या कार्याची दखल घ्यावी लागली आणि सावरकरांची भेट घेण्यासाठी महात्माजी रत्नागिरीला आले होते. सावरकरांच्या या सामाजिक कार्यापासून समतानंद अनंत हरी गद्रे यांनी प्रेरणा घेऊन सहभोजनाचा कार्यक्रम राबविण्याचा सपाटा लावला. त्यात आचार्य अत्रे अग्रभागी होते. मुंबईत, पुणे शहरात, रत्नागिरीत, कोल्हापुरात – साऱ्या महाराष्ट्रात सहभोजनाच्या कार्यक्रमांचा सपाटा लावला होता. पुण्याच्या सध्याच्या गोखले इन्स्टिट्यूटच्या

जागेवर मोठा शामियाना उभारून तिथे सहभोजनाचा कार्यक्रम आयोजित केला होता. सहभोजनाला झुणका-भाकरदेखील म्हटले जाते. पुण्यातील या कार्यक्रमाला आचार्य अत्रे यांच्याबरोबर वि. स. खांडेकरदेखील होते.

त्यानंतर १९३७ साली आचार्य अत्रे यांचा 'लपंडाव' हा सिनेमा चालू होता. त्या वेळी आचार्य अत्रे यांचा मुक्काम कोल्हापूरला होता. त्या वेळी समतानंद अनंत हरी गद्रे यांनी आचार्य अत्रे यांना सावरकरांच्या भेटीसाठी रत्नागिरीला नेले. त्यांच्या कार्याची माहिती करून दिली. त्या वेळी सावरकरांनी मराठी भाषा शुद्धीकरणाची मोहीम हाती घेतली होती. चित्रपटसृष्टीतील सर्व शब्द सावरकरांनी प्रचलित केले आहेत. निर्माता, दिग्दर्शक, छायालेखन, ध्वनिलेखन, संकलन वगैरे शब्द जे आता रूढ आहेत; त्याची सुरुवात सावरकरांनी केली होती. सिनेसृष्टीवर सावरकरांचे अनंत उपकार या रूपाने आहेत.

अनंत हरी गद्रे यांच्या बरोबरीने आचार्य अत्रे यांनी या कार्यास वाहून घेतले. त्या वेळी आचार्य अत्रे लंडनवरून उच्च शिक्षण घेऊन आले होते. ते स्वत:चा प्रिन्सिपॉल पी. के. अत्रे, बीए, बीटी, टीडी लंडन अशा पदव्यांसह उल्लेख करीत असत. प्रिन्सिपॉलला आचार्य हा प्रतिशब्द सावरकरांनी निवडला आणि आचार्य अत्रे यांनी तो सावरकरांचा प्रसाद म्हणून स्वीकारला. आचार्य अत्रे यांनी कोकणातून महाराष्ट्रात सावरकरांना आणले आणि पुण्यातील शिवाजी आखाड्यात सावरकरांचा जंगी सत्कार केला. त्याच वेळी 'स्वातंत्र्यवीर' पदवी सावरकरांना दिली. साऱ्या महाराष्ट्रात नव्हे, सर्व भारतात त्यांचा उल्लेख स्वातंत्र्यवीर असाच होतो. अर्थात, स्वातंत्र्यासाठी सावरकरांनी काढलेल्या खस्ता, अथक प्रयत्न, सशस्त्र क्रांतीची योजना, त्यातून त्यांना भोगाव्या लागणाऱ्या अनंत यातना, त्यांचा सर्वोच्च त्याग याचीच आपल्याला माहिती मिळते. त्यांचे अंदमानच्या अंधाऱ्या कोठीतील खडतर घाणा ओढण्याचे दृश्य आठवते. त्या अमानुष छळाच्या घटना आठवतात, म्हणून सावरकर हे स्वातंत्र्यवीर आहेत, हे शब्द उच्चारून आचार्य अत्रे यांनी त्यांच्या देशसेवेचा गौरव केला. त्या वेळेपासून सावरकरांचा उल्लेख सर्वत्र 'स्वातंत्र्यवीर' सावरकरच होऊ लागला आणि अत्रे यांचा उल्लेख 'आचार्य अत्रे' असा होऊ लागला.

त्यानंतर सावरकरांनी त्यांची लिपी शोधून काढली. हेमांडपंतांची जशी मोडी लिपी, तशीच सावरकरांची सावरकर लिपी. आपल्याला देवनागरी लिपी, गुरुमुखी लिपी, द्राविड लिपी या लिप्या माहीत आहेत; पण सावरकर लिपीची कोणी फारशी दखल घेतली नाही. सावरकरांचे पट्टशिष्य गणपतराव नलावडे हे मेयर झाल्यावर त्यांचा 'महापौर' म्हणून पहिल्यांदा गौरव केला तो सावरकरांनी. त्या वेळेपासून महापौर हा शब्द प्रचलित झाला. म्युनिसिपल काउन्सिलरला नगरसेवक, तसेच तारखेला दिनांक अशा नव्या शब्दांची निर्मिती करून सावरकरांनी मराठी भाषा समृद्ध

केली. शिवाजी आखाड्यातील सावरकरांचा सत्कार जसा कमालीचा गाजला, तशीच त्यांना दिलेली स्वातंत्र्यवीर ही पदवीदेखील गाजली. सावरकर-आचार्य अत्रे तसे अभेद्य समीकरण होते. आचार्य अत्रे गिरगावातून निवडून आल्यावर प्रथम ते सावरकरांचा आशीर्वाद घेण्यासाठी 'सावरकर सदन'मध्ये गेले आणि सावरकरांचा आशीर्वाद म्हणून घातलेला हार तसाच विधानसभेपर्यंत गळ्यात घालून मिरवत विधानसभेत वावरले. लोकांनी विचारल्यावर, "हा हार साधासुधा नाही, हा हार सावरकरांनी घातलेला आहे" असे मोठ्या अभिमानाने सांगत होते.

त्या अगोदरची एक गोष्ट सांगितली पाहिजे. पोट्टी रामल्लूने उपोषण केले. त्या वेळी महाराष्ट्रात चळवळ जोर धरत नव्हती. त्या वेळी एस. एम. जोशींबरोबर पोरसवदा मी गायकवाड वाड्यात सावरकरांना भेटायला गेलो होतो. त्या वेळी आपल्या महाराष्ट्रासाठी चळवळ का उभारत नाही, असा प्रश्न सावरकरांनी केला. त्यावर एस. एम. म्हणाले, "तात्या, महाराष्ट्रात मरगळ आली आहे." त्यावर सावरकर म्हणाले, "हे पाहा, श्री. म. (ते एस. एम. म्हणत नसत; कारण मराठी शुद्धीकरण) तुम्ही साप्ताहिक नवयुग वाचता का? मराठी मनातील राग, लोभ, स्पंदने, हेलकावे अशा सर्व भावना आचार्य अत्रे यांच्या लिखाणातून दिसतात; आचार्य अत्रे हा मराठी मनाचा बॅरोमीटर आहे." त्यानंतर एस. एम. जोशींनी संयुक्त महाराष्ट्राच्या लढ्यात उडी घेतली.

तसे सावरकर पचणे आणि समजणे किंवा समजणे आणि पचविणे फार अवघड आहे. आचार्य अत्रे यांनी सावरकर मराठी मनाला समजावून सांगितले. त्या वेळच्या तरुण पिढीला सावरकरांचा मंत्र आचार्य अत्रे यांनी दिला. अष्टभुजादेवीपुढे घेतलेली 'मारेतो मरेन' ही शपथ काय किंवा त्यांचे शेवटचे प्रायोपवेशन काय? लोक म्हणत, हे प्रायोपवेशन नव्हे, ही आत्महत्या आहे. आचार्य अत्रे म्हणाले, 'ही आत्महत्या नव्हे. हे आत्मसमर्पण आहे.' कुमारील भट्टाने अग्नी-काष्ठे भक्षण केली, शंकराचार्यांनी गुहेत प्रवेश केला. शामलकृष्णानी जगन्नाथ पुरीच्या सागरात हे शाम, हे राम म्हणून प्रवेश केला. ज्ञानेश्वरांनी समाधी घेतली. तुकाराम सदेह वैकुंठाला गेले; तसे सावरकरांचे हे आत्मसमर्पण होय. हे आचार्य अत्रे यांनी ठासून सांगितले.

अत्रे-सावरकर हे थोडेसे विषयांतर झाले. रत्नागिरी दूरच राहिली. तर 'लपंडाव'च्या वेळची हकिकत अशी होती. ती सावरकरांवर घसरली; पण आपण आता परत रत्नागिरी आणि आचार्य अत्रे या विषयाकडे वळू या. ४ मे १९४० रोजी रत्नागिरीला अखिल भारतीय मराठी साहित्य संमेलन भरले होते आणि त्या संमेलनाचे अध्यक्ष म्हणून ना. सी. फडके यांची निवड झाली होती. स्वत: फडके यांनी माझ्यावर वैयक्तिक दु:खाचा आघात झाला असल्याने मी अध्यक्षपदाच्या शर्यतीतून माघार घेतो, असे लेखी पत्र पाठविले. पुढे स्वागत मंडळाने रत्नागिरीच्या फडके यांची

मनधरणी केली आणि फडके यांनी निर्णायक समितीच्या निर्णयाअगोदर स्वागत समितीने केलेल्या आग्रहाच्या जोरावर अध्यक्षपद स्वीकारल्याचे जाहीर केले. आचार्य अत्रे त्याला कोर्टात आव्हान देऊ शकले असते; पण 'मी मराठी साहित्य संमेलनाचा अध्यक्ष झाल्याशिवाय संमेलनाला जाणार नाही.' असे म्हणणारे स्वत: फडके स्थानिक असून कोल्हापूर साहित्य संमेलनाला गैरहजर राहिले. संमेलनापेक्षा फडके 'स्व' ला फार महत्त्व देत होते, हे स्पष्ट होते.

ना. सी. फडके यांच्या आढ्यताखोर, हेकेखोर स्वभावाला लोक कंटाळले होते. त्यांना एकदाचे अध्यक्ष होऊ द्या म्हणजे तरी ते संमेलनाला येतील; पण रत्नागिरी सोडल्यास धुळ्याच्या संमेलनाला ते हजर होते. नंतरच्या वर्षी अध्यक्षाकडे सूत्रे सुपूर्द करण्यासाठी खांडेकर सोलापूरचे अध्यक्ष झाल्यावर त्यांच्या हाती सूत्रे देण्यासाठी फडके सोलापूरला हजर होते. इन मीन तीन साहित्य संमेलने सोडली, तर ना. सी. फडके संमेलनापासून अनंत योजने दूरच असत. उलट, आचार्य अत्रे मराठी साहित्याबद्दल आस्था असल्याने खूप संमेलनांना हजर असत, भाग घेत, अध्यक्ष म्हणून आपल्या मित्रांना निवडून आणत. ठराव पास करून घेत. ठरावाला विरोध करीत. सारांश, आचार्य अत्रे यांचा संमेलनामध्ये प्रत्यक्ष सहभाग होता. केवळ उपस्थिती नव्हती, तर ॲक्टिव्ह असत आचार्य अत्रे. साहित्य त्यांचा श्वास होता. प्राण होता म्हणून जीवाच्या आकांताने ते साहित्य संमेलनाला हजर असत.

ना. सी. फडके एकदाचे साहित्य संमेलनाध्यक्ष झाले आणि अत्रे-फडके वादाला सुरुवात झाली. आचार्य अत्रे यांनी फडक्यांना मेजवानी दिली. फडके-आचार्य अत्रे यांची भेट म्हणून आलिंगन असलेला त्यांचा फोटो असलेला 'फडके विशेषांक' आचार्य अत्रे यांनी काढला. त्यांच्या वाङ्मयीन कार्याचा गौरव आणि वैशिष्ट्ये यांसह त्यांच्या साहित्याची महती आचार्य अत्रे यांनी गायली. तसेच त्यांची विद्यार्थिप्रिय शिष्या कु. कमल दीक्षित हिने त्या विशेषांकात 'असे आहेत आमचे अप्पा' असा जणू प्रेमपत्रासारखा लेख लिहिला आणि आपल्या प्रेमाचा असा जाहीर उल्लेख केला. एवढे सर्व असून आचार्य अत्रे यांची आगळीक काढण्याची फडक्यांना काही गरज होती का? पण फडके पडले दुराग्रही, हट्टी आणि त्यांचा अत्रेद्वेष उफाळून आला आणि त्यांनी साप्ताहिक 'नवयुग'वर अर्वाच्य लिखाणाचा आरोप केला. मग काय, आचार्य अत्रे गप्प बसतात थोडेच! त्यांनी अप्पासाहेब फडक्यांची इत्थंभूत माहिती, संमेलनातील त्यांची उपस्थिती, त्यांच्या वेळेवर न येण्याचा सपाटा, लोकांचा विरस करण्याची त्यांची अहंमन्यवृत्ती याचा जागोजाग उल्लेख, त्यांचे भाषण कसे सुमार होते. तसेच त्यांची शिष्या कमल दीक्षित कशी त्यांच्या बरोबरीने व्यासपीठावर असे. किर्लोस्कर, मनोहर, स्त्री मासिकाचे संपादक शंकरराव किर्लोस्कर यांनी मराठी साहित्याची एक पिढी घडविली, तेही हजर होते. आचार्य

अत्रे यांच्या भाषेत एका बाजूला किर्लोस्कर, दुसऱ्या बाजूला मनोहर म्हणजे फडके आणि मध्ये स्त्री - कमल दीक्षित हे दृश्य वारंवार बघायला मिळाले. एवढेच नाही, तर अध्यक्षांच्या बिलात कमलला केसात माळण्यासाठी आणलेल्या गजऱ्याची बिले होती. थोडक्यात, रत्नागिरी साहित्य संमेलन म्हणजे ना. सी. फडके आणि कमल दीक्षित यांच्या प्रेमविवाहाचा जाहीर सोहळाच होता. रत्नागिरीत ना. सी. फडके संमेलनाध्यक्ष असताना त्यांचा कमल दीक्षितबरोबरील प्रेमालाप बघत असताना आप्पासाहेब फडके यांची आठ वर्षे वयाची मुलगी लीला पाटील सृजन शिक्षण संकुलाच्या जनक 'बापलेकी' या मजेतच्या पद्‌मजा फाटक आणि दीपा गोवारीकर – लिखित ग्रंथात म्हणतात, ''त्या वेळी मी पाटील नव्हते, फडकेच होते.''

मी बालवयात होते आणि मी वडिलांबरोबर संमेलनाला हजर होते. माझ्या वडिलांच्या आणि त्यांच्या प्रेयसीच्या प्रेमलीला पाहून मला मात्र ओशाळल्यासारखे झाले. वास्तविक माझी आई त्या व्यासपीठावर अप्पासाहेबांबरोबर सन्मान स्वीकारायला असायची; पण त्यांची विद्यार्थिनी प्रेयसीने ती जागा घेतल्याने माझी काय अवस्था झाली असेल ती माझी मलाच ठाऊक. आपल्या मुलीसमोर असे प्रेमचाळे करताना माझ्या वडिलांनादेखील काहीच वाटले नाही हे विशेष! श्रीमती लीला पाटील यांनी कोल्हापुरात शिक्षण क्षेत्रात सृजन शिक्षण संस्था काढून नवनवीन प्रयोग केले होते. त्या अगदी आप्पासाहेबांसारख्या दिसत होत्या. ती एकूण पाच भावंडे होती, तरीही आप्पासाहेब दुसऱ्यांदा विवाहबद्ध झाले. त्या वेळी श्रीमती लीलाताईंच्या बालमनावर काय परिणाम झाले असतील याची कल्पनाच केलेली बरी.

शिक्षणासारख्या पवित्र क्षेत्रांत शिक्षकांनी आपल्या विद्यार्थिनीबरोबर प्रेमविवाह करावा हा प्रकार खरे तर अब्रह्मण्यम, अब्रह्मण्यम होय; पण त्याचा एवढा बभ्रा झाला नाही. खरेतर आपल्या मुलींच्या भवितव्याविषयी जागरूक असणाऱ्या पालकांनी त्याविरुद्ध ओरड करायला हवी होती; पण फडके पडला आपला माणूस – म्हणजे कोकणस्थ त्याला झाकायचा आणि इतरांना उघडे पाडायचा धंदा त्या वेळच्या उच्चभ्रू समाजाचा – प्रस्थापितांचा होता म्हणून शिक्षणासारख्या पवित्र क्षेत्रांतील हे प्रेम प्रकरण डोळ्यांआड झाले.

फडक्यांनी आचार्य अत्रे यांचे साप्ताहिक एक ग्राम्य आणि अश्लील पत्र आहे, यासाठी अध्यक्षीय भाषणातील सबंध दोन पाने खर्ची घातली आणि अत्रे-फडके वादाला प्रारंभ झाला. स्वतःच्या कादंबऱ्यांत स्त्रियांचे स्तन, गाल, नाभिकमले, नितंब यांच्या तपशीलवार वर्णनामध्ये पानेच्या पाने खर्ची घालणाऱ्या या फडक्यांनी 'नवयुग'वर आरोप करावा, हे आश्चर्यच होय. नंतर त्यांच्याविरुद्ध निंदाव्यंजक ठराव आणला असता ना. सी. फडके यांनी पत्रकारांची माफी मागितली. फडक्यांनी आपल्या भाषणात मराठी साहित्यातील मूलगामी प्रश्नांना स्थान देण्याऐवजी भलत्याच

मुद्द्यांची चर्चा केली आणि ती त्यांच्या अंगलट आली. कादंबरी कशी असावी, वाचकांच्या अपेक्षा, कादंबरीपुढील आव्हाने, आपल्याला कादंबरी लेखनात कोठे जायचे आहे आणि समाजाला कोठे न्यायचे आहे; याचा ऊहापोह न करता फक्त पत्रकारिता ग्राम्य आणि अश्लील असल्याचा त्रागा केला. अशा या रत्नागिरीच्या साहित्य संमेलनात साहित्यरत्न ना. सी. फडके यांचा उदय झाला, असे म्हणायला हरकत नसावी.

मामा वरेरकरांच्या निमित्ताने आचार्य अत्रे यांनी चिपळूण, मालवण, कणकवली असा प्रवास केला होता. मामा वरेरकर यांच्यावर आचार्य अत्रे यांचा खूपच लोभ होता. 'थापाड्या मामा आणि बाताड्या काका' हा आचार्य अत्रे यांच्या चेष्टेचा विषय होता. मालवणच्या टोपीवाला हायस्कूलमध्ये आचार्य अत्रे यांची व्याख्याने झाली. सदोबा पाटील हे मालवणचे. हा गृहस्थ जगन्नाथ शंकरशेठ होता; पण पुढे काँग्रेसच्या नादाला लागून काँग्रेसच्या सर्व अर्कगुणांचा तो बादशहा झाला. मामा वरेरकर पोस्टातील एक रनर आणि स. का. पाटील हे वार्ताहर होते. त्या वेळेपासून आचार्य अत्रे यांचा त्या दोघांशी परिचय होता. त्या दोघांची रेवडी उडवण्यात आचार्य अत्रे यांचा हात कोणीही धरत नसे. मामा हे श्रेष्ठ नाटककार 'नाट्याचार्य भास' आहेत, असा त्यांनाच भास होत असतो. सदोबा पाटील यांनी संयुक्त महाराष्ट्राला विरोध करताना 'यावच्चंद्र दिवाकरौ' मुंबई महाराष्ट्राला मिळणार नाही, अशी शापवाणी केल्यावर नामदार सदोबा कान्होबा पाटील यातील आद्याक्षरांनी 'नासका पाटील' अशी संभावना केली होती. आचार्य अत्रे यांचा वाढदिवस तेरा ऑगस्टला, सदोबा पाटलांचा वाढदिवस चौदा ऑगस्टला आणि पंधरा ऑगस्टला आपल्याला स्वातंत्र्य मिळाले. भले साल निरनिराळे असेल; पण आचार्य अत्रे यांच्या शब्दांत सांगतो. ते म्हणत, 'तेरा ऑगस्टला मी जन्माला आलो म्हणजे विनोद जन्माला आला. एक चांगली गोष्ट झाली. पंधरा ऑगस्टला स्वातंत्र्य मिळाले, भारताचे स्वातंत्र्य जन्माला आले. दुसरी चांगली गोष्ट झाली. सदोबा पाटील चौदा ऑगस्टला जन्मले. दोन चांगल्या गोष्टीत एखादी वाईट गोष्ट होतच असते.' आचार्य अत्रे सदोबाच्या पाठीमागे हात धुवून लागले होते. त्यांचा कोणताही बोल खाली ठेवला नाही. आचार्य अत्रे शाळा मास्तर, खांडेकर शाळा मास्तर; तेव्हा दोघांची वारंवार भेट होत असे. आचार्य अत्रे शिरोड्याला गेले होते. अरवली आणि शिरोडा ही गावे त्यांच्या परिचयाची होती.

मग सानेगुरुजींच्या जीवनावरील चित्रपट 'श्यामची आई' निर्माण करण्याच्या वेळी अगोदर त्यांनी वसंत बापट यांच्यासह कोकणचा दौरा केला. बोटीतून दापोली, खेड, हर्णे येथे सानेगुरुजींची माहिती मिळवली, प्रत्यक्ष पाहिली. सानेगुरुजींचे गाव पालगड पाहिले, त्यांचे तेथील राहते घर पाहिले. आजही त्यांचे राहते घर त्यांच्या

स्मृती जागवीत आहे. दापोलीचे तीन वीर सानेगुरुजी, अण्णासाहेब कर्वे आणि रँगलर परांजपे. या तिन्ही लोकांबद्दल आचार्य अत्रे यांना कमालीचा आदर होता. सानेगुरुजींवर चित्रपट काढला, कर्वे यांच्या कार्याबद्दल त्यांना कमालीचा आदर होता. मामा वरेरकरांनी कर्वे यांना 'माळावरचा महारोगी' म्हटल्यावर मामा वरेरकर-आचार्य अत्रे यांचा वाद सुरू झाला. रॅ. र. पु. परांजपे यांच्या ९० व्या वाढदिवसाचा समारंभ तर आचार्य अत्रे यांच्या भाषणाने पुण्याच्या महाराष्ट्र मंडळात गाजला आणि वाजलादेखील!

'श्यामची आई' सिनेमाचे प्रत्यक्ष चित्रीकरण करण्यासाठी प्रत्यक्ष आचार्य अत्रे कोकणात आले. त्या वेळी रंगीत फिल्म असती, तर माझ्या कोकणचे सौंदर्य साऱ्या जगाला मी दाखविले असते. मग आम्हाला जग प्रवासाची जरुरीच राहिली नसती. इतका निसर्ग, सागर, सौंदर्य आणि साधी भोळी माणसे. ठायी ठायी भेटणारा निसर्ग आचार्य अत्रे यांना साद घालत होता. रोह्याचे सी. डी. देशमुखांचे गाव त्यांना सी. डी. देशमुखांमुळे आवडे. नेहरूंच्या तोंडावर 'तुमच्या मनात महाराष्ट्राबद्दल वैरभाव आहे' असे ठणकावून सांगणारा चिंतामणी देशाचा कंठमणी झाला, असा विशेषांक आचार्य अत्रे यांनी नवयुग साप्ताहिकाचा काढला होता. सी. डी. देशमुख कोकणातले. शिवाय महाडचे शि. म. परांजपे त्यांच्याच आंबेत गावाजवळचे, डॉ. बाबासाहेब आंबेडकर भारताच्या घटनेचे शिल्पकार आणि डॉ. मंडलिक मंडपे या मंडळींशी आचार्य अत्रे यांचा स्नेह होता. नुसता स्नेह नव्हे, तर प्रत्यक्ष परिचय होता. असा सारा कोकण आचार्य अत्रे यांनी पालथा घातला होता.

१९३२ साली कोल्हापूर येथे अखिल भारतीय मराठी साहित्य संमेलन भरले. त्याचे अध्यक्ष होते– बडोद्याचे संस्थानाधिपती श्रीमंत सयाजी महाराज गायकवाड आणि स्वागताध्यक्ष कोल्हापूरचे छत्रपती श्रीमंत राजाराम महाराज. दोन संस्थानिक एकत्र येऊन मराठी भाषेच्या वैभवात भर घालणार म्हणून संमेलनाला खूप गर्दी होती. संमेलनाला राजवैभव प्राप्त झाले होते. पंधरा हजार प्रतिनिधी बसण्याची व्यवस्था असणारा शामियाना उभारला होता. रंगीबेरंगी पताका, तोरणे लावून शामियाना सुशोभित केला होता. संमेलनाला आचार्य अत्रे यांच्या सुविद्य पत्नी सौ. सुधाताई अत्रे आणि तीन वर्षांची त्यांची मुलगी शिरीष ऊर्फ नानी हजर होती.

या संमेलनात श्रीपाद कृष्ण कोल्हटकर यांनी महाराष्ट्र गीताला जी चाल लावली, ती आजही प्रचलित आहे; त्या चालीवर मुलींनी 'बहु असोत सुंदर, संपन्न की महा, प्रिय अमुचा महाराष्ट्र देश हा' हे महाराष्ट्र गीत म्हटले आणि संमेलनात जान आली. या संमेलनात महाराष्ट्रातील प्रथितयश कवींचे काव्यगायन झाले. त्यात कवी यशवंत, गिरीश, प्रा. मायदेव, सोपानदेव चौधरी, संजीवनी मराठे आणि स्वत: आचार्य अत्रे यांनी 'परिटा, येशील कधी परतून' ही हास्यकविता म्हणून शामियाना आणि कोल्हापूर दणाणून सोडले.

त्या वेळी व्ही. शांताराम 'सिंहगड' नावाचा ऐतिहासिक चित्रपट तयार करीत होते. तो चित्रपट चालण्याविषयी शांताराम साशंक होते. म्हणून शांतारामांनी काव्यगायनावर एक लघुपट तयार केला आणि महाराष्ट्रातील कवींचा गौरव केला. महाराष्ट्रातील प्रसिद्ध कवींच्या काव्य

कोल्हापूर नव्हे कलापूर!

गायनाचा लघुपट सिंहगड सिनेमा अगोदर दाखविण्याची व्ही. शांताराम यांची योजना होती.

हे संमेलन कोल्हापूर येथे होऊनदेखील कोल्हापूर येथील राजाराम कॉलेजमधील प्राचार्य आणि महाराष्ट्रातील थोर कादंबरीकार ना. सी. फडके गैरहजर राहिले. कारण संमेलनाच्या अध्यक्षपदी माझी निवड झाल्याशिवाय मी साहित्य संमेलनाला जाणार नाही, अशी आडमुठी भूमिका घेतल्याने सर्वांची निराशा झाली; पण किर्लोस्करवाडीला साहित्यिकांच्या हुरडा पार्टीला मात्र ते आपल्या प्रेयसीसह हजर राहिले होते. त्यांची प्रेयसी अगोदरच किर्लोस्करवाडीत येऊन बसली होती. प्रा. फडके कोल्हापुरातील राजाराम कॉलेजमध्ये तत्त्वज्ञानाचे – तर्कज्ञानाचे प्राध्यापक होते तसेच कोल्हापुरातील ते मोठे साहित्यिक असूनही ते संमेलनास गैरहजर राहिले. ही मोठी अशोभनीय गोष्ट झाली.

केसरीचे संपादक वा. कृ. भावे यांनी भोजनपंक्तीत जो गोंधळ घातला, त्यावर आचार्य अत्रे यांनी मुंबईच्या तुतारी या साप्ताहिकात 'वाकरूं' यांचे बिनपाण्याने क्षौर केले. संमेलनातील अशा गमतीजमती आचार्य अत्रे यांनी वर्णन केल्या आहेत. पुढे अनेक वर्षे आचार्य अत्रे यांचा हाच सिलसिला चालू होता. त्यांनी जशी संमेलने गाजवली, तसेच गाजलेल्या संमेलनांचा वृत्तान्त आणि आठवणी प्रसिद्ध करून सबंध महाराष्ट्राची भरपूर करमणूक केली. नंतर आचार्य अत्रे यांचे कोल्हापूरला जाणे-येणे चालूच होते. बाबूराव पेंढारकर आणि आचार्य अत्रे यांचा स्नेह मोठा होता. 'धर्मवीर' आणि 'प्रेमवीर' हे दोन सिनेमे आचार्य अत्रे यांनी लिहून दिले होते, बाबूराव पेंढारकरांना. मग १९३६ च्या शेवटी खांडेकरांच्या कथेवर आधारित 'ज्वाला' नावाचा सिनेमा आपटला आणि बाबूराव पेंढारकरांनी हाय खाल्ली आणि अंथरूण धरले. त्यांनी आचार्य अत्रे यांना तार केली, 'असाल तसे कोल्हापूरला या.' बाबूराव अंथरुणावर पडलेले होते. ते म्हणाले, ''ज्वालेने आम्ही अगदी भाजून निघालो आहोत. आमच्या हंसची अगदी मुर्गी झाली आहे. आमचे प्राण वाचविणे आता तुमच्याच हाती आहे.'' त्यावर आचार्य अत्रे अवाक् झाले आणि त्यांनी 'ब्रह्मचारी' नावाची कथा बाबूरावांना ऐकवली; बाबूराव पेंढारकरांना काही ती आवडली नाही; पण या ब्रह्मचारीने हास्ययुग निर्माण केले. विनोदी चित्रपटांचे युग निर्माण केले आणि नवा इतिहास घडविला. निर्मात्याने १६-१७ लाख कमावले; पण लेखकाला दीड हजारच मिळाले; पण बाबूराव पेंढारकरांची 'हंस पिक्चर्स' ही संस्था वाचली आणि पुढे त्या संस्थेने चांगले चांगले चित्रपट निर्माण केले. सदतीस साली आचार्य अत्रे यांचे सर्वच कुटुंब सुधाताई अत्रे, आठ वर्षांची कन्या शिरीष आणि पाच वर्षांची कन्या मीना यांचा मुक्काम कोल्हापूरलाच होता. ते तेथून अनंत हरी गद्रे यांच्या विनंतीवरून सावरकर यांच्या स्थानबद्धतेतून मुक्त झाल्याच्या आनंद सोहळ्याला रत्नागिरीला

गेले. ब्रह्मचारी चित्रपटाने अनेक विक्रम केले. त्या काळात आचार्य अत्रे यांनी कोल्हापूर शहराला सातत्याने भेटी दिल्या. त्यानंतर आचार्य अत्रे यांनी 'वसंतसेना' या चित्रपटाच्या निमित्ताने दर आठवड्याला कोल्हापूरला चकरा मारण्याचा सपाटा लावला. 'पायाची दासी' या सिनेमाच्या लोकप्रियतेने उच्चांक गाठला आणि सहा लाख निव्वळ नफा झाला मग आचार्य अत्रे यांच्या डोक्यात यश भिनले आणि त्यांनी पंधरा लाखांचा बिग बजेट सिनेमा 'वसंतसेना' काढला. १९४२ चे पंधरा लाख म्हणजे आत्ताचे १५० कोटी!. त्या वेळी पंधरा लाख हा आकडाच डोळे पांढरे करणारा होता.

मुंबईत मराठी माणसाचा स्वत:चा सिनेमा स्टुडिओ आणि तो माणूस पंधरा लाखांचा बिगबजेट सिनेमा काढतोय, ही गोष्ट बिगरमराठी निर्मात्याला कशी पचनी पडणार? त्यांनी नाना खटपटी करून सिनेमा पाडण्याची कारस्थाने रचली. त्यात भरीत भर म्हणून १९४२चे दुसरे महायुद्ध सुरू झालेले आणि मुंबईवर बॉम्बिंग होणार, अशी अफवा पसरली; त्यामुळे वसंतसेनाचे सर्व युनिट कोल्हापूरला न्यावे लागले. स्वत:चे नवयुग साप्ताहिक मुंबईत प्रसिद्ध होत होते; त्यामुळे त्यांचे वास्तव्य मुंबईत होते. तेथून कोल्हापूरला सारख्या वाऱ्या सुरू झाल्या. त्या प्रवासातील गमतीजमती आचार्य अत्रे यांनी वर्णन केल्या आहेत. एका सभ्य गृहस्थाने बर्थवर पडलेले दहा हजार रुपये आचार्य अत्रे यांना परत केले आणि म्हणाला, "अत्रेसाहेब, पैसे फार झालेत वाटतं?" आचार्य अत्रे म्हणाले, "हे पैसे माझे थोडेच आहेत? ते निर्मात्याचे असल्याने मी बेफिकीर आहे. सावकाराकडून कर्ज मिळवताना आपल्याला काळजी असते, कर्ज मिळाल्यावर ते परत कसे मिळवायचे, ही सावकाराची काळजी सुरू होते." कोल्हापुरात शिंप्याच्या आळ्या, लोहाराच्या आळ्या, सोनाराच्या आळ्या अशा एकापेक्षा एक अवाढव्य सेटकरिता आचार्य अत्रे यांच्या कारवाया चालू होत्या. त्यांच्या कपडेपटात के. आसिफ होता. त्याने 'मुगले-आझम' सिनेमा काढला, त्या वेळी त्याची मुलाखत प्रसिद्ध झाली. त्या वेळी त्याला आपण एवढ्या मोठ्या सिनेमाचे स्वप्न कसे पाहिले, असा प्रश्न विचारला असता त्याने उत्तर दिले, "हे कसले स्वप्न! खरे स्वप्न आचार्य अत्रे यांचे! वसंतसेनासारखा बिगबजेट सिनेमा काढताना त्यांच्या भव्य-दिव्यतेविषयी पाहिले होते, त्यांचे खरे स्वप्न भव्य होते. सिनेमाही भव्य होता; पण चांगले थिएटर मुंबईत मिळू दिले नाही. नॉव्हेल्टी नावाच्या फोरास रोडवरील थिएटरमध्येच सिनेमा लावावा लागला. तिथे कुलीन लोक जायला घाबरत. मुंबईत सिनेमा पडला की, तो जगात पडला म्हणून समजावे."

दरम्यान, कोल्हापूरच्या राजाराम कॉलेजमधील विद्यार्थ्यांपुढे त्यांनी शिवाजीवर अजरामर भाषण केले. आमचे गोत्र शिवाजी आणि आमचे तीन प्रवर येसाजी, तानाजी, बाजी. मराठी राज्याचा आद्यसंस्थापक छत्रपती शिवाजी महाराज आणि

मराठी भाषेचा आद्यसंस्थापक संत ज्ञानेश्वर महाराज ही चपखल आणि अचूक, नेमकी शब्दयोजना केली. तसेच विद्यार्थ्यांची स्वप्ने कशी असावीत, यासंबंधी मर्मभेदी विवेचन केले. ते त्यांच्या गाजलेल्या भाषणातील एक भाषण मानायला हवे.

नंतर 'महात्मा फुले' सिनेमाच्या वेळी कोल्हापूरच्या बिंदू चौकात महात्मा फुले यांच्या पुतळ्याला भाई माधवराव बागल यांच्या हस्ते पुष्पहार घालून, 'महात्मा फुले' सिनेमाचा मुहूर्त केला. त्या वेळी छत्रपती शाहू महाराज आणि महात्मा फुले यांच्या स्नेहसंबंधांविषयी माहिती मिळविण्यासाठी आचार्य अत्रे वारंवार कोल्हापूरला येत होते. कर्मवीर भाऊराव पाटील यांच्या हस्ते डॉ. बाबासाहेब आंबेडकर, माईसाहेब आंबेडकर यांच्या अध्यक्षतेखाली गाडगेमहाराजांचे लाइव्ह कीर्तन, याने शनिवारवाड्याच्या पार्श्वभूमीवर मंगलाचरण केलेले ऐतिहासिक लाइव्ह दृश्य 'महात्मा फुले'मध्ये आहे. त्याला दुसऱ्या वर्षी रौप्यपदक मिळाले. पहिल्या 'श्यामची आई' या सिनेमाला सुवर्णपदक मिळाले होते. पुण्याच्या रे मार्केटला महात्मा फुले मंडई हे नाव १९३५ साली आचार्य अत्रे यांनी दिले होते. भालजी पेंढारकर यांच्याबद्दल आचार्य अत्रे यांना कमालीचा आदर होता. देव, देश आणि धर्मासाठी चित्रपट निर्माण करणाऱ्या भालजींचा ते नेहमीच आदर करीत. बाबूराव पेंटर, जे. जे. स्कूल ऑफ आर्ट्सचे पहिले हिंदी डायरेक्टर धुरंधर हे मोठे कलावंत होते. ते कोल्हापूरचे. या सर्व गोष्टींमुळे आचार्य अत्रे कोल्हापूरला 'कलापूर' म्हणत, ते सार्थ नाव होय. अद्यापदेखील कोल्हापूरचा उल्लेख कलापूर असा केला जातो. गोविंदराव जोशींसारख्या संगीतकाराला अत्रे अभिवादन करीत. ताराबाई, राजाराम यांच्याबद्दल आचार्य अत्रे यांना कमालीचा आदर होता.

त्यानंतर संयुक्त महाराष्ट्राच्या धामधुमीत कोल्हापूरला वेळोवेळी, बेळगावला जाताना गोव्याच्या लढ्यात सत्याग्रहाच्या वेळी कोल्हापूर, बेळगाव या छावण्या होत्या. त्या वेळी आचार्य अत्रे यांचा मुक्काम कोल्हापूरलाच असे. आचार्य अत्रे यांचे कोल्हापूरशी अनेक जिव्हाळ्याचे संबंध होते. आचार्य अत्रे पाध्ये यांच्या लॉजवर उतरत. त्यानंतर 'तो मी नव्हेच' या नाटकात रंगभूमीचे विभाजन दाखविण्यासाठी आणि वेळ वाचविण्यासाठी फिरता रंगमंच आवश्यक होता. तो कोल्हापूरच्या महादबा मिस्त्री यांनी तीन महिन्यांत करून दिला. त्या वेळी महादबा मिस्त्री यांना 'यंत्रमहर्षी' असा किताब आचार्य अत्रे यांनी दिला व दैनिक 'मराठा'त 'यंत्रमहर्षी महादबा मिस्त्री यांची रंगभूमीला भेट' हा आठ कॉलमी मथळा दिला आणि मराठा कोल्हापुरात आला. महादबा मिस्त्री यांच्या घरासमोर दोनशे माणसे हार घेऊन त्यांच्या सत्कारासाठी रांग लावून उभी होती. लेखणीचे सामर्थ्य असे असावे लागते. लेखणीच्या सामर्थ्याने आचार्य अत्रे यांनी अनेक चमत्कार केले. त्यांनी लेखनांत

चमत्कार केले. काव्यात, शिक्षणांत, नाटकांत, सिनेमांत, वृत्तपत्रांत, वक्तृत्वात, सभेत, विनोदात, चित्रपट संवादात, गीतात, समीक्षेमध्ये, सार्वजनिक क्षेत्रांत, राजकीय क्षेत्रांत, कादंबरीमध्ये, कथाक्षेत्रात अनेक चमत्कार करून त्यांनी मराठी माणसांना मनोरंजनाबरोबर परिवर्तनाची हाक दिली.

लेखणीच्या जोरावर अनंत अडचणी, आरोप असून सारे जग विरुद्ध असताना भाषावार प्रांत निर्मितीत अन्याय झालेल्या महाराष्ट्राला संयुक्त महाराष्ट्र आणि तोही मुंबईसह संयुक्त महाराष्ट्र ही आचार्य अत्रे यांची मोठी देणगी होय.

कोल्हापूरच्या अंबाबाईचे दर्शन असो, पन्हाळ्याचे ऐतिहासिक महत्त्व असो तितक्याच तन्मयतेने आचार्य अत्रे जोतिबाच्या डोंगरावर जात होते आणि त्याची वर्णने साऱ्या महाराष्ट्राला सांगत होते. सर्वत्र संचार असणारा एकमेव साहित्यिक आचार्य अत्रे होत, हे नव्याने सांगण्याची गरज नाही. त्यांच्या पायाला सारखी चाके बांधलेली होती. त्यांच्या जीवनात स्थिरता नव्हतीच नव्हती. सारखी भ्रमंती, अस्थिरता यांनी ते घेरलेले असत.

बिंदू चौकात मा. चंद्रकांत शेट्ये राहत होते. त्यांचा प्रकाशनाचा व्यवसाय होता. त्यांनी आचार्य अत्रे यांचे एक पुस्तक प्रकाशित केले होते. मेहता पब्लिशिंग हाऊसच्या अगोदर बाबा कदम यांचे प्रकाशक मा. चंद्रकांत शेट्ये होते. त्यांनी बाबा कदम यांच्याकडून जमेल तेव्हा परत करण्याच्या बोलीने एक हजार घेऊन बाबा कदम यांची एक कादंबरी प्रकाशित केली आणि ती कादंबरी आचार्य अत्रे यांच्या वाचनात आली. त्याबरोबर आचार्य अत्रे यांनी 'पश्चिम महाराष्ट्रातील उगवता सूर्य' या अग्रलेखाने बाबा कदमांचा गौरव केला. त्याचबरोबर मा. चंद्रकांत शेट्ये यांनी पहिले घेतलेले एक हजार आणि पुढे प्रकाशित केल्या जाणाऱ्या पाच कादंबऱ्यांसाठी पाच हजार असे एकूण सहा हजार रुपये मा. बाबा कदम यांच्या टेबलावर ठेवले आणि पुढील पाचही कादंबऱ्या मला प्रकाशनासाठी द्या, असा आग्रह केला. आचार्य अत्रे यांच्या एका लेखाचा हा परिणाम तर त्यांच्या व्यक्तिमत्त्वाचा केवढा परिणाम असेल, याची कल्पना केलेली बरी! आचार्य अत्रे यांचा स्पर्श म्हणजे परीस स्पर्श होता. ही सर्व हकिकत बाबा कदमांनी आपल्या जाहीर मुलाखतीत औरंगाबाद येथील संमेलनात सांगितली. त्या वेळी मा. रा. ग. जाधव संमेलनाचे अध्यक्ष होते. आचार्य अत्रे यांची महती लोकांच्या लक्षात आली नाही यासारखे दुर्दैव ते कोणते? संयुक्त महाराष्ट्राच्या लढ्यांत सर्वांना आचार्य अत्रे प्रचाराच्या भाषणासाठी हवे होते. आचार्य अत्रे तरी पुरून पुरून पुरणार किती? त्यांच्या काही मर्यादा होत्या. सर्वांची मागणी ते पुरी करू शकत नव्हते. तरी त्यांनी एका-एका दिवशी सोळा सोळा सभा घेऊन संयुक्त महाराष्ट्र मिळविला. मा. दि. ना. पाटील, गोविंदराव पानसरे हे आचार्य अत्रे यांचे त्या काळातील साथीदार होते. तर रत्नाप्पा कुंभार आणि त्यांचे बगलबच्चे हे

संयुक्त महाराष्ट्राचे विरोधक होते. म्हणून आचार्य अत्रे यांच्या लेखणीचे फटकारे त्यांच्यावर पडले. आजच्या तारखेला हयात असणारे लेखक आणि कोल्हापूरवासी मा. चंद्रकुमार नलगे हे प्राचार्य अत्रे यांच्या वाङ्मयाचे पूजक होते. प्रा. नसिराबादकरांनी तर त्यांच्या समग्र वाङ्मयाचा परीक्षणात्मक आढावा घेणारा ग्रंथ प्रकाशित केला आहे. कोल्हापूरकरांचा आचार्य अत्रे यांच्यावर खूप लोभ होता, हे मात्र खरे.

वर बाबा कदमांची हकिकत सांगितली, तशीच हकिकत खुद्द औरंगाबादचे संमेलनाध्यक्ष मा. रा. ग. जाधव यांचीसुद्धा आहे. मा. रा. ग. जाधव यांच्या पुष्कळ कथा, लेख नवयुग आणि मराठात प्रसिद्ध झाल्या होत्या. मा. रा. ग. जाधवही आचार्य अत्रे यांनी पुढे आणलेले लेखक आहेत. बाबा कदम यांनी आपल्या यशाचे श्रेय प्रामाणिकपणे आचार्य अत्रे यांना दिले; पण रा. ग. जाधव पक्षीय दृष्टिकोनाने बांधले असल्याने त्यांनी ही बाब गुलदस्तात ठेवली. नवयुगच्या प्रत्येक अंकात मा. रा. ग. जाधव यांची एक तरी कथा होतीच. मा. रा. ग. जाधवांना त्या काळी इतकी लोकप्रियता लाभली होती की, पुढील जीवनात त्यांना ते पाथेय ठरले, हे मात्र ते नाकारू शकणार नाहीत!

आचार्य अत्रे यांना कोल्हापूर आवडायचे याचे कारण वि. स. खांडेकर कोल्हापूरचेच. 'ययाति' कादंबरीला ज्ञानपीठ मिळाले होते; पण ते आचार्य अत्रे यांच्या मृत्यूनंतर. पण त्यांनी 'ययाति' हे मराठी वाङ्मयातील सुंदर स्वप्न आहे, असे उद्गार काढले असते. खांडेकर आणि आचार्य अत्रे यांनी किंवा या जोडीने महाराष्ट्रात खूप उपक्रम राबविले. आचार्य अत्रे 'केशवकुमार' या नावाने कविता लिहीत; पण पुढे उपजीविकेच्या ध्यासामुळे ते शाळामास्तर झाले. त्या वेळी खांडेकरांनी त्यांना पत्र पाठवून आपल्या कविता सांप्रत वाचनात येत नाहीत, म्हणून खंत व्यक्त केली. त्या वेळी 'मी आता फुलांतून उठून मुलांत बसलो आहे. म्हणजे पुण्यातील कॅम्प एज्युकेशन सोसायटीच्या शाळेत मुलांच्या अभ्युदयासाठी झटतो आहे. फुले आणि मुले सारखीच असतात.' असे उत्तर अत्रे यांनी दिले. खांडेकर आणि आचार्य अत्रे ही जोडगोळी होती. आचार्य अत्रे यांच्या प्रत्येक कार्यक्रमात आणि आनंदाच्या क्षणी खांडेकर आचार्य अत्रे यांच्याबरोबर होते.

कोल्हापूरचे दत्ता बाळ हे एक योगी पुरुष होते. त्यांचे आडनाव देसाई. त्यांच्या वडिलांपासून आचार्य अत्रे यांचा स्नेह होता. पुढे आचार्य अत्रे यांची कन्या शिरीष पै हिच्या नादाने आचार्य अत्रे दत्ता बाळ यांच्या सहवासात आले. सतत बुवाबाजीविरुद्ध रान उठविणारे आचार्य अत्रे आपली कन्या दत्ता बाळ यांच्या चरणी लागल्याबरोबर तिच्यासमवेत दत्ता बाळ यांची अध्यात्माची बैठक न्याहाळू लागले. आचार्य अत्रे यांचे कन्याप्रेम फारच विलक्षण होते. दुसरे, शिवाजी सावंत यांची 'मृत्युंजय' कादंबरी पहिले सहा महिने तशीच पडून होती; पण आचार्य अत्रे यांनी अग्रलेख लिहून त्यांचा

सत्कार केल्यावर 'मृत्युंजय'चा खप वाढला, अशी कबुली कॉन्टिनेन्टलचे अनिरुद्ध कुलकर्णी यांनी 'मृत्युंजय'च्या एक लाखाव्या प्रतीची विक्री करताना दिली होती. ते अगदी अलीकडे 'मृत्युंजय'च्या सोळाव्या आवृत्तीच्या आणि लाखाव्या प्रतीच्या प्रकाशनाच्या वेळी. 'मृत्युंजय'कार शिवाजी सावंत' हा उल्लेख आचार्य अत्रे यांनी पहिल्यांदा केला आणि तसा त्यांचा उल्लेख वारंवार आजतागायत होत आहे. असे आचार्य अत्रे यांचे कोल्हापूर शहराशी आणि तेथील लोकांशी नाते होते.

कऱ्हाडचा प्रीतिसंगम!

मराठी जनतेला वाटेल की, यशवंतराव चव्हाण यांच्यामुळे कऱ्हाडला महत्त्व आले; पण तसे नाही. यशवंतराव चव्हाणांच्या अगोदर समाजाला विचार करायला लावणारे गोपाळ गणेश आगरकर हे कऱ्हाडचेच. साऱ्या महाराष्ट्राला हादरून सोडणारे व्यक्तिमत्त्व. लोकमान्य टिळकांचे अतिशय जिवलग बालमित्र. दोघांचेही योगदान महत्त्वाचे. एकाचे राजकीय योगदान तर एकाचे सामाजिक योगदान. स्त्रियांच्या शिक्षणासंदर्भात आगरकर यांच्याइतकी प्रखर भूमिका इतरांनी घेतली नाही. पुढील काळात पुणे शहराच्या पूर्व भागात शाळा काढण्याचे ठरल्यावर आणि त्यातून मुलींची शाळा, त्याबरोबर आचार्य अत्रे यांना आगरकरांची आठवण झाली आणि मुलींचे आगरकर हायस्कूल ही संस्था आणि शाळा जन्माला आली. १९३७ साली पुण्यातील पूर्व भागात बारा पेठा आणि एकच शाळा कँप एज्युकेशन सोसायटी आणि पश्चिम भागात तीन पेठा आणि बारा शाळा अशी विषम विभागणी. तेव्हा पूर्व भागातील आर्थिक स्तरातील मध्यमवर्गीय खरेतर समाजाच्या खालच्या थरातील मुलांच्या शाळेचा प्रश्न मोठा बिकट होता. त्यातून मुलींच्या शिक्षणाचा प्रयत्न तर काही विचारूच नका. अशा स्थितीत मुलींच्या शिक्षणासाठी मुलींचे आगरकर हायस्कूल काढून आचार्य अत्रे यांनी समाजावर फार मोठे उपकार केले आहेत. मुलींच्या आगरकर हायस्कूलच्या उद्‌घाटनाला गोपाळ गणेश आगरकर यांचे चरित्रलेखक माधवराव दामोदरदास आळतेकर यांना निमंत्रित करून आणखी मोठा दुग्ध-शर्करा योग जुळवून आणला. माधवराव आळतेकरांच्या मनोहरपंत या चिरंजीवाने तळेगाव

दाभाडे येथे इंद्रायणी एज्युकेशन सोसायटी काढली आणि एक कॉलेज काढले – इंद्रायणी महाविद्यालय. आचार्य अत्रे त्याचे अध्यक्ष होते. श्री. मा. दा. आळतेकरांबरोबर समाजभूषण पु. पां. गोखले, करंबेळकरशास्त्री वगैरे लोकांच्या वास्तव्याने कऱ्हाड अतिशय प्रसिद्ध होते. यशवंतराव मोहिते हा बलाढ्य आणि आचार्य अत्रे यांच्यासारखाच प्रखर भाषेचा आणि तिखट जिभेचा माणूस होता. तो आचार्य अत्रे यांनी स्थापन केलेल्या शेतकरी-कामगार पक्षाचा मोठा नेता होता. तसेच शे. का. पक्षाचे केशवराव पवार, आनंदराव चव्हाण, पृथ्वीराज चव्हाणांचे तीर्थरूप शेतकरी-कामगार पक्षाचे जे अनेक संस्थापक आहेत, त्यात आचार्य अत्रेदेखील तितकेच महत्त्वाचे होते. शंकरराव मोरे, केशवराव जेधे, दाजीबा देसाई, वसंतराव तुळपुळे, भाई सत्थ्या जितके शेतकरी-कामगार पक्षाशी निगडित होते; तितकेच आचार्य अत्रे होते. या सर्व लोकांशी आचार्य अत्रे यांचा स्नेहसंबंध होता.

कऱ्हाडचा उल्लेख पूर्वी 'कऱ्हाटक' असा केला जात होता आणि सर्वांत महत्त्वाचे म्हणजे कोयना-कृष्णेचा संगम कऱ्हाडला होतो. या संगमाच्या तीरावर वसलेले कऱ्हाड पश्चिम महाराष्ट्रातील एक शहर शिवाय स्वातंत्र्यलढ्यात सबंध सातारा आघाडीवर होता. कऱ्हाडदेखील सातारा जिल्ह्याचा भाग होता. पुण्याहून कोल्हापूरला जाताना, सातारा-कऱ्हाड वाटेवरच लागतात; त्यामुळे या दोन्ही गावांशी आचार्य अत्रे यांचा संबंध आला.

पुढे संयुक्त महाराष्ट्राच्या लढ्यात कऱ्हाड हे आचार्य अत्रे यांचे लक्ष्य राहिले. कारण यशवंतराव चव्हाणांनी महाराष्ट्राविरुद्ध भूमिका घेतली. फलटणच्या मनमोहन राजवाड्यात मालोजीराजे निंबाळकर, गणपतराव तपासे आणि यशवंतराव चव्हाण या तिघांनी महाराष्ट्र भाषा, महाराष्ट्र प्रदेश आणि महाराष्ट्रीय माणसाविरुद्ध भूमिका घेतली. यशवंतराव यांनी तर एक पाऊल पुढे जाऊन महाराष्ट्र आणि पंडित नेहरू यांतून एकाची निवड करायची झाल्यास मी डोळे झाकून पंडित नेहरूंच्या बाजूने उभा राहीन; तसेच नेहरू हे महाराष्ट्रापेक्षा मोठे आहेत, अशी महाराष्ट्रद्रोही भूमिका घेतली. त्यावर आचार्य अत्रे यांनी 'अरे हा तर सूर्याजी पिसाळ आणि फलटणचे तीन हरामखोर मालोजी, गणपतराव, यशवंतराव' अशी डरकाळी फोडली. मग जिथे तिथे यशवंतरावांचा निषेध होऊ लागला. 'जिथे जिथे हिरे चव्हाण, तिथे तिथे काळे निशाण' हा पायंडा पडला. पुण्यातील शिवाजी आखाड्यात तर भीमाबाई दांगट या मराठी म्हातारीने खेटरांची माळ यशवंतरावांच्या गळ्यात घातली. त्यावर भीमाबाई दांगट यांचा गौरव करण्यासाठी आचार्य अत्रे यांनी 'भीमाबाई'वर विशेषांक काढला. येथून पुढे यशवंतराव महाराष्ट्राचे शत्रू आहेत. यशवंतराव महाराष्ट्राचे विरोधक आहेत. यशवंतराव महाराष्ट्राचे वैरी आहेत म्हणून यशवंतराव चव्हाणांविरुद्ध प्रचाराचा धडाका लावला. त्या काळात यशवंतरावांचे प्रत्येक विधान संयुक्त महाराष्ट्राच्या

विरोधात होते, तर आचार्य अत्रे यांचे प्रत्येक विधान यशवंतराव चव्हाणांविरुद्ध होते. यशवंतरावांच्या उद्‌गारांवर प्रतिउद्‌गार, यशवंतरावांच्या क्रियेवर आचार्य अत्रे यांची प्रतिक्रिया; हे ठरलेलेच असे. पुढे तर त्यांनी महाद्वैभाषिकाचा पुरस्कार केला आणि महाद्वैभाषिक राज्याचे ते मुख्यमंत्री झाले. यशवंतरावांनी महाराष्ट्राचा कडवा विरोध केला, तसा आचार्य अत्रे यांनी यशवंतरावांचा कडवा विरोध केला. आपण न्यूटन या शास्त्रीय संशोधकाचा तिसरा नियम विसरतो. त्याचे म्हणणे असे, 'ज्या ठिकाणी एखादी क्रिया असते, त्या ठिकाणी त्याच्याइतकीच समान आणि विरोधी प्रतिक्रिया असते.' नाहीतर आचार्य अत्रे यांनी यशवंतराव यांची संभावना सूर्याजी पिसाळ आणि हरामखोर केली, याची चर्चा वारंवार होते. एका ब्राह्मणाने मराठ्यावर केलेली टीका म्हणून ब्राह्मण-ब्राह्मणेतर वादामुळे अशी टीका झाली, असा बभ्रा केला जातो; पण यशवंतरावांची पहिली ॲक्शन महाराष्ट्रापेक्षा नेहरू मोठे आणि संयुक्त महाराष्ट्र की नेहरू असा प्रश्न निर्माण झाल्यास नेहरूंच्या बाजूने मी ताठ उभा राहीन, याचा अर्थ संयुक्त महाराष्ट्राला माझा विरोध राहील, हे पक्के होते; त्यामुळे सूर्याजी पिसाळ ही पदवी यशवंतरावांना अगदी फिट्ट बसते. यशवंतरावांना सूर्याजी पिसाळ म्हटले, यशवंतरावांना सूर्याजी पिसाळ म्हटले असा धोशा लावला जातो. आचार्य अत्रे यांना काय वेड लागले होते यशवंतरावांवर टीका करायला? त्यांच्या भूमिकेला अनुसरून आचार्य अत्रे यांची यशवंतरावांवरील टीका होती. लोक यशवंतरावांचे पहिले विधान विसरतात आणि आचार्य अत्रे यांचे दुसरे विधान, दुसरी तितकीच समान आणि विरोधी प्रतिक्रिया विकृतरीत्या प्रसारित करतात हे महाराष्ट्राचे दुर्दैव होय.

ज्या ज्या वेळी आचार्य अत्रे सातारा-कोल्हापूरला जात, त्या त्या वेळी कऱ्हाडला आचार्य अत्रे यांची सभा झालीच म्हणून समजा आणि संयुक्त महाराष्ट्राचा जयजयकार झालाच म्हणून समजा. इतकी आचार्य अत्रे यांची संयुक्त महाराष्ट्राबद्दल जाज्वल्य निष्ठा होती. याउलट यशवंतरावांची महाराष्ट्रनिष्ठा ही बेगडी-तकलादू, नकली आणि महाराष्ट्रविरोधी होती. यशवंतरावांच्या जीवनावर कितीही गौरवाचे, धवल यशाचे मुकुट चढवले; तरी महाराष्ट्रद्वेषाचा एक धब्बा त्यांच्या उज्ज्वल आणि धवल चरित्राला चंद्रासारखा मिरवीतच राहील, हे मात्र खरे. चंद्रावर डाग, तसा यशवंतराव चव्हाणांच्या चरित्रावर महाराष्ट्रद्वेषाचा डाग होय. त्यांची भूमिका चूक होती. क्षम्य नव्हती, जनताविरोधी होती. मराठी माणसाविरुद्ध होती, याची आचार्य अत्रे यांच्या टीकेने यशवंतरावांना जाणीव झाली आणि नंतरच्या काळात आपल्या चारित्र्यावरील हा डाग धुवून काढण्यासाठी, महाराष्ट्रीय जनतेची सहानुभूती मिळवण्यासाठी, मराठीप्रेम मिळवण्यासाठी महाराष्ट्रात सुधारणांचा सपाटा लावला. सर्व सत्ता, संपत्ती, दमनयंत्रणा त्यांच्या ताब्यात होत्या. मग सुधारणांचा सपाटा लावला, तर त्यात नवल ते काय? यशवंतरावांच्या जागी दुसरा मुख्यमंत्री असता; तर त्यांनी धरण,

रस्ते, बंधारे याऐवजी खड्डे खणले असते काय? सुधारणेऐवजी कुधारणा निर्माण केल्या असत्या काय? राज्यकर्ते झाल्यावर जनकल्याणाचे कंकण बांधावेच लागते नाहीतर जनता कसा धिक्कार करते, याचा अनुभव यशवंतराव सतत सहा वर्षे घेत होते. जिथे चव्हाण; तिथे खेटरे. देशद्रोही, विरोधक सूर्याजी पिसाळ, हरामखोर, महाराष्ट्राचा वैरी, महाराष्ट्राचा मारेकरी अशी परिस्थिती होती. महाराष्ट्रात सभा घेणे यशवंतरावांना महामुश्कील झाले होते. काळ्या झेंड्याचा समुद्र तर प्रतापगड मोर्चात दिसत होता. भाडोत्री लोक आणून शिवाजी महराजांच्या पुतळ्याचे अनावरण पंडित नेहरूंच्या हस्ते केले, तरी महाराष्ट्राचा यशवंतरावांवरील राग काही कमी झाला नाही. तो राग कमी करण्यासाठी यशवंतरावांनी सुधारणांचा सपाटा लावला आणि आपली प्रतिमा स्वच्छ आणि महाराष्ट्राला विरोध करणारी नसून महाराष्ट्राचा उद्धार करणारी उपकारकर्त्याची आहे; तरच आपली दुष्कीर्ती दूर होईल म्हणून विरोधकांची जाती-पातीच्या नावाने फोडाफोड करून, ब्राह्मण-ब्राह्मणेतर वादाला आतून खतपाणी घालून, वरून संभावितपणा आणि आतून जातीपातींत द्वेष पसरवणे, विरोधकांना गोंजारून, त्यांना आमिष देऊन फोडणे. मी काय किंवा एस. एम. जोशी काय? माझ्यानंतर अण्णा, एस. एम. जोशी मुख्यमंत्री होतील म्हणून उघड्या जीपमधून मिरवणूक काढली. एस. एम. जोशींच्या हातात हात घालून फोटो काय काढून घेतले. त्या वेळी ज्यांचे हात एकशेपाच हुतात्म्यांच्या रक्ताने माखले आहेत, त्या यशवंतरावांचा हात काय हातांत घेता, असा खडा सवाल आचार्य अत्रे यांनी एस. एम. जोशींना विचारल्यावर आचार्य अत्रे वाईट, समाजवादी आणि काँग्रेस चांगले! दोघे आचार्य अत्रे यांच्याविरुद्ध आणि एकजुटीने उभे राहत. यशवंतराव धोरणी, पाताळयंत्री, राजकारणी, मुत्सद्दी, फोडाफोडी करणारा, कलहवृत्ती बळावणारा, भेदाभेद करणारा असा एक राजकारणी होता. ग. त्र्यं. माडखोलकरांनी मराठी राज्य झाल्यावर 'हे राज्य मराठी होणार का मराठ्यांचे होणार?' असा प्रश्न यशवंतरावांना विचारल्यावर 'राज्य मराठी होणार!' म्हणून यशवंतरावांनी दवंडी पिटली; पण ब्राह्मणांना किती प्रतिनिधित्व दिले? ब्राह्मणांचे सोडा, माळी जात, सधन, सुशिक्षित, सोनार, शिंपी तसेच दलित या जातींतील किती लोकांना सत्तेत वाटा दिला? त्यांना सत्तेपासून चार हात दूर ठेवूनच यशवंतराव चलाखीचे, मुत्सद्दीपणाचे राज्य करीत होते आणि लोकांना झुलवण्याचे-गुंगवण्याचे राजकारण करीत होते.

मोरारजी सरकारची टर्म १९५७ साली संपत होती. त्याआधी मोरारजी देसाईंनी १०५ हुतात्म्यांची पुंजी त्यांच्या खात्यात जमा केली होती. सर्वत्र 'मोरारजी देसाई, जनतेचा कसाई' अशा घृणास्पद घोषणांनी मोरारजींचे सर्वच कार्यक्रम घेरले होते. पालन सोज पाल चाळीत महिला आपल्या छोट्या बालकाला दुग्धपान करीत असता मोरारजींच्या राक्षसी पोलिसांनी गोळीबार केल्यामुळे त्या बालकाच्या कवटीला भोक

पाडून गोळी आरपार गेली. त्या वेळी आचार्य अत्रे यांनी मोरारजीच्या हाताला महारोग होईल, असे म्हटले; त्यावर प्रजा समाजवादींनी हे काय भयंकर 'अब्रह्मण्यम्, अब्रह्मण्यम्' असे म्हणून ठणाणा केला. त्या वेळी आचार्य अत्रे म्हणाले, 'त्या मातेने आपल्या बालकाचा क्रूरपणे झालेला मृत्यू स्वत: डोळ्यांनी पाहिला आणि हंबरडा फोडला. त्या वेळी त्या मातेच्या मुखातून आपल्या बालकाच्या क्रूर मृत्यूसमयी जे उद्‌गार निघतील, तेच उद्‌गार माझ्या मुखातून बाहेर पडले. 'मेल्या तुझे तळपट होईल.' या उद्‌गारापेक्षा महारोग होईल, हे जास्त सौम्य आहे.' तेरा भाषिक राज्ये निर्माण झाली. महाराष्ट्र आणि गुजराथवर अन्याय, खरेतर गुजराथवर अन्याय झाला नाही; कारण गुजराथला मुंबई देण्याचा कट अगदी वल्लभभाईंपासून भांडवलदारांनी आणि नेहरूंनी आखला होता. तेव्हा गुजराथवर अन्याय झाला, हे म्हणणे गैर आहे. खरा अन्याय महाराष्ट्रावर झाला. भौगोलिक, भाषिक, ऐतिहासिक, सांस्कृतिक, आर्थिकदृष्ट्या मुंबई महाराष्ट्रावर अवलंबून होती. मुंबई महाराष्ट्राची होती. ती सोन्याचे अंडे देणारी कोंबडी होती आणि ती गुजराथला आंदण देण्याचे कारस्थान उलथून पाडण्यात महाराष्ट्र तत्पर होता म्हणून महाराष्ट्रावर राग, द्वेष व अन्याय केला गेला.

अशा खुनी मोरारजीला परत मुख्यमंत्री म्हणून खुर्चीत बसवणे योग्य नव्हे. त्यासाठी मराठी माणूसच मुख्यमंत्री झाला पाहिजे आणि त्याच्याच हाताने महाराष्ट्राचा गळा कापला, तर सोन्याहून पिवळे या न्यायाने यशवंतराव हे प्यादे उपयुक्त आहे; म्हणून मग यशवंतराव यांना मुख्यमंत्री करण्याचा घाट घातला गेला. मराठी माणसाच्या हातानेच महाराष्ट्राचा काटा काढणे किती योग्य, या धूर्तपणाने यशवंतरावांची निवड करण्याचे ठरले; शिवाय यशवंतराव हे महाराष्ट्रविरोधी होते. ते महाराष्ट्राचे शत्रू होते. त्यांचा मराठी भाषिक प्रांताला विरोध होता. त्यांचे बगलबच्चे म्हणतात, त्यांचा विरोध नव्हता; पण आंदोलन पद्धती मान्य नव्हती. लढा देणे मान्य नव्हते. आपल्याच लोकांशी काय भांडायचे. आपण मुत्सद्दीपणे मुंबई मिळवू. मग दहा वर्षे काय तुम्ही मुत्सद्दीपणाचे लोणचे घातले होते? किंवा तुमचा मुत्सद्दीपणा बासनात बांधून तुम्ही काय वाट पाहत होता? मुळात हे भांडवलदारांचे कारस्थान होते. हा आहे रे आणि नाही रे यांतील लढा होता. मुंबईतील गिरणीमालक, देशातील भांडवलदार, भांडवलदारांना पाठीशी घालणे, देशाचे सर्वेसर्वा पंडित नेहरू शिवाय सत्ता, संपत्ती, दमनयंत्रणा एका बाजूला आणि महाराष्ट्रातील कष्टकरी, शेतमजूर, मध्यमवर्गीय शेतकरी, सामान्य शेतकरी आणि सामान्य जनता दुसऱ्या बाजूला. कोणतीही सत्ता, संपत्ती आणि दमनयंत्रणा नसलेली नि:शस्त्र जनता दुसऱ्या बाजूला, असे सारे चित्र होते. दुसऱ्या वर्गातील लोकांना हरविणे सोपे आहे, अशी पंडितजींची चाल होती; पण महाराष्ट्रातील जनता खमकी निघाली आणि तिने नेहरूंना हरवले.

यशवंतरावांनी आपली सर्व शक्ती, सर्व निष्ठा महाराष्ट्राविरुद्ध वापरण्याचा

संकल्प सोडला होता. यशवंतराव द्वैभाषिकांचे मुखंड होते. त्यांना हरवल्यावर द्वैभाषिक कोलमडून पडेल, या नीतीने समितीने यशवंतरावांना पराभूत करण्यासाठी कंबर कसली. आपले सर्वस्व पणाला लावण्याचे ठरले. त्यांना तुल्यबळ असा शेतकरी कामगार पक्षाचे उमेदवार केशवराव पवार यांना यशवंतरावांच्या विरोधात उभे केले. केशवराव पवार हे ग्रामीण भागातील बलाढ्य नेते होते. तेही कऱ्हाडचेच. 'ज्या गावच्या बोरी, त्याच गावच्या बाभळी' या न्यायाने केशवराव कऱ्हाडमधून यशवंतरावांविरुद्ध उभे राहणार या बातमीने महाराष्ट्रात आनंदाचे वारे वाहू लागले. यशवंतरावांना निवडणुकीत उताणा पाडण या एकाच ध्येयाने सारा महाराष्ट्र एकवटला आणि कामाला लागला.

प्रत्यक्ष मतदानाच्या आदल्या दिवशीच कऱ्हाडच्या एस. टी. स्टँडजवळ आचार्य अत्रे यांची जोरदार सभा झाली. आचार्य अत्रे यांनी यशवंतरावांपुढे पराभवाचे ताट वाढले आहे, अशी भविष्यवाणी वर्तवली. सारे वातावरण संयुक्त महाराष्ट्रमय होते. सारे वारे यशवंतरावांविरुद्ध होते. 'यशवंतराव चव्हाण महाराष्ट्राचे वैरी आणि केशवराव महाराष्ट्राचे कैवारी' अशी घोषणाबाजी चालू होती. दुसऱ्या दिवशीच्या 'मराठा'त 'यशवंतरावांच्या पुढे पराभवाचे ताट वाढले आहे,' या मथळ्याने सारा महाराष्ट्र आनंदला; पण यशवंतराव हे मुख्यमंत्री, त्यांना जाणीव होती, आपला पराभव नक्की, त्यांनी सर्व साधनांचा वापर केला. दमनयंत्रणा, मतदान अधिकारी, मतपेट्या यांचा अंदाज बांधून पोलिसांच्या साहाय्याने कृष्णेच्या पाण्यात मतपेट्या टाकल्या. सर्व प्रकारचे रॅगिंग यशवंतरावांनी केले आणि अवघ्या १६१३ मतांनी यशवंतराव निवडून आले. किती अटीतटीची निवडणूक झाली हे लोकांच्या लक्षात येईलच; पण प्रत्यक्ष मतपेट्या पळविणे, त्या कृष्णेच्या पाण्यात टाकणे, दमबाजी करणे, पैसावाटप या सर्व कारणांनी यशवंतराव विजयी झाले.

समितीच्या गोटात नैराश्य, अपमान, उदासीनता, गलितगात्रपणा, शैथिल्य आले. अवसान गेलेल्या अवस्थेतील सर्व कार्यकर्ते सुभाष हॉलमध्ये जमलेले. सर्वत्र अंधार पसरलेला, मग आचार्य अत्रे यांची लेखणी सरसावली आणि 'तानाजी पडला, तरी आम्ही गड जिंकूच जिंकू' या घोषणेने जणू संजीवनीच मिळाली. जादूची कांडी फिरावी; तसे उत्साह, आनंद, आशा, उमेद यांचे वारे वाहू लागले. कार्यकर्ते पटापट उठून कामाला लागले. एस. एम. डांगे वगैरेंनी शिवाजी पार्कवर सभा घेण्याचे जाहीर केले. विजयाचे वारे वाहू लागले. सगळे वातावरण बदलले आणि पुढे मात्र समिती जिंकली; पण विदर्भाने आणि गुजराथने दगा दिला आणि महाद्वैभाषिक महाराष्ट्राच्या बोडक्यावर बसले.

आचार्य अत्रे कऱ्हाडच्या दौऱ्यावर माजी मुख्यमंत्री पृथ्वीराज चव्हाण यांच्या घरीच मुक्कामास होते. त्या वेळी त्यांचा सातारा, वाई, कऱ्हाड आणि मिरज-सांगली

असा तीन दिवसांचा सभांचा दौरा होता; कारण पृथ्वीराज चव्हाण यांचे वडील आनंदराव चव्हाण शेतकरी-कामगार पक्षाचे होते आणि काँग्रेसचे कडवे विरोधक होते. ते मात्र दक्षिण कऱ्हाडमधून खासदार म्हणून निवडून आले. मग यशवंतरावांनी त्यांना म्हणजे आनंदरावांना व यशवंत मोहिते यांना फोडले आणि काँग्रेसमध्ये आणले आणि पुढे पृथ्वीराज चव्हाणांच्या मातोश्री प्रेमलाकाकी महाराष्ट्र प्रदेशाध्यक्ष झाल्या. त्याही खासदार होत्या आणि महाराष्ट्रात काँग्रेस पक्षाचे काम करीत होत्या. नेतृत्व त्यांचेच होते.

मराठी जनतेने आकाश-पाताळ एक करून शेवटी काँग्रेसला 'दे माय धरणी ठाय' केले. १९६२ ची निवडणूक आपण हरणार, अशी नेहरूंची खात्री झाल्यावर १ मे १९६० रोजी संयुक्त महाराष्ट्र निर्माण करण्याचे जाहीर झाले. शिवाजी पार्कवर सभा झाली. पंडित नेहरूंनी 'मुंबईसह संयुक्त महाराष्ट्र झाला,' असे जाहीर केले. मंगलाचरण झाले.

पण बेळगाव, कारवार, खानापूर, निपाणी वगैरे ११६५ गावे कर्नाटकात ढकलण्यात आली. खानदेशमधील १३५ गावे आणि डांग, उंबरगाववर पाणी सोडण्यात आले. छिन्नविच्छिन्न महाराष्ट्र मराठी जनतेच्या हवाली करण्यात आला; त्यामुळे आचार्य अत्रे खिन्न, दु:खी झाले आणि आपला आमदारकीचा राजीनामा देण्यासाठी बेळगावी निघाले. जाताना त्यांनी आनंदरावांच्या घरी (पृथ्वीराज चव्हाण यांच्या घरी) मुक्काम केला. त्यांना 'मराठा'तील लेख वाचून दाखवला आणि मोठ्या कष्टी, दु:खी मनाने ते बेळगावला राजीनामा देण्यासाठी निघाले आणि बेळगावसाठी आमदारकीचा राजीनामा दिला. कोणत्याही आमदाराने असे धाडस दाखवले नव्हते.

कृष्णा-कोयना या नद्यांच्या संगमावर कऱ्हाड हे गाव आहे. संत सखू या कऱ्हाडच्याच. संत सखूच्या विठ्ठलभक्तीवर प्रीतिसंगम हे अजरामर नाटक आचार्य अत्रे यांनी लिहिले. यशवंतराव म्हणत, ''मी कऱ्हाडचे पुणे शहर करणार!'' त्यावर आचार्य अत्रे म्हणाले, ''तुम्ही कऱ्हाडचे पुणे करा; पण पुण्याचे कऱ्हाड करू नका.''

सातारा - मराठ्यांची गादी!

स्वातंत्र्य प्राप्त झाल्यानंतर खऱ्या अर्थाने सर्वत्र आनंदी वातावरण पसरले होते. नवी स्वप्ने, नवी धोरणे, नव्या आशा, नव्या आकांक्षा यांना पालवी फुटली होती. साहित्यिकांच्या मनातील भारत कसा असावा, यासंबंधी साहित्यिकांची स्वप्ने फार मोठ्या प्रमाणात त्यांच्या लिखाणांतून, भाषणांतून दिसत होती. लेखक, नाट्य कलावंत, संगीतकार, राजकीय नेते, सामाजिक नेते जनतेला जागे करीत होते आणि आपला उद्याचा भारत कसा असावा, याची चित्रे रंगवीत होते – आचार्य अत्रे या सर्वांत आघाडीवर होते. ज्या दिवशी आणि ज्या वेळी पंडित जवाहरलाल नेहरूंनी लाल किल्ल्यावर तिरंगा फडकावला, त्याच वेळी शनिवारवाड्यावर आचार्य अत्रे यांनी तिरंगा फडकावला आणि 'ये स्वातंत्र्या, ये' हे अमर भाषण केले. सर्वत्र मंगलमय, आनंदमय वातावरण पसरले होते. नागरिक नव्या जोमाने, नव्या उत्साहाने आपापली कामे करीत होते. नव्हे, त्यात मग्न होते.

स्वातंत्र्याअगोदर खूप वेळा आचार्य अत्रे सातारला गेले होते. १९४२ च्या क्रांतीच्या वेळी तर त्यांनी '१९४२ सातारचे स्वातंत्र्य समर' असा उल्लेख केला. १९४२ चे सातारचे प्रतिसरकार म्हणून 'नवयुग'चा विशेषांक काढला आणि नाना पाटलांच्या कारकिर्दीवर पहिल्यांदा प्रकाश पाडला. नाना पाटलांच्या स्वातंत्र्याच्या उठावाला लोक 'पत्रीसरकार' म्हणत; पण आचार्य अत्रे यांनी 'पत्री सरकार नव्हे प्रतिसरकार' अशा घोषणा केल्या आणि लोकांनी, लोकांसाठी लोकांचे हे प्रतिसरकार आहे; ना लोकांच्या स्वातंत्र्यावर बंधन ना लोकांची लूट. अन्याय करणाऱ्या ब्रिटिश सत्ताधाऱ्यांच्या पायाला पत्री

ठोकतात, असा एक प्रवाद होता. त्या ब्रिटिश सरकारच्या अधिकाऱ्यांच्या अन्यायाविरुद्ध नाना पाटील आणि त्यांच्या बापू लाड, नागनाथ नायकवडींसारख्या साथीदारांनी सातारा परिसरात लढा उभारून जनतेचे राज्य कसे असावे, याचा आदर्श निर्माण केला. ब्रिटिश सरकारने मागच्या पानावर या पत्री सरकारच्या बंडाची चौकशी करण्यासाठी 'सी. डी. बाटलीवाला' नावाचे एक कमिशन नेमले. त्या कमिशनने 'साताराच्या स्वातंत्र्य समर' या विशेषांकाची प्रत विश्वासार्ह ठरविली आणि पुरावा म्हणून नवयुगचा हा अंक आपल्या अहवालासोबत जोडला. स्वातंत्र्यासाठी लढणाऱ्या लोकांची गुंड, पुंड आणि झुंड म्हणून गणना होत असे. त्याऐवजी ही मंडळी गुंड, पुंड आणि झुंड नसून क्रांतिदूत आहेत. नाना पाटलांना तर आचार्य अत्रे यांनी 'क्रांतिसिंह' ही पदवी बहाल केली आणि त्यांचा उल्लेख नेहमी क्रांतिसिंह म्हणूनच होत राहिला तो आजतागायत. नाना पाटलांच्या अमर कार्याची यथायोग्य दखल फक्त आचार्य अत्रे यांनी घेतली आणि साताराचे खरे स्वरूप जनतेसमोर मांडले नाहीतर 'सातारा आणि जगाचा उतारा' असा साताऱ्याचा उल्लेख होत होता. एक नवी दृष्टी, साताऱ्यासंबंधी आदराची भावना निर्माण केली. सातारा हे आपुलकीचे केंद्र म्हणून, स्वातंत्र्याची ज्योत तेवत ठेवणारे ठिकाण म्हणून मोठ्या कौतुकाने, प्रशंसेने लोक साताराकडे बघू लागले. सातारा हे महाराष्ट्रातील स्वातंत्र्याचे स्फूर्तिस्थान म्हणून गणले गेले.

साताऱ्यात १ ते ३ फेब्रुवारी १९४८ असे तीन दिवसांचे पत्रकार संमेलन भरणार होते. खास गाडी करून मुंबईचे पत्रकार साताराकडे निघाले. त्यांची मनोरंजक माहिती आचार्य अत्रे यांनी दिली आहे. गाडीत मामा वरेरकर यांना बघून ही ब्याद कशाला पत्रकार संमेलनाला आली? आता संमेलनावर कोणते तरी संकट येणार, अशी पाल आचार्य अत्रे यांच्या मनात चुकचुकली. 'अपशकुनी मामा' अशी मामा वरेरकरांची ख्याती होती. मुंबईतील डॉ. अ. ना. भालेराव यांनी सुरू केलेल्या नाट्यसंमेलनाची आठवण आचार्य अत्रे देतात. अध्यक्ष म्हणून मामा वरेरकर जाहीर झाले आणि संमेलन सुरू होण्याअगोदर मुंबईच्या गोदीत प्रचंड स्फोट झाला आणि मुंबई हादरली. त्या वेळेपासून किंवा त्याच्या अगोदरपासून 'अपशकुनी मामा' अशी मामांची गणना होऊ लागली आणि आता साताराच्या पत्रकार संमेलनात काय विघ्न येणार? साताऱ्यापुढे कोणते ताट वाढून ठेवलेले असणार याबद्दल आचार्य अत्रे यांच्या मनात विचार चालू झाले. मामा आपले खाली मान घालून बसमध्ये बसले होते. कोणाशी बोलणे नाही, चालणे नाही आणि खाली मान घातलेली केविलवाणी मूर्ती; असा सर्व मामांचा प्रकार होता. साताराला वाईमार्गे जाण्याचा पत्रकारांचा विचार होता. कारण सर्व पत्रकारांसाठी तर्कतीर्थ लक्ष्मणशास्त्री जोशी यांनी मेजवानीचा बेत केला होता. साधारण ३० जानेवारीला सायंकाळी सर्व मंडळी वाईला पोहोचली.

प्रवासाचा शीण आणि निसर्गनियमाप्रमाणे स्वच्छता करण्यासाठी पत्रकार आपापला मार्ग शोधू लागले. आचार्य अत्रेसुद्धा त्याच अवस्थेत होते. ते संडासला गेले आणि बाहेर कसलातरी गलका झाला आणि लोक सैरावैरा पळू लागले. आचार्य अत्रे आपले कार्य उरकून त्या घोळक्यात सामील झाले. तर कळले की, महात्मा गांधींचा खून झाला आहे. आचार्य अत्रे पुन्हा लक्ष्मणशास्त्री बुवांच्या घरी आले आणि त्यांना कळले की, रात्री ९ वाजता स्वत: नेहरू राष्ट्राला उद्देशून नभोवाणीवरून भाषण करणार आहेत. सर्वजण घोळक्याने रेडिओच्या पुढे कान टवकारून बसले होते. सर्व प्राण एकवटून, एकाग्र चित्ताने बातम्या ऐकण्यास सर्वांची उत्सुकता होती. बरोबर नऊ वाजता आकाशवाणीवरून नेहरूंचा आवाज आला– 'आपल्या जीवनातील प्रकाश गेला. बापूजींचा कोणीतरी माथेफिरूने - नथुराम गोडसेने खून केला आहे. स्वातंत्र्य चळवळीतील त्यांचे मोठे योगदान होते.' बापूजींबद्दल नेहरू बोलत होते. लोकांचे लक्ष आता पुढे काय, नथुराम ब्राह्मण होता. पुढचे संकट सर्वांच्या डोळ्यांसमोर तरळू लागले. कारण एकतर फाळणीमुळे बापूजी अप्रिय झाले होते. रक्ताच्या नद्या वाहत होत्या. महाराष्ट्रातील फक्त एक पत्रकार या फाळणीविरुद्ध आवाज उठवत होता– तो म्हणजे आचार्य अत्रे. फाळणीविरुद्ध दर रविवारी शिवाजी पार्कवर आचार्य अत्रे यांचे व्याख्यान, हा एक नियमच ठरून गेला होता. जवळजवळ सतत सहा महिने आचार्य अत्रे यांनी हा परिपाठ चालू ठेवला होता. पश्चिम बंगाल आणि पंजाबला साप्ताहिक नवयुगसाठी वार्ताहर पाठवून आचार्य अत्रे फर्स्ट हँड रिपोर्ट मागवत होते आणि जनतेला जागे करीत होते. सातत्याने जनजागृती, लोकशिक्षण करून भारताची फाळणी ही एक ऐतिहासिक चूक आहे, असे ओरडून सांगत होते. ह. रा. महाजनी 'लोकसत्ता', पांडोबा गाडगीळ 'लोकमान्य', प्रभाकर पाध्ये 'लोकशक्ती' ही सर्व संपादकीय मंडळी फाळणीची री - काँग्रेसची री ओढत होती. फक्त आचार्य अत्रे फाळणीविरुद्ध आवाज उठवत होते. त्यासाठी गिरगावात एका व्याख्यानात काँग्रेसवाल्यांनी त्यांच्या डोक्यात गॅसबत्ती पडेल आणि त्यांचा कपाळमोक्ष होईल, अशी योजना केली होती; पण दैव बलवत्तर म्हणून आचार्य अत्रे त्याच क्षणी मागे वळले आणि अनर्थ टळला. 'तुमचे डोके फिरले आहे काय?' असा सवाल ह. रा. महाजनी, पांडोबा गाडगीळ, प्रभाकर पाध्येंसारखी संपादक मंडळी आचार्य अत्रे यांना विचारत होती आणि भंडावून सोडत होती; त्यामुळे आचार्य अत्रे यांना नवयुग छापखाना दिसत होता. कारण सतत सहा महिने काँग्रेस, महात्मा गांधी, पंडित नेहरू यांच्याविरुद्ध आचार्य अत्रे तोफ डागत होते आणि देशाची फाळणी ही अनैसर्गिक आहे, असे ओरडत होते.

त्या दिवशी तर्कतीर्थ लक्ष्मणशास्त्री जोशी यांनी पत्रकारांना जिलबीची मेजवानी दिली. मात्र, ही बातमी लोकांना समजली असती तर पत्रकार मंडळी आणि

लक्ष्मणशास्त्री जोशी यांची काही खैर नव्हती. गांधीजींचा खून आणि पत्रकार जिलबीवर यथेच्छ ताव मारतात, हे आठवून आचार्य अत्रे मनातल्या मनात गंमत आणि आश्चर्य यांचा अनुभव घेत होते. दुसरे दिवशी सर्व पत्रकार मंडळी सातारला गेली आणि पत्रकार संमेलन रद्द झाल्याचे जाहीर करून परत फिरली. त्यानंतर मामा वरेरकर मात्र दिसले नाहीत. 'मामाचे काम झाले' अशी भावना सर्व पत्रकारांतून उठली. आचार्य अत्रे लगबगीने पुण्याला आले. त्यांना आपला नवयुगचा छापखाना दिसत होता. झपाट्याने मुंबई गाठली. बोरीबंदर स्टेशनवर गिरगावातला मित्र भेटला. त्याला नवयुग छापखान्याबद्दल विचारले. तो म्हणाला, अद्यापतरी सुखरूप आहे. कारण बाहेर जाळपोळ, खून, मारामाऱ्या, ब्राह्मणांची घरे उद्ध्वस्त केली जात होती. आचार्य अत्रे यांनी झटकन मोठ्या अक्षरांत 'महात्मा गांधी अमर रहे' असा बोर्ड छापखान्यावर लटकावला आणि निर्धास्त झाले. त्या एका बोर्डाने नवयुग छापखाना कसा वाचवला, याबद्दल आपल्या प्रज्ञा, प्रतिभेचे आणि समयसूचकतेचे आचार्य अत्रे मनातल्या मनात कौतुक करीत होते. सर्व महाराष्ट्रभर हाहाकार, जाळपोळ, लुटालूट, मारामाऱ्या – जमाव हिंसक झाला होता. सारा महाराष्ट्र पेटला होता. सगळा राग ब्राह्मणांवर काढला जात होता. राखरांगोळी हा शब्द महाराष्ट्रात सर्रास वापरला जात होता. ब्राह्मणांच्या घरांची राखरांगोळी झाली, असे सर्वत्र बोलले जात होते. काही जातीयवादी शक्तींना ब्राह्मणांच्या घरांची राखरांगोळी झालेली बघायची होती. काहींना ब्राह्मण जात नष्ट व्हावी, असे वाटत होते. ब्राह्मणांनी इतर जातींच्या लोकांची पिळवणूक केली, असा इतर जातींचा समज होता, केलाही आहे; यात काही संशय नाही; पण त्यासाठी अशा अमानुष कृत्याचा आसरा घ्यावा आणि संपूर्ण जातीवरच सूड उगवावा, ही कोणती रीत?

आता, माझ्या घरातील एक गोष्ट सांगतो. ती गोष्ट साताऱ्याशी निगडित आहे. ही गोडसे मंडळी म्हणजे माझे सासर. माझ्या पत्नीचे आजोबा, मामा आणि सख्खा चुलतभाऊ यांना जाळून मारले. साताऱ्याच्या पवई चौकातून शहरात येताना देवी चौकात डाव्या हाताला वाघाची आळी आहे. त्या आळीमध्ये गणेश गोडसे नावाचे गृहस्थ शाळा मास्तर आणि पोस्ट मास्तर अशा दोन्ही जबाबदाऱ्या पार पाडत होते. त्यांचा गोडसे वाडा खूप प्रसिद्ध होता. ते कण्हेरला शाळा मास्तर होते. त्यांना फसवून लोकांनी त्यांच्या बायका-मुलांसह कण्हेरला नेले. कण्हेरचे धरण प्रसिद्ध आहे आणि गणेशपंत गोडसे, त्यांचा मुलगा आणि त्यांचा नातू यांना गादीत गुंडाळून, रॉकेल ओतून जाळले. नंतर त्यांच्या गळ्यावर काठ्या ठेवून चाळीस लोक थयाथया नाचले.

आणि त्यांच्या बायका-मुलांना एका खोलीत कोंडून ठेवले. तीन दिवस अन्नपाण्यावाचून शिवाय शरीरशुद्धीपासून त्यांना परावृत्त केले. 'रांडानो, हागा

चुलीत, मुता चुलीत' अशा घोषणा ते देत होते. तीन दिवस तडफडणाऱ्या, दार बंद करून कोंडून ठेवलेल्या अमानुष कृत्याला राक्षसी कृत्य नाही म्हणायचे तर काय? एकंदर तीन पिढ्या– आजोबा, मुलगा आणि नातू अशा तीन पिढ्या जाळून मारल्या. याला सूडप्रवृत्ती म्हणाल नाहीतर काय? ब्राह्मणांच्या बायका आमच्या घरी भांडी घासायला आल्या पाहिजेत, तरच ब्राह्मणी वर्चस्वावर आपला सूड उगवल्याचे सार्थक होईल. स्वर्गीय सुखप्राप्ती होईल, अशा उन्मादाने ब्राह्मणेतर समाज वावरत होता. खरे तर शिवशील, शिवशील या प्रवृत्तीचा नीट शोध घेतला, वैज्ञानिक अर्थ लावला; तर शौचानंतर पाणी न वापरणे, अभक्ष्य भक्षण करणे, अपेयपान करणे, अंघोळ न करणे, कपडे न बदलणे असल्या अस्वच्छ गोष्टीत त्याचे मूळ आहे, असे मला वाटते. स्वतःच्या शरीराची दुसऱ्याला दुर्गंधी येणे यासारखे लाजिरवाणे दुसरे काही नाही; त्यामुळे ब्राह्मण जातींनी इतर जातींच्या लोकांना दूर अंतरावर ठेवले. त्यांची चूक एवढीच की, त्यांनी हे वैज्ञानिक कारण, स्वच्छतेच्या मागे आहे; ते रोगराई फैलावण्यास कारणीभूत ठरते, हे पटवून दिले नाही. त्या वेळी ब्राह्मणांना सर्रास वैज्ञानिक ज्ञान नव्हते हे त्याचे कारण असू शकेल; पण माणसांतील सैतान जागा होऊन अगदी अमानुषपणे ब्राह्मणांची हत्या करणे, हा त्यावरील उपचार नव्हता. ही सूडबुद्धी होती आणि त्याचा पुरेपूर वापर ब्राह्मणेतरांनी करून घेतला.

'श्यामची आई' या सानेगुरुजींच्या जीवनावरील सिनेमाला सुवर्णपदक मिळाले. त्या वेळी आचार्य अत्रे यांचा सातारकरांतर्फे जाहीर सत्कार झाला होता. नंतर महात्मा फुले या सुधारक संताच्या जीवनावर चित्रपट काढण्याच्या तयारीत आचार्य अत्रे होते. कोल्हापूरला बिंदू चौकात माधवराव बागल आणि वि. स. खांडेकर यांच्या हस्ते महात्मा फुले यांच्या पुतळ्याला हार घालून चित्रपटाचा मुहूर्त झाला. परत फिरताना साताऱ्यात महात्मा फुले हा एक डोंगराएवढा माणूस होता, असे विधान त्यांनी महात्मा फुले यांच्या कार्यावर भाषण करताना केल्याचे अनेक सातारकर सांगतात. दुसऱ्या वर्षी आचार्य अत्रे यांच्या 'महात्मा फुले' या चित्रपटाला रौप्यपदक मिळाले. आचार्य अत्रे कर्जाच्या डोंगराखाली दबले; पण आचार्य अत्रे खचले नाहीत. त्यातून ते उभे राहिले. यशवंतराव चव्हाण आणि कर्मवीर भाऊराव पाटील यांनी 'आचार्य अत्रे यांनी आमच्यावर खूप उपकार केले. त्यांचे हे कर्ज आम्ही फिल्मच्या पेट्या डोक्यावर घेऊन गावोगाव हा 'महात्मा फुले' सिनेमा दाखवू आणि आचार्य अत्रे यांचे कर्ज फेडून टाकू' अशी दर्पोक्ती केली; पण प्रत्यक्ष काही झाले नाही.

मग झाला संयुक्त महाराष्ट्राचा लढा. त्या काळात सातारा, महाबळेश्वर, जावळी यांच्या मतदारसंघांत भिलारे गुरुजींच्या प्रचारार्थ आचार्य अत्रे यांनी दौरा आखला होता. वाईच्या किसनवीरांवर तसेच कऱ्हाडच्या यशवंतरावांवर आचार्य

अत्रे यांनी आपल्या भाषणातून फटके मारले होते. मिरज-सांगली या मतदारसंघात दौरा करून काँग्रेसचे वस्त्रहरण केले होते. साताऱ्यात गांधी मैदान, राजवाडा मैदान आणि एस. टी. स्टँडच्या पाठीमागील मैदानात आता जिथे स्टेडियम आहे, त्या ठिकाणी आचार्य अत्रे यांची व्याख्याने होत. रयत शिक्षण संस्थेच्या आवारात तर त्यांची शैक्षणिक तसेच विनोदी व्याख्याने होत. १९५६ साली कर्मवीर भाऊराव पाटील यांच्या दु:खद निधनाच्या वेळी त्यांना श्रद्धांजली वाहायला आचार्य अत्रे आले होते. दोन लाख जनसमुदायापुढे त्यांनी कर्मवीरांना श्रद्धांजली वाहिली. हा ग्रामीण भागातील एक विक्रम होय. फक्त आचार्य अत्रे यांनीच सर्वांतर्फे श्रद्धांजली वाहिली. कर्मवीर भाऊराव पाटलांनी महाराष्ट्राच्या दऱ्याखोऱ्यांतून ज्ञानगंगा, शिक्षणगंगा वाहवली; हे त्यांच्या भाषणाचे सूत्र होते. त्या वेळेपासून शिक्षणाची गंगा, ज्ञानगंगा भाऊसाहेबांनी वाहवली; हा वाक्प्रयोग सर्रास वापरात येऊ लागला. ही हकिकत सिंबॉयसिसचे शां. ब. मुजुमदार यांच्या पत्नी संजीवनी मुजुमदार यांनी त्यांच्या आचार्य अत्रे स्मृती प्रतिष्ठानतर्फे पुरस्कार आणि सत्कार स्वीकारताना सांगितली आहे. यशवंतराव चव्हाणांना सातारी शिरगोळा आणि भाऊसाहेब हिरे यांना नाशिकचे नकली हिरे, अशा शेलक्या शब्दांचा आहेर दिला. 'सातारचे शिरगोळे आणि नाशिकचे नकली हिरे' हा लेख त्या वेळी खूपच गाजला. 'साताऱ्याच्या यशवंता, किती गमजा करशील रे' अशी डरकाळी क्रांतिसिंह नाना पाटलांनी फोडल्यावर महाराष्ट्राच्या लढ्यात जान आली. सज्जनगडावरील रामदासांच्या कार्याबद्दल अवमानकारक उद्‌गार काढल्याबद्दल नागपूरच्या त्रिंब्या देशमुखाची भंबेरी उडवली. त्या वेळी महाराष्ट्रात खूप संतमहात्मे होते, महाराज होते, साधू होते, संन्यासी होते; कीर्तनकार, प्रवचनकार होते; पण 'रामदासांचे आक्षेपक' या विषयावर व्याख्याने देऊन रामदास स्वामींवरील आरोपाचे खंडनमंडण केले. सारा सातारा जिल्हा आचार्य अत्रे यांनी दणाणून सोडला. संयुक्त महाराष्ट्राचे लोण शहराशहरांत आणि गावागावांत पोहोचविण्याचे महनीय कार्य आचार्य अत्रे यांनी केले. प्रतापगड मोर्चाच्या वेळी वाईतील सर्व हॉटेलांतील खाद्यपदार्थांचा फडशा उडाला, त्या वेळी आचार्य अत्रे यांनी सातारचा रस्ता धरला आणि साताऱ्यात भोजन केले. त्या वेळी त्यांच्या लक्षात आले की, काँग्रेसने दर माणसी दोन/दोन रुपये देऊन ट्रकच्या ट्रक भरून माणसे प्रतापगडला पाठविली होती. भाडोत्री फौज उभी करण्यात काँग्रेसचा हात कोणीही धरणार नाही, हे मात्र अगदी खरे!

संयुक्त महाराष्ट्राच्या लढ्यात आचार्य अत्रे यांनी सर्वांत जास्त लक्ष जर कोणत्या जिल्ह्यावर ठेवले असेल तर ते सातारा जिल्ह्यावर. कारण यशवंतराव चव्हाण कऱ्हाडमधील, किसनवीर आणि तर्कतीर्थ वाईचे. फलटणच्या मनमोहन

राजवाड्यात यशवंतराव चव्हाण, मालोजीराजे नाईक निंबाळकर, गणपतराव तपासे यांनी नेहरू महाराष्ट्रापेक्षा मोठे आहेत; पंडित जवाहरलाल नेहरू आणि संयुक्त महाराष्ट्र यांतून निवड करायची झाल्यास डोळे झाकून जवाहरलाल यांच्या बाजूला उभा ठाकीन, अशी घोषणा केली. त्याबरोबर आचार्य अत्रे यांनी हा सूर्याजी पिसाळ आहे. फलटणचे तीन हरामखोर म्हणून यशवंतराव, मालोजीराजे आणि गणपतराव अशी संभावना केली.

आचार्य अत्रे यांची वाङ्मयीन व्याख्याने न्यू इंग्लिश स्कूल सातारा तसेच पाठक हॉल, शाहू कला मंदिर येथे होत. राजकीय व्याख्याने मात्र राजवाडा, गांधी मैदान, एस. टी. स्टॅन्ड या ठिकाणी होत.

काकासाहेब गाडगीळ हे साताऱ्च्या साहित्य संमेलनाचे अध्यक्ष झाले. त्यांची मुलाखत प्रसिद्ध झाली. ते म्हणाले, आचार्य अत्रे माझ्याकडे आले आणि म्हणाले, 'काका तुम्ही चांगले भाषण करता, चांगले लिहाल; तेव्हा तुम्ही नवयुगसाठी लिहीत जा. त्यावर मी 'डिकसळच्या धुळीत' हा लेख लिहिला आणि त्या लेखाने महाराष्ट्रात लेखक म्हणून प्रसिद्धी मिळाली. त्यानंतर काय वर्णावा सोहळा आता? अथ विमान मार्गेन, आजीचे घर उन्हात यांसारखे उत्तम लघुनिबंध लिहिले आणि आज सातारा येथील अखिल भारतीय मराठी साहित्य संमेलनाचा अध्यक्ष झालो, याचे संपूर्ण श्रेय आचार्य अत्रे यांनाच जाते आणि त्यांना ते देऊन मी आज कृतज्ञ झालो.' साताऱ्च्या साहित्य संमेलनात चंद्रकांत काकोडकर आणि पु. वा. बेहरे यांनी पैंजणच्या अंकावर स्त्रीचे चित्र दाखवून तिच्या वक्षस्थळावर दूधकेंद्र म्हणून बिल्ला लावला, तसेच संभोगाच्या वेळी पुरुषाची पावले कशी असतात, याची साद्यंत चित्रमालिका सादर केली. त्यावर आचार्य अत्रे यांनी अश्लीलतेविरुद्धचा ठराव साहित्य संमेलनात आणला. पु. वा. बेहरे, चंद्रकांत काकोडकर यांनी आचार्य अत्रे यांच्याविरुद्ध अश्लीलतेविरुद्ध ठराव आणला. टीकाकार श्री. के. क्षीरसागर यांच्याअगोदर आचार्य अत्रे बोलायला उठले, त्यावर माझा भाषणाच्या यादीत क्रम तुमच्यापेक्षा अगोदरचा आहे, म्हणून क्षीरसागरांनी ऑब्जेक्शन घेतले. आचार्य अत्रे यांनी ठीक आहे म्हणून त्याला मंजुरी दिली. श्री. के. क्षींनी स्नानगृहातील स्त्रीची चित्रे रंगवणे गैर नाही; पण ती स्त्री स्नानगृहात अंघोळ करताना चोरून बघणे गैर आहे, असे सांगितले. त्याला आचार्य अत्रे यांनी म्हाताऱ्यांनी स्त्रियांच्या स्नानगृहात डोकवावेच कशाला? असा टोला मारला आणि सर्वत्र हशा पिकला. त्यानंतर श्लीलता आणि अश्लीलता या विषयावर कोणत्याही अश्लीलतेशिवाय आचार्य अत्रे यांनी तास-सव्वा तास अतिशय उत्तम व्याख्यान दिले – आणि संमेलन जिंकले.

श्लीलता आणि अश्लीलतेचा वाद इतका विकोपाला गेला की, हा वाद कोर्टात गेला. न्यायमूर्ती कोतवाल यांच्यापुढे खटला दाखल झाला. पैंजण, मेनका,

चंद्रकांत काकोडकर यांच्या वतीने ॲड. एम. आर. परांजपे होते. आचार्य अत्रे, ना. सी. फडके यांच्या साक्षी झाल्यानंतर हा खटला सुप्रीम कोर्टापर्यंत गेला आणि त्याचा निकाल लागला. अशा रीतीने साताऱ्याच्या साहित्य संमेलनातील वादावर सुप्रीम कोर्टापर्यंत वाद झाला. हे मात्र मराठी साहित्यात एकमेव आणि अद्वितीय होय. आपापल्या भूमिकेसाठी रसिक साहित्यिक कोणत्या थराला जातील, हे सांगणे नकोच. वरील वाद हे त्याचे ज्वलंत उदाहरण आहे.

आचार्य अत्रे यांचा मित्रपरिवार– विमामहर्षी अण्णासाहेब चिरमुले, रा. ना. गोडबोले, पु. पां. गोखले, भाऊसाहेब सोमण, भागवत वकील, बापूसाहेब आपटे. जाता जाता माझी एक खासगी आठवण सांगतो. बापूसाहेब आपटे यांनी माझ्या पत्नीच्या नावाचा अर्थ तिच्या लहानपणी समजावून सांगितला तो असा– तिचे नाव 'हेमलता'. तुला माहीत आहे काय तुझ्या नावाचा अर्थ? तेव्हा त्या चिमुरडीने नाही सांगितल्यावर बापूसाहेब म्हणाले, ''हेम म्हणजे सोने आणि लता म्हणजे वेल'' 'सोन्याची वेल' हा अर्थ बापूसाहेबांनी समजावून सांगितला. न्यू इंग्लिश स्कूल, सातारा येथील शिक्षकांशीदेखील आचार्य अत्रे यांचा संबंध होता. कारण मूलत: आचार्य अत्रे उत्तम शिक्षक होते. क्रांतिसिंह नाना पाटलांच्या भाषणातील विनोद, गमतीदार प्रसंग आणि गमतीदार वाक्ये यांचा आचार्य अत्रे नेहमी कौतुकाने उल्लेख करीत आणि त्याच्या गोष्टी सांगत. म्हणूनच क्रांतिसिंह नाना पाटलांच्या षष्ट्यब्दी महोत्सवात वरळीपासून ६१ बैलगाड्यांतून नाना पाटलांची मिरवणूक काढली आणि शिवाजी पार्कवर त्यांचा जंगी जाहीर सत्कार केला. माहुलीच्या घाटाचा उल्लेख आचार्य अत्रे यांनी केला. रघुनाथराव पेशव्यांना देहान्त प्रायश्चित्त देण्याच्या रामशास्त्री प्रभुणे यांच्या 'मराठी बाणा' वृत्तीचे उदाहरण ते सतत देत. काय रामशास्त्री, तुम्ही पेशव्यांना देहान्त प्रायश्चित्त देणार, त्यावर रामशास्त्री ताडकन म्हणाले, होय मी न्यायकठोर आहे. पेशव्यांनाही देहान्त प्रायश्चित्ताची शिक्षा देणार. मराठीपण आणि मराठी बाणा यासंबंधी आचार्य अत्रे यांना खूप आदर होता. मराठी संस्कृती, मराठी माती, मराठी माणूस, मराठी भाषेसाठी त्यांनी रक्त ओकले. रामशास्त्री प्रभुणे-साताराचे प्रतापसिंह भोसले ही उदाहरणे ते सातत्याने देत असत.

माहुलीचे गोविंदस्वामी आफळे राष्ट्रीय कीर्तनकार यांना संयुक्त महाराष्ट्रवादी बनविण्यात आचार्य अत्रे यांचा मोठा हात होता. सांगा कुणाची मुंबापुरी, प्रश्न आसुरी कोण विचारी, या विरोधकांच्या प्रश्नाला उत्तर देत आफळ्यांनी आख्यानासाठी जमलेल्या लोकांना मुंबईची पूर्वपीठिका समजावून सांगितली आणि सुरेश भट या गुजराथी विद्यार्थ्यावर गोळीबार झाला. त्याची कवटी उडाली. त्यावरदेखील आफळे यांनी 'उडाली कवटी गेली गगनात' म्हणून कविता केली. या दोन्ही कविता नवयुगमध्ये प्रसिद्ध झाल्या आहेत. अशी ही साताऱ्याची तऱ्हा. अशा साताऱ्याच्या

तऱ्हा आचार्य अत्रे यांच्या पोतडीत खूप खूप होत्या. एकाच ठिकाणी बसून चित्रे रंगविणारे खूप लेखक आहेत; पण त्यांचे लिखाण कचऱ्याच्या टोपलीत गेले. आचार्य अत्रे यांचे लिखाण सतत स्फूर्ती देत राहील आणि मराठी साहित्यात अनेक लेखकांच्या संदर्भात दाखले दिले जातील, ते आचार्य अत्रे यांचेच!

साताऱ्याच्या नाना तऱ्हा आणि साताऱ्याचा उतारा यासंबंधीच्या उताऱ्याने आचार्य अत्रे यांनी कथन केल्या आहेत. धन्य ते आचार्य अत्रे आणि धन्य तो सातारा आणि अजिंक्यतारा! 'साताऱ्याच्या नाना तऱ्हा' आचार्य अत्रे अगदी रंगवून रंगवून सांगत असत.

वाईला दक्षिणेकडील काशी म्हणतात. पूर्वी वायदेश म्हणून वाईची ख्याती होती. वाई म्हटले की, तेथील प्राज्ञ पाठशाळा लोकांच्या लक्षात येते – लक्ष्मणशास्त्री जोशी यांचे गुरू केवलानंद सरस्वती यांनी सुरू केलेली. त्या ठिकाणी अनेक विद्वान शिकून मोठे झाले, तसेच क्रांतिकारकदेखील प्राज्ञ पाठशाळेचा आश्रय घेत होते. शिवराम राजगुरू हे त्यांपैकी एक होत. २३ मार्च १९२३ रोजी जे तीन देशभक्त फाशी गेले भगतसिंग, सुखदेव, राजगुरू– त्यांपैकी एक. वाईचा गणपती 'ढोल्या गणपती' म्हणून प्रसिद्ध. कृष्णेचा घाटदेखील रमणीय आहे. नाना फडणविसांची मेणवली जवळच आहे. महाबळेश्वर, पाचगणीला जाताना लागणारा पसरणीचा घाट वाईजवळूनच सुरू होतो. अफझलखानाची छावणी वाईलाच पडली होती. पसरणीचा घाट अतिशय सुंदर, वळणावळणांचा आणि निसर्गरम्य आहे. शाहीर साबळे हे पसरणीचेच. तसेच महाराष्ट्रातील प्रसिद्ध बांधकामतज्ज्ञ बी. जे. शिर्के पसरणीचेच. शिवाय वाईचे द्रविड हायस्कूल खूप प्रसिद्ध होते. त्यातील एक शिक्षक जी. एम. जोशी यांचे स्पेसिमन पेपर्स इन ॲल्जिब्रा आणि स्पेसिमन पेपर्स इन जॉमेट्री खूप गाजले. मी त्यांना मोदी गणपतीमागील वाड्यात राहत असताना भेटलो होतो. कारण ते पेपर सोडविणे म्हणजे एस.एस.सी.ला हमखास यश!

अशा या शहराबद्दल आचार्य अत्रे यांना माहिती नसेल तरच नवल म्हणायचे. १९५२ सालच्या दिल्ली येथील साहित्य संमेलनात तर्कतीर्थ लक्ष्मणशास्त्री जोशी आपल्या गुरूसह आले होते, अशी माहिती आचार्य अत्रे देतात. तर्कतीर्थ तर दिल्लीच्या साहित्य संमेलनाचे

वाई - दक्षिण काशी!

अध्यक्षच होते, तसेच सोमनाथाचा जीर्णोद्धार लक्ष्मणशास्त्री जोशी यांच्या पौरोहित्याखाली आणि पहिले राष्ट्रपती राजेंद्रप्रसाद यांच्या हस्ते झाला होता; त्यामुळे लक्ष्मणशास्त्री जोशी यांचा सरकार-दरबारी दबदबा निर्माण झाला होता. त्याचेच फळ म्हणजे दिल्लीच्या साहित्य संमेलनाचे अध्यक्षस्थान. त्याच वर्षी आणि त्याच वेळेला आचार्य अत्रे यांच्या 'श्यामची आई' या चित्रपटाला सुवर्णपदक मिळाले.

आचार्य अत्रे महाबळेश्वर, पाचगणीला जात असताना वाईला उतरत; कारण त्यांचे खूप मित्र वाईत होते. द्रविड हायस्कूलचे शिक्षक त्यांचा खूप आदर करीत. कारण आचार्य अत्रे बी.टी. आणि टी.डी.त फर्स्ट क्लास फर्स्ट आले होते. लंडनहून शिक्षणशास्त्रातील अत्युच्च पदवी प्राप्त झालेला प्रसिद्ध शिक्षणतज्ज्ञ आणि साहित्यिक म्हणून आचार्य अत्रे यांचा प्रचंड गवगवा होता. वाई गाव आचार्य अत्रे यांना फार आवडत असे.

ते नेहमी वाईची गोष्ट सांगत. घोडके नावाचा विद्यार्थी वाईच्या घाटावर कृष्णा नदीत पोहत होता आणि नदीच्या पुलाच्या कठड्यावर बसत होता. त्याचे शिक्षक स्नान करून आपले धोतर कृष्णेच्या पाण्यात एका दगडावर आपटून धुवत होते. इतक्यात पाण्याचा लोंढा आला आणि मास्तरांचा पाय घसरला आणि मास्तर कृष्णेच्या प्रवाहात गटांगळ्या खाऊ लागले. पुलावर असलेल्या घोडके याने हे पाहिले. कसे झाले, तरी ते आपले मास्तर, त्यांना वाचवलेच पाहिजे म्हणून घोडकेने पुलावरून कृष्णेत उडी घेतली आणि मास्तरांच्या शेंडीला धरून बाहेर काढले. मास्तर घाबरलेले, नाका-तोंडात पाणी गेलेले, थरथर कापत होते. त्यांना मृत्यू समोर दिसत होता. त्यांची घाबरगुंडी उडाली होती. अशा स्थितीत मास्तर घोडकेला म्हणाले, "बा घोडके, मी तुझ्यावर प्रसन्न आहे. तुला काय मागायचे ते माग, असा मी तुला वर देतो.''

घोडकेच्या जागी दुसरा मुलगा असता तर गणित आणि इंग्रजीत मला पास करा, असा वर मागितला असता. कारण विद्यार्थ्यांचे गणित आणि इंग्रजी हे दोन विषय कच्चे असत; पण घोडके म्हणाला, ''मास्तर, माझ्यावर दया करा. फक्त मी तुम्हाला पुरातून वाचवले, हे शाळेत सांगू नका. कारण शाळेची सुट्टी बुडवली म्हणून मुले मला मारतील.'' ही गोष्ट आचार्य अत्रे नेहमी वारंवार सांगत आणि हशा पिकवीत असत.

१९५३ साली सानेगुरुजींनी एका रात्री नाशिकच्या तुरुंगातील कैद्यांना आपल्या आईच्या आठवणी सांगितल्या होत्या. त्यावर आधारित 'श्यामची आई' हा मातृप्रेमाचा महन्मंगल संदेश देणारा सिनेमा काढला आणि त्याला पहिले राष्ट्रपतीपदक मिळाले. त्यापुढील वर्षासाठी महाराष्ट्रातील कर्तृत्वाने डोंगराएवढा पुरुष असलेल्या महात्मा फुले यांच्या जीवनावर काढलेल्या 'महात्मा फुले' या चित्रपटाला दुसऱ्या वर्षीचे

रौप्यपदक मिळाले. त्या महात्मा फुलेंच्यावर सामग्री जमा करण्यासाठी आचार्य अत्रे वाईला आले. कारण तर्कतीर्थ लक्ष्मणशास्त्री जोशी हे महात्मा फुले यांच्या वाङ्मयाचे आणि कर्तबगारीचे चाहते होते. ते साधारण १९५२ साल होते. महाराष्ट्रातील तीन प्रमुख विद्वान महात्मा फुले यांचे चाहते होते. एक तरवडीचे मुकुंदराव पाटील. ते तरवडीला दैनिक चालवीत. दुसरे गं. बा. सरदार, यांनी संशोधन करून 'ज्योति निबंध' लिहिला होता आणि तिसरे लक्ष्मणशास्त्री जोशी. या तिघांच्या सामग्रीची जमवाजमव करून, अनेक कागदपत्रे अभ्यासून साधारण दोन गाड्या कागदपत्रांची तपासणी करून आचार्य अत्रे यांनी 'महात्मा फुले' चित्रपट तयार केला.

संयुक्त महाराष्ट्राच्या काळात लक्ष्मणशास्त्री यांनी विरोधी भूमिका घेतली आणि महाद्वैभाषिकाला पाठिंबा दिला. त्याबरोबर 'तर्कतीर्थ लक्ष्मणशास्त्री जोशी हे तर्कतीर्थ नसून नर्कतीर्थ आहेत,' असा अग्रलेख लिहून या प्रकांडपंडिताची छीऽथू केली. याअगोदर गांधींचा खून झाला, त्याच दिवशी आचार्य अत्रे आणि इतर साहित्यिकांनी लक्ष्मणशास्त्रींच्या घरी जिलबीचे भोजन केले होते. ती सर्व पत्रकार मंडळी १ फेब्रुवारी ४८ रोजी सातारला पत्रकार संमेलनाला जात होती. लक्ष्मणशास्त्री मानवेंद्र रॉयवादी असल्याने त्यांचे यशवंतराव चव्हाणांशी सख्य होते. म्हणून आचार्य अत्रे 'प्रति शिवाजीचे प्रति गागाभट्ट' अशी लक्ष्मणशास्त्री जोशींची संभावना करीत असत. यशवंतराव चव्हाणांचे उजवे हात किसनवीर हे आचार्य अत्रे यांचे गिऱ्हाईक होते. ते वाईचे रहिवासी होते. यशवंतरावांनी आपल्या सर्व कारवाया या किसनवीरांच्या हस्ते पार पाडून सातार्‍यात किसनवीरांची दहशत निर्माण केली होती. आबासाहेब वीर म्हणून त्यांचा उल्लेख होत होता. असे आबासाहेब आणि यशवंतराव, आणि लक्ष्मणशास्त्री हे पाणिनी सूत्राप्रमाणे, 'श्वानम्, युवानम्, मघ्वानम्' अशी त्यांची बोळवण होत होती. यातील युवानम् - यशवंतराव, श्वानम् - किसनवीर आणि मघ्वानम् - तर्कतीर्थ लक्ष्मणशास्त्री जोशी.

नंतर या लक्ष्मणशास्त्री जोशींनी महाराष्ट्र सांस्कृतिक मंडळाचे अध्यक्षस्थान भूषविले. वाई येथे विश्वकोशाचे कार्यालय आहे. तसेच त्याच्याच मार्फत 'विश्वकोशा'ची निर्मिती केली. त्या विश्वकोशातील दि. के. बेडेकर यांना लक्ष्मणशास्त्रींनी कसे डावलले आणि त्यांच्या पुरोगामी दृष्टिकोनाचे ते बळी ठरले, अशी खंत तीन-चार अग्रलेख लिहून आचार्य अत्रे यांनी व्यक्त केली. लक्ष्मणशास्त्री जोशींच्या कृष्णकारस्थानाच्या आणि प्रा. दि. के. बेडेकर (सुधीर बेडेकर, मागोवा ग्रुप यांचे तीर्थरूप) यांच्या व्यासंगाच्या अनेक कथा-दाखले देऊन लक्ष्मणशास्त्री आपल्या पक्षाचा उपयोग ज्ञानाला डावलून करतात, असा आरोप आचार्य अत्रे यांनी केला.

संयुक्त महाराष्ट्र आंदोलनातील 'देदीप्यमान पर्व' म्हणजे प्रतापगड मोर्चा. यशवंतरावांनी गेलेली पत मिळविण्यासाठी आणि सूर्याजी पिसाळ म्हणून होणारा

उल्लेख टाळण्यासाठी प्रतापगडावर शिवाजीचा पुतळा बसविण्याचे आणि त्याचे अनावरण पंडित नेहरूंच्या हस्ते करण्याचे ठरविले. अगोदर 'शिवाजी राष्ट्रपुरुष नाही, तो दगलबाज होता' अशी काँग्रेस पक्षाची भूमिका होती. नंतर मात्र पुतना मावशीच्या प्रेमाचा पुळका काँग्रेसला आला आणि प्रतापगडावर शिवाजी महाराजांचा पुतळा बसविण्याचा घाट घातला गेला. मग काय सरकारी खर्च, यंत्रणा, दमनयंत्रणा, सत्ता, संपत्ती यांचा व्यय. शिवाजी महाराजांबद्दल ते साहसी होते, दगलबाज होते. त्यांनी विश्वासघाताने अफझलखानाला मारले. गांधी तर 'शिवाजी हा वाट चुकलेला देशभक्त आहे' असे म्हणत. अशा काँग्रेसच्या पुढाऱ्याच्या हातून छत्रपती शिवाजी महाराज यांच्या पुतळ्याचे अनावरण व्हावे, हे महाराष्ट्राला मंजूर नव्हते. शिवाय तेरा भाषिक राज्ये निर्माण करून महाराष्ट्राला जाणूनबुजून महाद्वैभाषिकाच्या नरकात ढकलले होते. त्या वेळी महाराष्ट्राच्या अडीच कोटी जनतेच्या हाताला वाघनखे फुटून महाद्वैभाषिकाचा कोथळा प्रतापगडावर पडेल, अशी वीरगर्जना आचार्य अत्रे यांनी केली. त्यावर प्रतापगडावर नेहरूंचा खून होणार, दुसरा नथुराम अवतरणार अशा आवया उठवायला काँग्रेस आणि यशवंतरावांचे बगलबच्चे किसनवीर विष्णु-बाळा या गँगने सुरुवात केली. अफझलखानाशेजारी आचार्य अत्रे यांचे थडगे उभारू, अशी डरकाळी आत्ताचे समाजभूषण बाबूराव जेधे यांनी फोडली. 'कोणाची माय व्यालीय, माझे थडगे खोदायला? महाराष्ट्र त्याची तिरडी बांधील.' असे आचार्य अत्रे यांनी जाहीर केले.

वातावरण तापत चालले. नोव्हेंबर १९५७ च्या थंडीत वाईत पसरणी घाटात मोर्चाच्या छावण्या पडल्या. लाखोंच्या संख्येने मोर्चेकरी आले होते. आचार्य अत्रे आपल्या मोटारीतून आदल्या रात्री आले. त्याअगोदर समितीही भटा-बामणांची बटीक आहे, असा अपप्रचार काँग्रेसने केला. आचार्य अत्रे, एस. एम., ना. ग. गोरे, कॉ. डांगे ही सर्व मंडळी ब्राह्मण आहेत. त्यांना पेशवाई आणायचीय, नेहरूंचा खून करायचाय. त्यांना जेवणावळी व ब्राह्मणशाही आणायचीय, अशा भूमका उठवल्या. त्याला उत्तर देण्यासाठी अनावरणाच्या आदल्या रात्री पसरणीच्या घाटात आचार्य अत्रे यांनी सभा घेतली आणि 'होय, मी ब्राह्मण आहे; पण ब्राह्मण जे करीत नाहीत; अपेयपान आणि अभक्ष्य भक्षण मी केले आहे. असे केल्यास ब्राह्मण भ्रष्ट होतो. मी तर भ्रष्ट झालो आहे. जन्म कुठे घ्यावा, हे माणसाच्या हातात नाही. मी सारे आयुष्य ब्राह्मणविरोधी म्हणून घालवले आहे, तरी मी ब्राह्मण कसा? मी दलितांचा, बहुजनांचा कैवारी आहे. तरी ब्राह्मण म्हणून माझी बदनामी होत असेल, तर काय म्हणावे? मी महात्मा जोतिबा फुल्यांवर सिनेमा काढला. मी डॉ. बाबासाहेब आंबेडकरांचा खरा अनुयायी आहे. आंबेडकर हे ब्रह्मर्षी आहेत. त्यांची महती मी जाणतो. तरी मी ब्राह्मण कसा? जन्म घेणे कोणाच्या हातात नसते. सर्व समान

आहेत. तेरा भाषिक राज्ये करून, सत्याचा अपलाप करून तुम्ही जर संयुक्त महाराष्ट्राला विरोध करीत असाल तर होय, मी ब्राह्मण आहे. शिवाजी महाराज हे आमचे गोत्र आहे, हे मी मागेच सांगितले आहे. शिवाजी महाराज हे महाराष्ट्रापेक्षा मोठे होते, असे मी म्हणतो; तर यशवंतराव म्हणतात, पंडित नेहरू महाराष्ट्रापेक्षा मोठे. मग कोण सूर्याजी पिसाळ आणि ब्राह्मण, हे आपण ठरवा. आज माझ्या महाराष्ट्रातील १०५ माणसे मोरारजींच्या काँग्रेसने मारली. ज्यांच्या हाताला मराठी माणसाचे रक्त लागले आहे, त्यांच्या हाताने शिवछत्रपतींच्या पुतळ्याचे अनावरण आपण चालवून घेणार काय?' असे भाषण करून सर्व मराठी समाज हेलावून टाकला. नंतर गावात फेरफटका मारला, तर भोजनपदार्थ संपलेले. आचार्य अत्रे आपल्या गाडीतून साताऱ्याला गेले आणि भोजन करून परत आले. येताना भाडोत्री गुंड– त्यांचे ट्रकच्या ट्रक भरून प्रतापगडावर पाठवणी चाललेली; तसेच प्रत्येकी दोन रुपये वाटून भाऊगर्दी प्रतापगडावर नेण्याची काँग्रेसची चढाओढ चालली होती. किती वारेमाप पैसा काँग्रेसने या समारंभासाठी खर्च केला होता. सत्ता, संपत्तीचे हिडीस प्रदर्शन यशवंतरावांनी केले होते, हे महाराष्ट्राला आचार्य अत्रे यांनी दाखवले होते. त्या ऐतिहासिक घटनेचे साक्षीदार आणि भागीदार वाईकर होते. वाई, पसरणीचा घाट आणि वाईचे गणपती पटांगण हा सर्व परिसर माणसांनी गच्च भरून गेला होता. राहुट्या आणि पेटलेल्या शेकोट्यांमुळे वाईला पुन्हा एकदा रणांगणाचे स्वरूप आले होते. स्वरूप कसले, वाई हे संयुक्त महाराष्ट्राचे त्या वेळी रणांगणच होते. आचार्य अत्रे, एस. एम. जोशी आणि कॉ. डांगे यांनी जमावाला मार्गदर्शन केले. सबंध पसरणीचा घाट निदर्शकांनी भरलेला होता. सकाळी दहा वाजता नेहरू येणार होते; पण सकाळपासूनच नेहरू आले, नेहरू आले अशा अफवा पसरत होत्या. शेवटी दहा वाजून वीस मिनिटांनी नेहरू बंद गाडीतून आले. त्यांनी मान खाली घातली होती. ज्या महाराष्ट्राने त्यांचे जल्लोषात स्वागत करण्यात हयात घालवली, त्या महाराष्ट्रात असे पोलीस बंदोबस्तात आणि जनतेच्या काळ्या झेंड्यांच्या निदर्शनात मानहानी पत्करून जावे लागले, याचे शल्य नेहरूंना होते म्हणून नेहरूंनी मान खाली घातली होती. बंद मोटारीतून पंडित नेहरू आणि उघड्या जीपमधून आचार्य अत्रे असे दृश्य बघायला मिळाले. एखाद्या पराभूत योद्ध्याप्रमाणे बंद मोटारीतील नेहरूंची अवस्था, तर विजयी वीराप्रमाणे उघड्या जीपमधील आचार्य अत्रे प्रतापगडाची महानिदर्शने यशस्वी झाल्याची पावतीच देत होते. लाखो महाराष्ट्रप्रेमी जनता अक्षरश: रस्त्यावर आली होती. त्या वेळी आचार्य अत्रे यांनी भाषण केले. महाराष्ट्रातील जनतेच्या कोट्यवधी हाताला वाघनखे फुटतील आणि शिवाजी महाराजांनी जसा अफझलखानाचा कोथळा बाहेर काढला, तसा महाद्वैभाषिकाचा कोथळा मराठी जनता बाहेर काढील, अशी घोषणा करून निदर्शकांनी शांतता पाळावी, असे

आवाहन केले आणि आभार मानले आणि आता जशी शांतता पाळली तशाच शांततेने आपापल्या घरी जाण्यास सांगितले.

सभा, निदर्शने संपल्यानंतर आचार्य अत्रे कृष्णेच्या घाटावर आले. त्यांनी कृष्णेच्या पाण्यात स्नान केले आणि पोहले. नंतर महाद्वैभाषिकाला अर्ध्य दिले आणि लवकरच संयुक्त महाराष्ट्र व्हावा यासाठी कृष्णा नदीत 'आम्ही महाराष्ट्र मुंबईसह मिळवूच मिळवू' असा संकल्प सोडला. नंतर ढोल्या गणपतीचे दर्शन घेतले आणि मुंबईचा रस्ता धरला. कारण त्यांना प्रतापगडचा महाविराट मोर्चा यशस्वी झाला, अशी ग्वाही साऱ्या महाराष्ट्राला द्यायची होती. अशा ऐतिहासिक, पौराणिक, विद्वानांचे माहेरघर असलेल्या वाई शहराचा निरोप घेतला आणि मोठ्या दिमाखाने, विजयी वीराप्रमाणे आनंदात आचार्य अत्रे मुंबईस परतले.

तुळजापूर-पंढरपूर - महाराष्ट्राची दैवते!

आचार्य अत्रे यांच्या लिखाणाला तळपत्या तलवारीची धार आली होती, ती तेजस्वी झाली होती. तिला अंगार प्राप्त झाला होता. त्यांच्या लिखाणात जिवंतपणा आणि ज्वलंतपणा होता. त्यांच्या लिखाणाला अनुभवाची जोड होती. अनुभवातूनच त्यांच्या लिखाणाचा महासागर निर्माण झाला. आपल्या ज्वलंत, जहाल लिखाणाचे अनुकरण होऊ नये म्हणून ते म्हणत, 'हे आचार्य अत्रे यांचे लिखाण आहे, ते माझेच राहू द्या. त्याचे अनुकरण करू नका. तुम्ही जर अनुकरण केलेत, तर तुम्हीच नाहीसे व्हाल कारण माझ्यामधील प्रतिकारशक्ती ही खूप दिवसांचे टक्केटोणपे खाऊन आली आहे. कारण परिस्थिती माणसाला शिकवत असते. त्यातून तो शहाणा बनत असतो. त्यातूनच नवे मार्ग, नव्या कल्पना सुचतात. मी पन्नास वाद लढलो; त्यामुळे माझे मन खंबीर झाले. हां! पन्नास कुस्त्या जिंकल्यावर एखादी कुस्ती हरणारच. एखादी कुस्ती हरल्यावर तो पहिलवानच नाही, असे म्हणता येणार नाही. त्याची ताकद कमी होत नाही. एखादी कुस्ती जिंकणाऱ्या पहिलवानाची वाहवा होते; पण ती फार काळ टिकत नाही किंवा पहिलवान म्हणून त्याची प्रसिद्धीदेखील होत नाही. सातत्याने कुस्त्या जिंकाव्या लागतात.' तरीही काही नवोदित, आचार्य अत्रे यांचे अनुकरण करीत; त्यावर मला तुळजाभवानीचा आशीर्वाद असल्याचे अत्रे सांगत. 'एकदा तुळजाभवानी माझ्या स्वप्नात आली होती आणि तिने मला आशीर्वाद दिला होता आणि हा आशीर्वाद तुझ्यापुरताच मर्यादित आहे. त्याचे अनुकरण करणाऱ्यांना प्रोत्साहन देऊ नकोस,' अशी आज्ञा केल्याचे आचार्य

अत्रे सांगत असत.

म्हणून ते एकदा तुळजापूरला गेले होते. महाराष्ट्रातील साडेतीन शक्तीपीठांपैकी एक. शिवाजी महाराजांना भवानी मातेने तलवार भेट दिली आणि आपल्या कार्याला देवाचा आशीर्वाद आहे, असे संकेत दिले. शिवाय महाराष्ट्राचे दैवत तुळजाभवानी हिचे दर्शन कोणाला प्रिय नाही. संयुक्त महाराष्ट्राच्या धामधुमीत एकटा माणूस लढत असताना त्याला येणाऱ्या धमक्या, होणारे वार, धमक्यांचे फोन या वेळी मदतीला कोणी नसते. सगळे आनंदाच्या घडीचे सोबती असतात. ते फक्त टाळ्या पिटतात आणि हशा खिदळतात. आपले परिणाम ज्याचे त्यालाच भोगावे लागतात. 'वन हॅज टू बेअर वन्स क्रुस' या न्यायाने ज्याचे त्याने सोसावे आणि झक मारत बसावे, अशी जगाची वृत्ती असते. आचार्य अत्रे यांची सोसण्याची वृत्ती नव्हती; त्यांची वृत्ती संघर्षाची होती, प्रतिकाराची होती. वाद-विवाद-संवादाची होती.

या सर्व पार्श्वभूमीवर मनाला आधार हवा असतो. नामस्मरण आणि आशीर्वाद यांसाठी ध्यास घ्यावा लागतो. म्हणून आचार्य अत्रे तुळजापूरला गेले. त्यांनी तुळजाभवानीचे दर्शन घेतले आणि त्या ठिकाणच्या मंदिर व्यवस्थापकांनी त्यांचा सत्कार केला आणि त्यांना तलवार भेट दिली. कारण त्या वेळी साऱ्या महाराष्ट्राचे सामुदायिक मत आचार्य अत्रे यांच्या मुखातून बाहेर पडत होते. कारण संयुक्त महाराष्ट्राची प्रेरणा आणि उद्दिष्ट सर्वांच्या अस्मितेचा प्रश्न होता, स्वाभिमानाचा प्रश्न होता. मराठीपण, मराठी बाणा जपण्याचा प्रश्न होता. त्या वेळी प्राण पणाला लावून लढणे हाच एकमेव मार्ग शिल्लक होता. अहिंसात्मक मार्गाचा अवलंब करताना, सौजन्य सांभाळून सत्य घटना आणि दुष्टांचा संहार करताना लिखाणातील उग्रता आणि आक्रमकता क्षम्य असते. आलेल्या संकटांचा मुकाबला न करणे, झालेल्या अन्यायाचा प्रतिकार न करणे, नुसते हातावर हात ठेवून स्वस्थ बसणे आणि बघ्याची भूमिका घेणे हे काही शहाणपणाचे लक्षण नसून शरण आल्याचे लक्षण होय. दाती तृण धरण्यापेक्षा मरण पत्करायला हवे, अशा वृत्तीतून आक्रमकता आणि उग्रता येते आणि ती क्षम्य आहे. अन्यायाचा प्रतिकार करा, सत्याचा स्वीकार करा, सत्य हुडकून काढा, सत्य उजेडात आणा आणि ते जगाला सांगून त्याच्यात जागृती, बदल, परिवर्तन करा; अशीच आपल्या मराठी बाण्याची रीत आहे. त्याला अनुसरून आचार्य अत्रे वागले, जगले, वाढले. तेव्हा नवोदित तरुणांना ते नेहमी सांगत, 'माझे अनुकरण करून स्वत:चे वैर साधू नका. समाजाच्या वैऱ्याला धारेवर धरा. आपल्या शत्रूचा नि:पात करण्यासाठी आपल्या लेखणीचा वापर करू नका.' आचार्य अत्रे यांनी समाजासाठी आपली लेखणी वापरली. लोककल्याण डोळ्यांसमोर ठेवून ते जगले. आचार्य अत्रे अनेक वेळा पंढरपूरला गेले. विठ्ठल-रुक्मिणीचा एकत्र गजर चालणाऱ्या या महाराष्ट्रात रुक्मिणीची मूर्ती विठ्ठलाशेजारी का नाही, या त्यांना

पडलेल्या प्रश्नाची सोडवणूक करण्यासाठी त्यांनी विनोबांच्या तोंडून पुराणकथा ऐकली; पण त्यांनी आपल्या मिश्कील स्वभावानुसार रुक्मिणी मंदिर वेगळे का, याचे उत्तर शोधून काढले. ते असे, बडव्यांना स्वतंत्र दक्षिणा मिळावी म्हणून रुक्मिणीची मूर्ती विठोबापासून दूर आहे. ती एकत्र नाही. आपल्या 'ही माझी लक्ष्मी' या सिनेमांत त्यांनी बडवेगिरीवर यथेच्छ तोंडसुख घेतले आहे. त्यातील मार्मिकता, सूचकता, मर्मज्ञपणाला तोड नाही. अशा या पंढरपूर मंदिरातील विठोबाचे दर्शन दलिताला नाही; यासाठी सानेगुरुजींनी मंदिर प्रवेशासाठी आमरण उपोषण केले. 'दलितोद्धारासाठी एक पायरी विठ्ठलाची, विठ्ठलदर्शनाची' असे गुरुजी म्हणत.

त्याअगोदर आचार्य अत्रे यांनी समतानंद अनंत हरी गद्रे यांच्या साह्याने अनेक ठिकाणी 'सहभोजन' कार्यक्रम आयोजित केले होते. 'तुळशीबागेत माझ्या व्याख्यानाला दलित येणार आहेत, त्यांना प्रवेश नसेल; तर माझे व्याख्यान रद्द करा,' असे सांगणारे आचार्य अत्रे होणे हे भाग्य आहे. आपण लक्षात ठेवायला हवे. काही ब्राह्मण हे महारासारखे आणि काही महार हे ब्राह्मणासारखे आहेत, असे आचार्य अत्रे म्हणत असत. ब्राह्मणांची सोवळी-धाबळी खडकवासल्यात धुतली, तर अख्ख्या पुण्याला पटकीचा रोग होईल. स्वच्छता हा गुण सर्वांनी अंगीकारावा, अशी त्यांची अपेक्षा होती.

परमपूज्य सानेगुरुजी यांनी मंदिर प्रवेशासाठी पंढरपुरात आमरण उपोषण केले. त्यासाठी आचार्य अत्रे यांनी मंदिर प्रवेशासाठी सानेगुरुजी विशेषांक काढला. त्यात सानेगुरुजींचा संदेश आहे, तो असा - 'एखादे गंजलेले कुलूप काढण्यासाठी जसे आपण तेल घालून ते उघडतो, तसे हिंदू धर्मातील जुन्या प्रथा-परंपरा गंजल्या आहेत. त्या उघड्या करायला माझ्या हृदयातील रक्ताचे चार थेंब कामी आल्यास मी धन्य समजेन.'

त्यांचे उपोषण चालू झाले. नऊ दिवस झाले. महाराष्ट्र चिंतीत झाला. १ मे ते ९ मे आचार्य अत्रे यांनी वाट पाहिली. १० मे रोजी सानेगुरुजींचे प्राण वाचवायला आचार्य अत्रे पंढरपुरास धावले. दोघांची डोळाभेट झाली. एकमेकांनी एकमेकांचे हात हातांत घेतले. दोघांच्या डोळ्यांतून अश्रूंच्या धारा वाहू लागल्या. रात्री चंद्रभागेच्या वाळवंटात आचार्य अत्रे यांचे जोरदार भाषण झाले. जेरे, क्षीरे, डावरे या धर्माला सर्वस्व मानणाऱ्या माणसांची, रेम्याडोक्यांची त्यांनी आपल्या भाषणात रेवडी उडवली.

भाषण चालू असताना हजाराचा जथ्था विठ्ठल मंदिराच्या दिशेने धावला आणि व्यवस्थापकांनी मंदिर खुले केले आणि सानेगुरुजींचे प्राण वाचविले; पण झोपेच्या गोळ्यांचा जास्त डोस घेणाऱ्या सानेगुरुजींचे प्राण काही आचार्य अत्रे वाचवू शकले नाहीत, याची आचार्यांना खंत होती. विठ्ठल मंदिर मुक्त झाले. मंदिर प्रवेश सुरू झाले. त्याच्या दुसऱ्या दिवशी आचार्य अत्रे यांचे रास्ते वाड्याच्या समोर व्याख्यान

होते. त्या व्याख्यानाला माझ्या थोरल्या भावाबरोबर मी गेल्याचे स्मरते. अगोदर आघात आणि नंतर आनंद या व्याख्यात्याच्या दोन अवस्था अनुभवताना आचार्य अत्रे यांच्या वक्तव्याचा अभिमान वाटला. हे काहीतरी अजब रसायन असल्याचा बोध मला झाला. आणि मी आचार्य अत्रे यांच्या प्रेमात पडलो. मी त्या वेळी रास्ते वाड्याजवळच राहत होतो.

संयुक्त महाराष्ट्राच्या लढ्यात आचार्य अत्रे पंढरपुरात गेले आणि त्यांनी काँग्रेस सरकारवर तोफा डागल्या. त्यावर 'गोफण'कार बाबूराव जोशी या संपादकाने 'चंद्रभागेला पूर आला, त्या वेळी आचार्य अत्रे कोठे होते?' असा सवाल केला. चंद्रभागेच्या पुराने खूप नुकसान झाले होते; पण तो निसर्गाचा कोप होता. मानवनिर्मित कोपाच्या नुकसानाने कधीही भरून न येणारे नुकसान होत असल्याने संयुक्त महाराष्ट्राचा महापूर वाहताना हा बाब्या जोशी कोठे होता आणि आहे? याचा विचार करावा. तो संयुक्त महाराष्ट्राचा विरोधी आहे म्हणून त्यांची संभावना केली आणि बाबूराव जोशी यांनी पळ काढला. पंढरपुरात समितीच्या तिकिटावर कॉ. राऊळ नावाचे कार्यकर्ते निवडून आले; पण ते लवकरच मरण पावले. त्या वेळी पोटनिवडणुकीत 'विठ्ठल राऊळाबाहेरी पडला' अशी भावपूर्ण श्रद्धांजली वाहून समितीचा दुसरा उमेदवार निवडून आणला. आचार्य अत्रे यांच्या प्रचाराने आणि प्रसाराने समितीने आठ पोटनिवडणुका जिंकल्या, हे त्रिवार सत्य होय.

सोलापूरच्या चार हुतात्म्यांसंबंधी आचार्य अत्रे यांनी सविस्तर लिहिले आहे. 'सोलापूर समाचार'चे रंगा वैद्य यांचा आणि आचार्य अत्रे यांचा स्नेह होता. डॉ. कोटणीस सोलापूरचे असल्याने सोलापूरकरांबद्दल त्यांचा जिव्हाळा प्रसिद्ध आहे. सोलापूरच्या दौऱ्यात आचार्य अत्रे यांची पन्नास बैलगाड्यांतून मिरवणूक काढल्याचे सांगतात. सारा गाव मिरवणुकीत सामील झाला. वातावरण विजयी होते. व्यासपीठावर एका मराठी स्त्रीने झटकन आपला अंगठा कापून आचार्य अत्रे यांच्या कपाळावर रक्ताचा टिळा लावला. त्या वेळी आचार्य अत्रे यांचे अंग-अंग शहारले आणि या मराठमोळ्या बाईचे आपल्यावरील प्रेम म्हणजे स्वातंत्र्यावरील प्रेम - संयुक्त महाराष्ट्रावरील प्रेम होय. मराठी बाण्याला त्या माउलीचे हे अर्घ्य होय, या भावनेने आचार्य अत्रे कृतार्थ झाले, धन्य झाले. 'असे प्रेम मिळाल्यावर पद्मश्री, पद्मभूषण आणि ज्ञानपीठाची काय मिजास मिरवायची?' असे आचार्य अत्रे म्हणत. जनतेचे प्रेम हीच आपल्या कर्तबगारीची पावती. साहित्यातील मान आणि स्थान, जनमानसांतील अडाणी माउलीच्या रक्ताने लावलेल्या टिळ्याचे स्थान महत्त्वाचे होय. मला यापेक्षा काही अधिक मिळवायचे नाही. हे माझे सर्वस्व!

फलटणच्या मुधोजी हायस्कूलमध्ये कवी गिरीश - वसंत कानेटकरांचे तीर्थरूप– शिक्षक होते. त्यांच्या भेटीला आचार्य अत्रे जात असत. त्या ठिकाणी विद्यार्थ्यांसमोर

गोष्टी सांगत, गावात सभा घेत, भाषणे ठोकत. दत्तोपंत देशपांडे नावाचे त्यांचे एक वार्ताहर होते. त्यांचे खरे नाव दत्तोपंत नव्हते; पण वर्तमानपत्र लिखाणात काही बिलामत आली तर आपल्या संपत्तीवर टाच नको, या हेतूने त्यांना आचार्य अत्रे यांनी दत्तोपंत केले. पुढे संयुक्त महाराष्ट्राच्या लढ्यात दत्तोपंतांनी आचार्य अत्रे यांना गुप्त बातम्या पुरवून खूप मदत केली. कारण फलटणचे मालोजीराजे आणि मोरारजी देसाई यांचे सख्य होते. एका दिवाळीत भाऊबीजेला लक्ष्मीबाई निंबाळकरांनी मोरारजींना ओवाळले होते. त्यावर आचार्य अत्रे मोरारजीने भाऊबीजेला मंत्रिपदाची ओवाळणी टाकली, अशी मालोजीराजेंची खिल्ली उडवीत. ते एका पायाने अधू होते. यशवंतराव चव्हाण, भाऊसाहेब हिरे, गणपतराव तपासे, शंकरराव देव, स. का. पाटील, मामा देवगिरीकर, मोरारजी देसाई हे सात ग्रह आणि मालोजीराजे अर्धवट म्हणून ही सर्व महाराष्ट्राची साडेसाती आहे, असा पुकारा आचार्य अत्रे करीत; कारण ही सर्व मंडळी संयुक्त महाराष्ट्राच्या विरोधी होती.

फलटणच्या मनमोहन राजवाड्यात गणपतराव तपासे, मालोजीराजे निंबाळकर आणि यशवंतराव चव्हाणांनी एक कारस्थान रचले आणि संयुक्त महाराष्ट्र आणि पंतप्रधान पंडित नेहरू यांमध्ये निवड करायची झाल्यास मी डोळे झाकून नेहरूंच्या बाजूने उभा राहीन. नेहरू हे महाराष्ट्रापेक्षा मोठे आहेत, असे ठरवले. ही गुप्त बातमी दत्तोपंतांनी आचार्य अत्रे यांच्या कानांवर घातली, त्याबरोबर फलटणचे तीन हरामखोर अशी घोषणा देऊन आणि विशेषांक काढून आचार्य अत्रे यांनी यशवंतरावांचे बिंग फोडले. त्यानंतर जिथे जिथे यशवंतराव जातील, तिथे तिथे त्यांच्यावर जोडे खाण्याची वेळ येईल, असे भाकीत वर्तवले. पुण्यात शिवाजी आखाड्यात तर भीमाबाई दांगट यांनी यशवंतराव चव्हाणांच्या गळ्यात खेटरांची माळ घातली. त्यानंतर आचार्य अत्रे यांनी 'जिथे जिथे हिरे-चव्हाण, तिथे तिथे काळे निशाण' अशी म्हण प्रचारात आणली आणि काळ्या निशाणांनी यशवंतरावांचे शाही स्वागत होऊ लागले. 'जिथे-जिथे हिरे-चव्हाण, तिथे-तिथे काळे निशाण,' या घोषणा सर्वत्र दुमदुमू लागल्या, झडू लागल्या आणि यशवंतरावांना पळता भुई थोडी झाली. आचार्य अत्रे यांनी सूर्याजी पिसाळ म्हणून यशवंतरावांची गणना केली. शिवाजी महाराजांच्या काळात त्यांना विरोध करणारे जसे अस्तनीतील निखारे होते, तसे संयुक्त महाराष्ट्राच्या लढ्यातील अस्तनीतील निखारे हे सूर्याजी पिसाळ आहेत, अशी जाण आचार्य अत्रे यांनी निर्माण केली आणि सूर्याजी पिसाळ ही पदवी यशवंतरावांच्या माथी मारली.

याच फलटणमध्ये एकदा पंचवीस हजारांची सभा झाली. रात्र झालेली होती, एकदम वीज गेली की एकदम वीज घालविली? कोण जाणे! लाउडस्पीकर बंद पडले; पण विदाउट लाउडस्पीकर आचार्य अत्रे यांनी तारस्वरात, खड्या आवाजात

तीन तास भाषण केले आणि फलटणला समितीचा उमेदवार निवडून आणला.

आचार्य अत्रे यांच्या मृत्यूअगोदर ९ मे १९६९ रोजी 'भारतीय घटनेचे शिल्पकार' (या शब्दरचनेचे शिल्पकारदेखील अत्रेच!) डॉ. बाबासाहेब आंबेडकर यांच्या पुतळ्याचे अनावरण आचार्य अत्रे यांच्या शुभ हस्ते झाले. हा फार मोठा मान दलित समाजाने आणि फलटणकरांनी आचार्य अत्रे यांना दिला. देवदास जसे म्हणतो, 'अब थोडासा वक्त बचा है।', तसे आचार्य अत्रे म्हणाले, 'वक्त बहुत कम है।' त्या वेळी महाराष्ट्रातील तमाम जनता हळहळली आणि मराठी माणसांच्या हृदयात नियतीची पाल चुकचुकायला लागली. त्यानंतर प्राचार्य शिवाजीराव भोसले हा महाराष्ट्राच्या दऱ्याखोऱ्यांतून हिंडणारा प्रतिरामदास आहे, असा शिवाजीरावांचा बोलबोला झाला. समर्थांवर आक्षेप घेतल्यावर २७ मे १९८९ रोजी पुण्याच्या वसंत व्याख्यानमालेत 'समर्थ रामदासांचे आक्षेपक' या विषयावर तुफानी हल्ला करणारे त्रिंब्या देशमुख, केशवराव धोंगडे यांची रेवडी आणि घोंगडीची वाफळ उघडी केली. आचार्य अत्रे वक्ते आणि इतिहास संशोधक दत्तो वामन पोतदार अध्यक्ष. विषय आणि समर्पकता यांचा अद्‌भुत मेळ घालणारा आचार्य अत्रेंशिवाय वक्ता विराळाच. समर्थ रामदास आठवल्यावर चटकन मुखातून 'जय जय रघुवीर समर्थ' हा मंत्र बाहेर पडतो. जय 'जय जय रघुवीर समर्थ' म्हणून शेवटची आरोळी ठोकून टाळ्यांच्या गजरात आचार्य अत्रे यांनी आपले आक्षेपांना निरुत्तर करणारे भाषण संपवले. 'धन्य ते रामदास, धन्य त्यांचा दासबोध आणि धन्य त्यांचे मनाचे श्लोक!'

प्राचार्य शिवाजीरावांना आचार्य अत्रे मानत, तसे प्राचार्य शिवाजीराव आचार्य अत्रे यांचा आशीर्वाद घेण्यासाठी शिवशक्तीवर गेले होते. आचार्य अत्रे यांच्या अंगाला चंदनाचा वास येतो, या वाक्याचा परामर्श घेण्यासाठी मी शिवाजीरावांकडे गेलो असता– एका ठरावीक वेळी, ठरावीक क्षणी, ठरावीक अवस्थेत प्रत्येक माणसाच्या आयुष्यात असे चमत्कार घडतात, असे बोलून त्यांनी या विधानाचे समर्थन केले. प्राचार्य शिवाजीरावांना आचार्य अत्रे यांच्याबद्दल कमालीचा आदर होता, हे नव्याने सांगण्याची जरुरी नाही. वसंत व्याख्यानमालेत शिवाजीरावांनी अत्रे यांच्या दु:खद निधनावर दोन व्याख्याने दिली होती. ते विवेकानंद, रामकृष्ण परमहंस, सावरकर यांप्रमाणे आचार्य अत्रे यांच्यावरही व्याख्यान देत असत. एकदा तर टिळक स्मारक मंदिरात दहा रुपये तिकीट लावून त्यांनी आचार्य अत्रे यांच्यावर मनोवेधक व्याख्यान दिले होते.

पुणे शहरापासून साधारणत: तीस किलोमीटर अंतरावर 'सासवड' नावाचे, अतिशय उत्तम हवामान असणारे, शरीराला हवा मानवणारे एक सुंदर गाव आहे. तेच आचार्य अत्रे यांचे जन्मगाव. तसे आचार्य अत्रे यांचे घराणे कोडीतचे. सासवडपासून चार-पाच किलोमीटरवर कोडीत नावाचे एक खेडेगाव आहे. याच गावचे तीन आमदार झाले. पहिले आमदार आचार्य अत्रे, दुसरे ज्ञानेश्वरराव खैरे आणि तिसरे भगत नावाचे. नदीमुळे कोडीतचे दोन भाग झाले आहेत. एक कोडीत खुर्द आणि दुसरे कोडीत बुद्रुक. तिथे अत्रे घराण्याची शेती होती. मोठा वाडा होता; पण कुटुंबविस्तारामुळे आचार्य अत्रे यांचे आजोबा सासवडला चरितार्थासाठी आले आणि सासवडकर झाले. आचार्य अत्रे यांचे वडील सासवड नगरपालिकेचे सेक्रेटरी होते; त्यामुळे त्यांच्या अंगणात उंदराला पकडणारे पिंजरे, कुदळी, फावडे, घमेले पडलेले असत. खराटे आणि सफाई कामगारांचा गलका चालू असे. वडाची झाडे भरपूर होती. वडाची साठ झाडे होती; म्हणून सासवड हे नाव पडले. वडाच्या झाडांमुळे हवा अतिशय उत्तम राहते. पुण्यापासून हडपसर नंतर महंमदवाडी, दिवे घाट, दिवे गाव, जाधवरावांची गढी आणि सासवड. डाळिंब, अंजीर, सीताफळ यांचे भरपूर पीक आणि धान्यांमध्ये देशी धान्याचे पीक सासवडमध्ये घेण्यात येते.

संत ज्ञानेश्वर माउलींचे धाकटे बंधू सोपानदेवांची समाधी सासवडला असल्याने दरवर्षी पंढरपूरला जाणाऱ्या पालख्या सासवडहूनच पंढरपूरकडे जातात. पूर्वीपासून पालख्यांचा मार्ग असाच आहे. दिवे घाटातील

शक्ती आणि भक्तीचा संगम!
सासवड - जन्मभूमी!

पालख्यांची गर्दी आणि त्यांचा टाळ-मृदुंगाचा नाद यासंबंधीचे मनोहारी दृश्य दरवर्षी बघायला मिळते. टाळ-मृदुंग, हरिनामाचा आणि ज्ञानदेव-तुकारामांचा अखंड गजर यामुळे सारे गाव दुमदुमून जात असे. आचार्य अत्रे यांच्या लहानपणापासून किंवा त्यांच्या जन्माअगोदरपासून हेच वातावरण सासवडात होते. त्यांच्या लहानपणी साक्या, दिंड्या, आर्या, अभंग, ओव्या, श्लोक, लोकगीते सारखी कानांवर पडत. तसेच ही सर्व साक्या, दिंड्या, आर्या, अभंग, ओव्या, श्लोक, जानपदगीते आचार्य अत्रे यांच्या आजोबांनी आचार्य अत्रे यांच्याकडून पाठ करून घेतली होती. अत्रे सांगतात, 'मला चालायला येऊ लागल्यापासून माझे पाय सोपानकाकांच्या समाधीकडे वळत आणि बोलायला लागल्यापासून 'सोपान' हा शब्दच माझ्या तोंडून बाहेर पडे. इतका सोपानकाका शब्द माझ्या सर्वांगात भिनला होता.' सोपानकाकांच्या समाधी मंदिरातील अखंड वीणावादनाने आणि दरवर्षी टाळ-मृदुंगाच्या आवाजाने सारा परिसर दुमदुमून जात असे. महाराष्ट्रात 'ज्ञानोबा माउली, तुकाराम' हा मंत्र सातत्याने जपला जातो. तसेच साऱ्या मराठी जनतेचे कुलदैवत 'जेजुरीचा खंडोबा' याच्या 'येळकोट-येळकोट जयमल्हार' या भंडाऱ्याने सगळीकडे सोने उधळल्याचा भास होतो. पलीकडे मोरगावचा गणपती रक्षण करीत असे आणि बारामतीच्या मोरोपंत पराडकरांची रामायणे साद घालत असत. मयुरपंतांची आर्या कानांवर पडत असे. 'सुश्लोक वामनाचा, आर्या मयुरपंताची, ओवी ज्ञानेशाची, अभंगवाणी प्रसिद्ध तुकयाची' या सर्वांचा वापर सातत्याने आचार्य अत्रे यांच्या कानांवर पडे आणि पाठ होत असे.

सोपानकाकांची समाधी, संगमेश्वराचे मंदिर आणि त्याचा परिसर, कऱ्हा आणि चांभळीच्या संगमावर उभारलेले प्रचंड संगमेश्वराचे मंदिर, त्या ठिकाणचा भलामोठा नंदी, पुरंदर-नारायणगावच्या रस्त्यावर चांगावटेश्वराचे हेमाडपंथी मंदिर आणि पुढे शिवाजी महाराजांचा पुरंदरचा प्रचंड किल्ला, सह्याद्रीची प्रचंड रांग, नंतर कऱ्हेचे पठार आणि जेजुरीचा खंडोबा. त्यानिमित्ताने सारख्या यात्रा, उत्सव, उरूस आणि ग्यानबा-तुकाराम या नावाचा गजर यामुळे आचार्य अत्रे म्हणतात, 'भक्ती आणि शक्ती यांचा सुरेख संगम असलेले जन्मगाव मला अतिशय प्रिय होय.' त्यातून पहिले पेशवे बाळाजी विश्वनाथ यांची कऱ्हेच्या पात्रात समाधी आहे. सासवड काही काळ पेशव्यांची राजधानी होती. पुरंदर किल्ला तर शिवरायांची राजधानी होती. संभाजी महाराजांचा जन्म पुरंदरवर झाला. पुरंदरचा वेढा आणि दिलेरखान याचा पुरंदरचा तह आणि आग्रा भेट व सुटका यामुळे सारा परिसर शिवाजीमय आणि इतिहासाच्या पुराव्याच्या खुणा असलेला परिसर आहे. 'सोपानकाकांच्या समाधी मंदिरातील अखंड वीणावादन आणि उशाला शिवाजी महाराजांचा किल्ला माझे रक्षण करी, म्हणूनच भक्ती आणि शक्ती यांचा सुरेख संगम माझ्या जन्मगावी

होता,' असे आचार्य अत्रे म्हणत.

याच गावात आचार्य अत्रे यांच्या हुतूतू, आट्या-पाट्या, सूरपारंब्या, शिवाशिवी, पोहणे, भटकणे, खोड्या काढणे, नकला करणे, रेवडी उडवणे अशा साऱ्या बाललीला चालत. त्यांचे चौथीपर्यंतचे शिक्षण सासवडात झाले. त्या वेळी प्लेगची साथ येत असे आणि गाव बाहेर पडत असे. माळरानावर गाव वसत असे. लोक झोपड्या, पालं अशा ठिकाणी राहत असत. एकदा सासवडमध्ये उंदीर पडून गाव बाहेर पडले; पण शाळेला काही सुट्टी मिळाली नाही. मग आचार्य अत्रे यांनी एक युक्ती केली. अंगणात पडलेल्या एका पिंजऱ्यात उंदीर पकडला आणि आपला मित्र बाबू मुलाणी याच्या साहाय्याने कऱ्हा नदीत तीन-चार वेळा पिंजरा बुडविला मग गटांगळ्या खाऊन उंदीर मेला. नंतर एका वर्तमानपत्राच्या पुडक्यात उंदीर गुंडाळून शाळेच्या नकाशाच्या खोलीत एका बिळात टाकला. तीन-चार दिवस चांगलीच दुर्गंधी पसरली. त्याचा अंदाज घेऊन आचार्य अत्रे उशिराच शाळेत गेले तो काय, सर्व विद्यार्थी बाहेर जमा झालेले. शिक्षक नाकाला धोतर लावलेले. चेहऱ्यावर गंभीर भाव आणून, 'अरेरे, आपला अभ्यास बुडाला आणि परीक्षा बुडाली,' असे म्हणत आचार्य अत्रे यांनी आपला राग, चीड व्यक्त केली. आपण शिक्षणाला किती महत्त्व देतो, असे दाखवले आणि शाळेला सुट्टी मिळवली. शाळा बंद! शाळा बंद!! शाळा बंद!!! याचा आनंद खूप असतो. तो बालपणात गेल्याशिवाय समजणार नाही. खोड्या, गमती, मारामाऱ्या, चहाड्या, शिकायती यांचा सारखा भडिमार चालत असे.

आचार्य अत्रे यांना नाटके, सोंगे, नकला आणि कविता यांचा सारखा नाद होता. शेजारच्या गावात नाटकाचा प्रयोग म्हणून पात्रे रंगविण्यासाठी अत्रे आणि त्यांच्या मित्राची योजना केली जात असे. राजा हरिश्चंद्राचे नाटक. तारामतीचे काम एका पुरुषाने केले. त्याच्या मिशा पाचुंदा, पाचुंदा होत्या. त्या तशाच ठेवल्या तरी प्रेक्षकांना, श्रोत्यांना त्या मिशांचा एक केसदेखील टोचला नाही, असे अत्रे सांगतात कारण त्या स्त्रीपात्री पुरुषाचे वडील जिवंत होते. वडील जिवंत असताना मिशा काढणे अभद्रपणाचे लक्षण समजले जाई. अशा एकेक गमतीजमती करून आचार्य अत्रे आणि त्यांच्या बाल सवंगड्यांनी सासवड परिसरात धमाल उडवली; त्यामुळे खोडकर, खेळकर अत्रे आणि त्यांची सवंगडी मंडळी खूपच प्रसिद्ध झाली आणि हे सर्व अत्रेच करीत असल्याची लोकांना जाणीव झाली.

व्रात्यपणा, उनाडक्या, चेष्टा, चकाट्या, बेबंद भटकणे, निर्बंध जीवन, गप्पा, गोष्टी, चुटके, किस्से, गमतीजमती, रेंगाळणे, गमतीजमती रंगवून सांगणे, नकला करणे याला आणि असल्या बाललीलांना ऊत आला. पाठांतर भरपूर असल्याने गाणे, बजावणे, गाण्याच्या भेंड्या, पालख्यांच्या काळात ज्ञानबा-तुकारामचा, हरिनामाचा,

पुंडलिक-हरिवरदाचा सारखा जयघोष चालायचा. नाचणे, हुंदडणे, अंगविक्षेपांसह चालणे, दुसऱ्याचा अभिनय करणे, व्यंग शोधणे असल्या करामतींमुळे अत्रे आणि त्यांची दिनकर पुरंदरे, बाळासाहेब पुरंदरे हे बालचमूतील सगळे सासवड आणि सासवडच्या पंचक्रोशीत कमालीचे लोकप्रिय झाले. नाटके, एकांकिका, नकला, पात्रे रंगविणे; नाटक कंपनी आली नाही, तर आयत्या वेळी रंगमंचावर जाऊन एकांकिका, नाटकांतील प्रवेश, नकला सादर करून नाटक कंपनीची उणीव भासू न देणे आणि वेळ अतिशय उत्तमपणे निभावून नेणे आणि प्रेक्षकांकडून वाहऽऽवा मिळविणे हा या बालचमूचा हातखंडा खेळ श्रोत्यांना आनंद देऊन गेला. थोडक्यात, गावकऱ्यांना या बालचमूशिवाय आणि या बालचमूला गावकऱ्यांशिवाय चैन पडेना. शाळेला जाताना डोंबाऱ्याचे खेळ, जादूचे खेळ, कसरती, अस्वलाची फेरी, वासुदेवाचे सुरेल गाणे, नाचणे, आराद्याचा फेर धरून नाचण्याचा कार्यक्रम, पत्ते कुटणाऱ्यांची चेष्टा, दारुड्याची फजिती, पाणवठ्यावरील स्त्रियांची गाणी, लोकगीते, जानपदगीते, उखाणे, फुगड्या, नाच यांचा आचार्य अत्रे यांच्यावर विलक्षण परिणाम झाला आणि नुसता परिणामच नाही, तर त्यांनी भावी आयुष्यात त्याचा आपल्या वाङ्मयात मोठ्या चातुर्याने उपयोग करून महाराष्ट्राच्या ग्रामीण संस्कृतीला एका विवक्षित अभिरुचीत बंदिस्त केले.

शाळेत असताना मास्तरांच्या नकला, त्यांचे शिक्षणातील कसब, भाषेतील प्रावीण्य, एखाद्या शिक्षकाचे देशभक्तीतील अंतर्भाव, गायक शिक्षकाच्या लकबी, नाट्यवेड्या शिक्षकाच्या नाट्यछंदातून नवीन घेऊन त्याचा प्रयोग पाहण्याची क्षमता, राजकीय-सामाजिक घटनांचा या बालमनावर परिणाम होत होता. लोकमान्य टिळकांना सहा वर्षांची शिक्षा झाली असता गावाबाहेरील देवळात टिळकांवर आपल्या शिक्षकाने केलेले स्वातंत्र्याचे भाष्य आणि टिळकांसाठी सारा महाराष्ट्र कसा वेडा झाला होता आणि त्यांच्यासाठी कशाचाही त्याग करीत होता– कोणी चहा सोडला, कोणी चपला सोडल्या, कोणी एक वेळचे जेवण सोडले, कोणी नाटक पाहणे सोडले. मग या शिक्षकाने 'आपण टिळकांसाठी काय सोडणार?' असा प्रश्न केल्यावर सर्व विद्यार्थ्यांनी डोक्यावरील टोप्या फेकून दिल्या आणि दुसऱ्या दिवशी शाळेत हेडमास्तरांचा मार खाल्ला. त्या शिक्षकाला नोकरी गमवावी लागली; इतका त्या काळी महाराष्ट्र टिळकमय झाला होता. टिळकांचा देशप्रेमाचा आदर्श, स्वातंत्र्याची आस, रावसाहेब जोशी यांच्यापासून नाट्यवेड, झांबरे नावाच्या शिक्षकाकडून शिकवण्यातील कौशल्य, कसब, लकब आत्मसात केली. मराठीच्या एखाद्या शिक्षकापासून कविता करायला शिकले आणि आपल्या घरात स्वयंपाकाला येणाऱ्या सीताबाईवर काव्यनिर्मिती झाली. 'सीताबाई काय तव रंगवर्ण, डोळे तिरळे, बधीर तव कर्ण' अशा गमतीदार कविता लिहून लोकांची हसवणूक केली. घरातील पासोडी, पातळे (साड्या) यांचे

पडदे करून नाटकाचे प्रवेश केले. सौभद्र, स्वयंवर नाटकांतील कृष्ण-सुभद्रा, कृष्ण-रुक्मिणी प्रवेश; संशयकल्लोळ नाटकांतील रेवती – अश्विन शेठ, फाल्गुनराव – त्याची बायको यांचा प्रवेश अशा नाट्यप्रवेशांची पुरंदरच्या वाड्यात गणपती उत्सवात धमाल केली.

खेड्यात राहूनदेखील शहरांतील मुले, विद्यार्थी करणार नाहीत; अशा क्लृप्त्या, कारवाया, कौशल्य करून त्यांचे बालपण कमालीचे तजेलदार आणि सारखे काहीतरी करण्याच्या प्रयोगशीलतेने भरलेले, व्यापलेले असे. त्यांचे बालपण गावकऱ्यांना काहीतरी देऊन गेले, हे मात्र निःसंशय खरे!

म्हणूनच आचार्य अत्रे आपल्या आत्मचरित्रात 'कऱ्हेचे पाणी'मध्ये म्हणतात, 'जीवनाचे हे विलक्षण वेड माझ्यामध्ये कसे आले? लहानपणापासून निसर्गाची अन् इतिहासाची मला सोबत मिळाली. ब्रह्मदेवाच्या कमंडलूत उगम पावलेल्या कऱ्हेच्या काठी मी जन्माला आलो. तिच्या अंगाखांद्यावर खेळलो, जेजुरीच्या खंडोबाच्या भंडाऱ्यात वाढलो. मोठा झालो. उशाला शिवाजी महाराजांचा किल्ला अष्टौप्रहर पहारा करी, तर श्री सोपानदेवांची भक्तिवीणा सदैव शेजारी वाजे. शक्ती आणि भक्तीचे पावनतीर्थ - संगम असलेले माझे जन्मगाव सासवड. जे रम्य आणि दिव्य आहे, त्याचे दर्शन खेडेगावातच घडते. परमेश्वर पावलोपावली तुमच्याशी बोलत असतो. त्याची कृपा नदीच्या रूपाने तुमच्या घराजवळून वाहत असते. शिवारामधल्या शेतात डोलणाऱ्या पिकावरचा वारा परमेश्वराचा सुवासिक श्वासच प्रतिक्षणी देतो. जीवनाच्या या आनंदातूनच माझे वाङ्मयाचे वेड निर्माण झाले. मी उपदेशक नाही; उपासक आहे. सिद्ध नाही; साधक आहे.' अशा पराकोटीच्या विलक्षण अनुभवाने समृद्ध झालेले आत्मचरित्र 'कऱ्हेचे पाणी' ज्या महाभागाने लिहिले; त्याने समाजावर आजन्म उपकारच केले, असे म्हणायला नको का?

ऐतिहासिकदृष्ट्या सासवडचे महत्त्व तर काही वर्णायला नकोच, कारण सासवड आणि परिसरात छत्रपती शिवाजी महाराजांचा सारा इतिहास घडला. पेशवाईचा बराचसा भाग सासवडला झाला, कारण पहिले पेशवे बाळाजी विश्वनाथ कऱ्हेच्या पात्रातील समाधीत चिरनिद्रा घेत आहेत. इतकेच नव्हे, तर इंग्रजशाहीतील ड्यूक ऑफ विलिंग्टन सासवडबद्दल काय म्हणतो, ते पाहणे अतिशय समर्पक ठरेल.

'सासवड इज 'Saswad is the Prettiest spot in the deccan, the only place where I could find peace! Frequently hiked from Poona to beautiful temples of Saswad and its encouraging beautiful climate, during my brief campaign in the Deccan.'

महाराष्ट्रातील प्रत्येक घटनेवर, प्रत्येक पुढाऱ्यावर, प्रत्येक दैवतावर म्हणजे छत्रपती शिवाजी महाराज, लोकमान्य टिळक, गोखले, रानडे, महात्मा फुले, डॉ.

आंबेडकर तसेच महाराष्ट्रातील आधुनिक पुढारी, नेते, घटना यांच्यावर अत्रेंनी विपुल लिखाण केले. भाषेतून लेखक निर्माण होतो असे म्हणतात, त्याप्रमाणे मराठीतून आचार्य अत्रे निर्माण झाले. आचार्य अत्रे यांनी समृद्ध, संपन्न, ओघवती, पल्लेदार, प्रासादिक, सोपी, सरळ मराठी भाषा निर्माण केली नाही तर मराठी भाषेचा प्रांत निर्माण केला. आचार्य अत्रे यांच्याखेरीज जगात असे उदाहरण दाखवता येणार नाही.

शेक्सपिअरला इंग्लंडमधील 'मानबिंदू' समजतात. शेक्सपिअरने छत्तीस नाटके लिहिली; तसेच समाजातील अनेक भल्याबुऱ्या माणसांचे नमुने आपल्या नाटकांतून सादर केले. स्वभावातील सुष्टता-दुष्टता, चांगले गुण, वाईट गुण, गमतीजमती, विनोद यांनी इंग्रजी वाङ्मय संपन्न केले. आजही जगातील सर्व भाषांमध्ये शेक्सपिअरच्या कलाकृतींचे अनुवाद होतात. जगातील भाषा त्यांच्या प्रभावाने संपन्न आणि समृद्ध झाल्या आहेत.

जगातील अशी एकही मानवी कलाकृती नसेल, ज्यावर शेक्सपिअरचा प्रभाव नसेल. इंग्लंडमधील लंडन शहराजवळ स्टॅटफोर्ड हे त्याचे जन्मगाव आहे. तसेच आणि त्याच दर्जाचे महाराष्ट्रातील पुणे शहराजवळ साधारण ३० किलोमीटर अंतरावर सासवड हे आचार्य अत्रे यांचे जन्मगाव आहे. स्टॅटफोर्ड हे शेक्सपिअरचे जन्मगाव, तसे सासवड हे आचार्य अत्रे यांचे जन्मगाव!

आचार्य अत्रे यांनी भारतातील सांस्कृतिक, ऐतिहासिक, भौगोलिक घटनांबद्दल लिखाण केले; तसेच महाराष्ट्रातील सर्व ऐतिहासिक, भौगोलिक, सांस्कृतिक, आर्थिक, शैक्षणिक घटनांवर विपुल लिखाण केले. आषाढी-कार्तिकी एकादशी, शिवरात्री, नाथषष्ठी, दासनवमी, तुकाराम बीज, ज्ञानेश्वरांची संजीवन समाधी, पंढरीची वारी, नामदेव, जनाबाई यांबद्दल सविस्तर लिहिले आहे. आचार्य अत्रे यांनी पौराणिक, ऐतिहासिक संतांबद्दल जसे लिहिले; तसेच अर्वाचीन नेते, पुढारी, विभूतींबद्दलही लिहिले. जसा शेक्सपिअरवाचून इंग्लिश माणसाचा दिवस जात नसतो, तसाच मराठी माणसाचा दिवस आचार्य अत्रे यांच्यावाचून जात नाही, इतके आचार्य अत्रे महाराष्ट्राशी एकरूप झाले होते. 'दुर्लभ भारतम् जन्मम् महाराष्ट्रे तु अतिदुर्लभम्' अशी त्यांची मराठी माणसाबद्दलची महती होती. भावना होती. मराठी अभिमान, स्वाभिमान, अस्मिता, मराठीपण, मराठी बाणा, मराठी संस्कृती त्यांच्या रोमारोमांत भिनली होती. या सर्व गोष्टींचा प्रचार आणि प्रसार त्यांच्या वाङ्मयातून आपल्याला दिसतो.

आपल्याला कोणत्याही क्षेत्रात कळसावर जायचे असेल आणि मराठी माणसाची नाडी समजून घ्यायची असेल, तर त्यांनी अत्रे वाङ्मय वाचलेच पाहिजे. 'कऱ्हेचे पाणी,' 'मी कसा झालो?' 'मराठी माणसं-मराठी मनं' आणि इतर वाङ्मयीन पुस्तकेही महाराष्ट्राच्या ऐतिहासिक, भौगोलिक, शैक्षणिक, साहित्यिक, सांस्कृतिक,

आर्थिक इतिहासाची साक्ष आहेत. हा पुराव्यांचा दस्तऐवज आहे. ज्याला मराठीपण समजून-उमजून घ्यायचे असेल, तर त्याला अत्रे वाङ्मय वाचावेच लागेल. शेक्सपिअरबरोबर इंग्रजी माणूस जसा इंग्लंडचा एक तुकडा घेऊन जातो असे म्हणतात, तसाच आचार्य अत्रेंबरोबर महाराष्ट्राचा एक घवघवीत तुकडा मराठी वाचक घेऊनच जातो; त्यामुळे शेक्सपिअरच्या स्टॅटफोर्डला इंग्लंडमध्ये जितके महत्त्व आहे, त्यापेक्षा जास्त महत्त्व महाराष्ट्रात सासवडला आहे.

शिवाय आचार्य अत्रेंसारखा विनोदपंडित सासवडमध्ये जन्माला आला. विनोदाचे शास्त्र, विनोदाची मीमांसा, विनोदाचे तत्त्वज्ञान, विनोदाचे व्याकरण हे आचार्य अत्रे यांच्याशिवाय कोणाही विनोदी लेखकाने, पु. ल. देशपांडे यांनीसुद्धा लिहिले नाही - सांगितलेही - शिकविलेही नाही. एवढा मोठा विनोदी पंडित ज्या सासवडमध्ये जन्मला, त्या सासवडला मराठी वाङ्मयात 'विनोद पंढरी' म्हणून संबोधले जाते.

एका खेडेगावचा हा मुलगा पुण्यात येतो काय? सर्व पुण्याला आत्मसात करतो काय? पुण्यात निरनिराळे विक्रम करतो काय? बीटीत पहिला येतो काय? शाळा, कॉलेज करताना आणि उनाडक्या करता करता जेमतेम पास होणारा मुलगा. मॅट्रिकच्या परीक्षेत केवळ आद्याक्षराच्या साहाय्याने पहिला येतो काय? सारेच चमत्कारिक आणि सारेच विस्मयकारक नव्हे काय? मॅट्रिकच्या परीक्षेचा रिझल्ट लागला आणि त्या वेळी अल्फाबेटिकली रिझल्ट लावण्याची पद्धत होती. त्यांचे आडनाव अत्रे असल्याने यांची व सर्वांची भावना झाली की, प्रल्हाद पहिला आला; पण त्यात त्यांचे कसब काहीच नव्हते. ती त्यांच्या आडनावाची चतुराई होती. पुढे मात्र त्यांचा आत्मविश्वास दुणावला आणि बी.टी.च्या परीक्षेत फर्स्ट क्लास फर्स्ट विथ डिस्टिंक्शन पास झाले आणि आपण म्हणावे तेवढे 'ढ' नाही याचा त्यांना साक्षात्कार झाला. प्रयत्न केले की, यश मिळते ही गोष्ट त्यांच्या ध्यानी आली आणि प्रयत्नांती परमेश्वर भेटतो यावर स्थिरावली.

दुपारी फोडणीचे वरण आणि भाकरी खाणारा हा खेडेगावातील मुलगा, तसेच रात्रीच्या वेळी दुपारच्या वरणातील घट्ट गोळा काढून ठेवलेला असायचा. त्या घट्ट गोळ्यांत पाणी टाकून 'पळीफोडणी' देऊन त्याच्याबरोबर भाकरी खाणारा हा मुलगा उच्च शिक्षणासाठी लंडनला गेला. त्या वेळी आचार्य अत्रे उद्‌गारले, 'जगातील एवढ्या मोठ्या श्रीमंत एअरपोर्टवर इतका कंगाल मुलगा कधी उतरला नसेल.' कारण त्यांच्या वडिलांचा – केशवरावांचा शंभर रुपयांचा कॉसमॉस बँकेचा एक शेअर होता. त्यावर कॉसमॉस बँकेने एक हजार रुपये कर्जाऊ दिले तसेच इतरत्र जमवाजमव करून कसबसे आचार्य अत्रे लंडनला पोहोचले. 'माझ्यासारख्या दरिद्री मुलाची इच्छाशक्ती, प्रयत्नांची पराकाष्ठा आणि मोठे होण्याची जिद्द काय करू शकते; हे एका खेडवळ मुलाने, ग्रामीण संस्कृतीत वाढलेल्या या मुलाने जगाला

दाखवून दिले आणि जगाचे डोळे दीपवून टाकले.' शिक्षण क्षेत्रातील त्या वेळची सर्वोच्च पदवी प्राप्त केली. त्या ठिकाणीदेखील जगातील सर्व विद्यार्थ्यांत हा - अत्रे पहिला - फर्स्ट क्लास फर्स्ट आला आणि देदीप्यमान यश मिळवून मायदेशी परतला. त्या वेळीदेखील त्यांना बड्या बड्या संस्थांच्या, बड्या पगाराच्या ऑफर आल्या होत्या. अत्र्यांच्या खर्चासाठी त्यांनीच लिहिलेल्या 'गुरुदक्षिणा' या बालनाट्याच्या वसंत टॉकीजमध्ये झालेल्या प्रयोगांतून पाठविलेल्या गुरुदक्षिणेची त्यांना सतत आठवण होत असे. बालनाट्यात काम करणारी समाजातील ही मुले गरीब, हमालांची, गारुड्यांची, अस्वल फिरविणाऱ्यांची, जादूगारांची, कुडमुड्या ज्योतिष्यांची, अति गरिबांची, मुसलमानांची, अडाणी माणसांची मुले होती. तसेच दलितांची उन्नती केल्याशिवाय राष्ट्राची उन्नती होणार नाही. म्हणून बड्या पगाराच्या नोकऱ्या नाकारल्या आणि वीस वर्षे कँप एज्युकेशन सोसायटीत हेडमास्तर म्हणून योगदान दिले आणि सोसायटीतून निवृत्त झाले, बाहेर पडले ते मुक्त पक्षी म्हणून. मग त्या काळातच कवी, लेखक, आद्य विडंबनकार, नाटककार, चित्रपट-पटकथा-संवाद-गीतकार, दिग्दर्शक, निर्माते, वृत्तपत्रकार, विनोदी वक्ता, विनोदी लेखक, समीक्षक, कथाकार, कादंबरीकार, सामाजिक - राजकीय नेते आणि या सर्वांवर कळस म्हणजे शिक्षणतज्ज्ञ. 'महाराष्ट्रातला मोठा शिक्षणतज्ज्ञ' म्हणून दिगंत कीर्ती मिळाली. क्रमिक पुस्तके लिहिली. इंग्रजांच्या काळातील 'भो, भो पंचम जॉर्जची; गुलामी इंग्रजांची काय कामाची' म्हणून 'नवयुग वाचनमाला' सुरू केली आणि महाराष्ट्रात नवे मन्वंतर आले. शिक्षणक्षेत्रात नव्या युगाचे वारे वाहू लागले. पुरंदर किल्ल्यावर प्रा. दत्तो वामन पोतदारांच्या हस्ते 'नवयुग' नावाचे साप्ताहिक प्रकाशित करून महाराष्ट्रात परिवर्तन आणि प्रबोधनाचा नव्याने शुभारंभ केला. नवयुगचे वारे सर्वत्र वाहू लागले. शिक्षणांत, साहित्यांत, विनोदांत, वृत्तपत्रांत, सिनेमांत, नाटकांत, इतर वाङ्मयीन लेखांत, दिग्दर्शनांत, सामाजिक कार्यांत, राजकीय कार्यांत झपाट्याने बदल होऊ लागले. त्यासाठी अपार कष्ट केले आणि अडाणी वानराचा नर आणि नराचा नारायण कसा होतो, हे जगाला आचार्य अत्रे यांच्या रूपाने पाहायला मिळाले. छोट्याशा गावात जन्मलेल्या आचार्य अत्रे यांनी मराठी भाषेचा प्रांत निर्माण केला, ही सामान्य गोष्ट नव्हे. महाराष्ट्राचा खरा शिल्पकार प्रल्हाद केशव अत्रेच होय, हे जगाला दाखवले. चेंडू किती दाबला किंवा मशाल उलटी करण्याचा कितीही प्रयत्न केला, तरी तो चेंडू उफाळून वर येतो, मशालीच्या ज्वाला वरती उफाळून येतात. त्या न्यायाने आज इतिहासाची कितीही मुस्कटदाबी केली, तरी सत्य बाहेर येईलच.

महाराष्ट्रभर पायाला चक्रे बांधल्यासारखे फिरत जनजागरण केले. स्वत:तर मोठा झालाच; पण इतरांना मोठे केले. महाराष्ट्र बघितला, भारत बघितला, इंग्लंड पाहिले, रशिया पाहिले, जपान पाहिला; अर्धे जग पाहिले. दिगंत कीर्ती मिळवली.

महाराष्ट्रातील अगणित जनतेचे प्रेम मिळवले. साहित्यातील सर्वोच्च स्थान आणि मान मिळवला. अनेक विक्रम केले. गरिबी पाहिली, श्रीमंती पाहिली; पण गरिबाशी असलेली नाळ कधीही तुटली नाही. सामान्यांवर होणाऱ्या अन्यायासाठी आपली सर्व शक्ती खर्च केली. आचार्य अत्रे महाराष्ट्रातील बलाढ्य व्यक्ती तर होतीच; पण ती बलाढ्य शक्तीदेखील होती. सरकारवर जबरदस्त नियंत्रण ठेवणारी ताकद होती. महाराष्ट्रातील जनता मंत्रालयाची दारे ठोठावण्याऐवजी वरळी येथील शिवशक्तीची दारे ठोठावीत असे; म्हणजे आपल्याला न्याय मिळेल, अशी तमाम मराठी जनांची भावना झालेली होती.

पुणे - माझी आई - सांस्कृतिक कर्मभूमी!

छत्रपती शिवाजी महाराजांचे पुणे. महाराणी जिजाऊसाहेबांनी बाल शिवाजीकडून सोन्याच्या नांगराने नांगरलेली ही पुण्यभूमी म्हणजे पुणे शहर. आज महाराष्ट्राची सांस्कृतिक राजधानी म्हणून गणली जाते – ते अनेकांच्या - क्रांतिकारकांच्या कारवाईने, राजकीय पुढाऱ्यांच्या कर्तबगारीने, कलावंतांच्या योगदानाने आणि मजुरांच्या मेहनतीने बांधलेल्या अनेक सुंदर सुंदर इमारतींनी– विश्रामबाग वाडा, महात्मा फुले मंडई, नानावाडा, शनिवारवाडा, लालमहाल आणि पुणे महानगरपालिकेच्या भव्य इमारतींमुळेच! लोकमान्य टिळकांच्या केसरीने सह्य पर्वताच्या दऱ्याखोऱ्यांतून स्वातंत्र्याची गर्जना केली आणि पुण्याला राजकीय महत्त्व आले. साऱ्या भारताची राजकीय सूत्रे पुण्यातून हलत होती. स्वातंत्र्यसेनानी वासुदेव बळवंत फडके, चाफेकर बंधू, सावरकर बंधू यांच्यासारख्या महान क्रांतिकारकांनी पुण्याची शान वाढवली आणि पुणे शहर राजकीय पटलावर आरूढ झाले. महादेव गोविंद रानडे, गोपाळ कृष्ण गोखले, गोपाळ गणेश आगरकर यांच्यासारख्या सुधारणावादी मंडळींनी सनातन्यांना चांगलेच धारेवर धरले ते याच पुण्यात. लोकहितवादी, महात्मा फुले व विठ्ठल रामजी शिंदे यांच्या सर्वसमावेशक वृत्तीने समाजाच्या विविध थरांपर्यंत जागृती करण्याचा सातत्याने प्रयत्न होत गेला.

छत्रपती शिवाजी महाराजांचा काळ १६३० ते १६८०. त्यानंतर छत्रपती संभाजी महाराज आणि छत्रपतींच्या घराण्यातील येसूबाई, राजाराम, ताराबाई आणि शाहू महाराज यांचा बेबनाव आणि निर्णायकी अमलानंतर बाळाजी विश्वनाथ पेशवे यांच्यापासून १७१७ ते

१८१८ पर्यंत पेशवाईचा अंमल याच पुण्यात घडावा आणि साऱ्या भारतावर राज्य करण्याची प्रेरणा याच पेशवाईने दिली आणि अटकेपार झेंडा रोवण्याचे कसब याच पुणेकर राघो भरारी या पेशव्यांनी दाखविले. १७६१ च्या पानिपतच्या लढाईने पुण्याची राखरांगोळी झाली. लाखो लोक धारातीर्थी पडले आणि दोन लाख बांगडी फुटली आणि फार मोठा प्रलय याच पुण्याने पाहिला. १७६८ साली रामचंद्रपंत कानडे या सरदाराने पानिपतचा वचपा काढला आणि थोरल्या माधवरावांनी रामचंद्रपंत कानडे सरदारावर सुवर्णपुष्पांचा वर्षाव केल्याचे याच पुण्याने पाहिले. नंतर बावनखणी आणि होनाजी बाळा यांच्या भूपाळ्या याच पुण्याने ऐकल्या. बाळासाहेब नातूच्या फितुरीच्या कारवायाने पेशवाईचा अंत झाला आणि इंग्रजांचे राज्य १८१८ ते १९४७ सालापर्यंत टिकल्याचे याच पुण्याने पाहिले. याच काळात महात्मा फुले, लोकमान्य टिळक, महर्षी शिंदे, लोकहितवादी यांच्या प्रबोधनाच्या लढाया याच पुण्याने पाहिल्या. महादेव गोविंद रानडे, गोपाळ कृष्ण गोखले, गोपाळ गणेश आगरकर यांच्या उदार मतवादाने सारा महाराष्ट्र ढवळून निघाला. महादेव गोविंद रानडे यांनी तर महाराष्ट्राच्या सर्वच क्षेत्रांत कामगिरी करून 'आधुनिक महाराष्ट्राचे शिल्पकार' या पदापर्यंत मजल मारली. गोपाळ कृष्ण गोखले यांनी विधायक मार्गाने, सनदशीर मार्गाने इंग्रजांचा मुकाबला कसा करायचा, हे शिकविले आणि गोपाळराव आगरकरांनी परंपरावादी पुणेकरांना आधुनिकतेचे चटके दिले आणि पुणेकरांना तसेच महाराष्ट्राला विचार करण्याला शिकविले. त्याअगोदर महाराष्ट्रातील जनता ही नेहमी अनुयायीत्वाच्या (परंपरावादीच्या) भूमिकेतच वावरत होती; पण गोपाळराव आगरकरांनी स्वत: विचार करून आधुनिक काळाबरोबर बदलण्याची दीक्षा दिली.

साधारण १८५६ ते १९२० हा लोकमान्यांचा काळ होता. मोठा क्रांतिकारक काळ होता. १८५७ चे स्वातंत्र्य समर होऊन ब्रिटिश सत्तेला सामूहिक हादरे देण्याचा पहिला प्रयत्न - उठाव झाला, तो याच काळात. काँग्रेसच्या स्थापनेचा विचार याच काळात झाला. विष्णूशास्त्री चिपळूणकरांची निषंधमाला, शिवराम महादेव परांजपे यांचा घणाघाती 'काळ' याच काळात गर्जत होता. महात्मा फुले यांनी तळागाळांतील लोकांना शिक्षणाचे महत्त्व सांगितले. त्यांची इतर समाजाकडून कशी छळवणूक होते आणि आपल्याला समानता आणायची आहे, याचे धडे देण्याचा सपाटा लावला होता. महात्मा फुले यांचा काळ लोकमान्यांच्या अगोदरचा काळ असला, तरी महात्मा फुले यांनी आधीच लोकमान्यांसाठी महाराष्ट्राची भूमी अधिक सुपीक तयार करून ठेवली होती. लोकमान्य टिळकांचे आणि आगरकरांचे वाद– लोकमान्यांनी आगरकरांना माळावरचा महारोगी म्हणणे, गंजीवरचा कुत्रा संबोधणे; रानडे, गोखले यांचा सौम्य पण सत्य सांगण्याचा आग्रह, चिपळूणकर,

परांजपे यांचा घणाघाती हल्ला यामुळे समाज खडबडून जागा होत होता.

कलेच्या आणि वाङ्मयाच्या क्षेत्रात काकासाहेब खाडिलकर, न. चिं. केळकर, कोल्हटकर, गडकरी, केशवसुत, बालकवी यांसारख्या प्रतिभावंतांनी आपली मातब्बरी सिद्ध केली होती. शिक्षणाच्या क्षेत्रात लोकमान्य टिळक, आगरकर, नामजोशी, वासुदेव बळवंत फडके, महात्मा फुले यांनी लोकशिक्षण, राष्ट्रीय शिक्षण देण्याचा सपाटा चालविला होता. हळूहळू पुणे शहराचा शिक्षणाचे - विद्येचे माहेरघर म्हणून लौकिक होत होता.

स्वातंत्र्याचा उदयकाळ, सामाजिक क्रांतीचा प्रारंभ, शैक्षणिक कार्याचा ओनामा; कला, साहित्य, संगीत शास्त्रांतील प्रगती आणि जनतेची स्वातंत्र्यलालसा अशा राजकीय स्वातंत्र्याचा जयजयकार करणारा, मंत्रमुग्ध करणारा, सामाजिक जनजागृती करणारा असा मंतरलेला काळ होता तो. आणि सगळ्यांत महत्त्वाचे म्हणजे बदल हवा होता. राजकीय, सामाजिक, शैक्षणिक, सांस्कृतिक, आर्थिक बदलाचे प्रमाण आणि बदलाचे वारे मोठ्या जोमाने वाहत होते आणि त्या वाहत्या वाऱ्याने जनसमूह हेलावून जात होता. या वाऱ्याने त्यांत बदल होत होता आणि आत्मविश्वास, आत्म-आकांक्षांना जोर आणि जोष सुटला होता. अशा बेहोषीच्या काळात आचार्य अत्रे यांचे पुण्यात आगमन झाले.

आचार्य अत्रे यांचे अत्रे घराणे मूळचे कोडीतचे– पुणे जिल्ह्यातील सासवडजवळील कोडीत या चार-पाच मैलांवर असलेल्या छोट्याशा गावात अत्रे मंडळी राहत होती. अत्रे घराण्याचे मूळ वसतिस्थान कोडीत होय. नंतर ही मंडळी सासवडला आली. आचार्य अत्रे यांचे वडील सासवड नगरपालिकेचे सेक्रेटरी होते. आचार्य अत्रे यांचा जन्म सासवडला झाला. त्यांच्या बालपणीच्या बाललीला, खोडकरपणा, खेळकरपणा, गमतीजमती सर्वकाही सासवडला झाल्या. त्यांचे प्राथमिक शिक्षण महाराष्ट्र एज्युकेशन सोसायटीच्या सासवडच्या शाळेत झाले. शाळेतील गमतीजमती, भाषणे, शिक्षकांचा प्रभाव, लोकांची मन:स्थिती, त्या वेळचे ग्रामीण जीवन यांचा आचार्य अत्रे यांनी पुरेपूर उपभोग घेतला. ग्रामीण ढंग आणि शहरी बाज, असे अजब रसायन त्यांच्या जीवनात शेवटपर्यंत राहिले; त्यामुळे ग्रामीण भागातील लोकांच्या समस्या आणि शहरी भागातील नागरी समस्यांचा आवाका त्यांना माहीत होता. म्हणूनच ते परंपरावादी तसेच आधुनिक विचारांचे होते. त्यांना परंपरांचा सार्थ अभिमान होता आणि तो शेवटपर्यंत होता. आधुनिकतेची कास धरत असताना परंपरेचा धागा त्यांनी कधी सोडला नाही. आधुनिकता परंपरेत कशी बसते, हे त्यांचे प्रतिपादन जनतेला ते मोठ्या आग्रहाने पटवून देत. चुकीच्या गोष्टीदेखील पटवून देण्याचे आणि जनमानस आपल्या बाजूला वळविण्याचे अजब कसब त्यांना अवगत होते. नव्हे, आपले म्हणणे चतुराईने जनतेच्या गळी उतरविण्यात आचार्य अत्रे यांचा अगदी

हातखंडा होता.

पुण्यातील आधुनिक सुधारणा, शहरी वातावरण, विचारांत बदल घडवून आणणाऱ्या प्रचंड लोकशक्तीचा दणका अशा त्या काळी खेड्यांतील लोकांना भांबावून टाकणाऱ्या परिस्थितीत आचार्य अत्रे सासवडहून पुण्याला आले आणि एकूणच त्यांच्या वृत्तीत खेळकरपणा, खोडकरपणा, गमतीजमती करणाऱ्या पण त्याचबरोबर समाजातील वातावरणाचा सातत्याने आपल्यावर होणारा परिणाम, अभ्यासू वृत्ती, भारावलेपण, जहाल राजकारणाचा प्रभाव यालाही खतपाणी मिळत गेले. सासवडसारख्या छोट्याशा गावातून पुण्यासारख्या मोठ्या आधुनिक शहरात आल्याने त्यांच्यात एकूणच खूप बदल झाला. त्याला पुण्याचे वातावरण जसे कारणीभूत आहे, तसाच त्यांचा स्वभावदेखील कारणीभूत आहे, नव्हे होता. लोकमान्य मंडालेवरून सुटून आले– ते १९१४ साली. त्यांनी 'गीतारहस्य' हा श्रीमत् भगवत्‌गीतेवरील टीकाग्रंथ लिहिला, तो मंडालेत. ब्रह्मदेशातील मंडाले हा तुरुंग आणि त्या ठिकाणी या गीतारहस्याचा जन्म झाला. 'स्वराज्य हा माझा जन्मसिद्ध अधिकार आहे आणि तो हक्क मी मिळवीनच' ही घोषणा सारखी आचार्य अत्रे यांच्या कानी पडत असे. लोकमान्यांवर राजद्रोहाचा खटला भरला गेला. त्या वेळी त्यांना काळ्या पाण्याची शिक्षा झाली. टिळकांना सहा वर्षांची शिक्षा झाली. त्या वेळी लोकांनी चहा सोडला, चपला घालण्याचे सोडले, कोणी डोक्यावर टोपी घालण्याचे सोडले, कोणी एकवेळचे जेवण सोडले. इतका टिळकांचा जनमानसावर प्रभाव होता. टिळकमय वातावरण होते. भारतीय स्वातंत्र्याच्या भावनेने समाज बेभान झाला होता. स्वातंत्र्याशिवाय दुसरा विचार लोकांच्या मनात नव्हता, म्हणूनच त्यांना 'भारतीय असंतोषाचे जनक' म्हणत होते. लोकमान्यांची प्रखर राष्ट्रनिष्ठा, राष्ट्रप्रेम तसेच प्रखर बुद्धिमत्ता यांचा अनोखा संगम आचार्य अत्रे यांनी लोकमान्यांच्या ठिकाणी पाहिला.

लोकमान्यांची प्रवृत्ती जहाल मतवादी होती; तर गोपाळराव गोखले, रानडे यांची प्रवृत्ती मवाळ मतवादी होती. त्या काळी जहाल आणि मवाळ यांच्यातील जुगलबंदी आचार्य अत्रे यांनी पाहिली. रानडे यांना टिळक रावसाहेब म्हणत, तर गोपाळ कृष्ण गोखले यांना सौम्य स्वभावाचे 'मवाळ'. गोपाळ कृष्ण गोखले यांचे सनदशीर, चाकोरीबद्ध पद्धतीचे प्रयत्न जनतेला आवडत नसत. टिळकांचे जहाल राजकारण जनतेला भावत असे. पुण्यात सर्वत्र जहाल-मवाळांच्या चर्चा, साहित्याच्या चर्चा, काव्यातील प्रयोग, नाटकांतून जनजागृती, बालगंधर्वांचा काळ, इतर रंगकर्मींचा काळ त्यातून राजकारणांत - रंगभूमीवर होणारे बदल यांची दखल आचार्य अत्रे यांच्या मनात घेतली जात होती. या साऱ्यांच्या परिणामावर आचार्य अत्रे यांचा पिंड पोसला होता. याचा अर्थ आचार्य अत्रे यांना काहीच महत्त्व नव्हते, असा नव्हे.

कारण त्या काळात महाराष्ट्रात ना. सी. फडके, खांडेकर, पाध्ये, पांडोबा गाडगीळ यांसारखी मंडळीदेखील होती. त्यांतून एखादा आचार्य अत्रे निर्माण का झाला नाही? आचार्य अत्रे यांच्या ठिकाणची सजगता, चिकाटी, सातत्याने केले जाणारे प्रयत्न, काबाडकष्ट उपसायची त्यांची वृत्ती, जशास तसे ठोसे देण्याची त्यांची प्रवृत्ती याचादेखील आपल्याला विचार करावा लागेल. नंतर राम गणेश गडकरी यांची गाठभेट आणि त्यांचा प्रभाव. केवळ पुण्यात राहण्याने आचार्य अत्रे घडले, असे आपल्याला सलग विधान करता येणार नाही. प्रखर बुद्धिमत्ता आणि प्रखर स्मरणशक्ती यांचा अनोखा संगम आचार्य अत्रे यांच्या ठायी होता. म्हणूनच आजचे आपले अत्रे 'आचार्य अत्रे' म्हणून लोकप्रसिद्ध आणि लोकप्रिय झाले. आचार्य अत्रे पुण्यात घडले, पडले, धडपडले. आचार्य अत्रे यांनी पुण्याला जसे घडविले, तसेच बडवलेदेखील! शिक्षणाच्या क्षेत्रात आचार्य अत्रे यांनी जी देदीप्यमान कामगिरी केली, ती इतरांना जमणारी नव्हती, असे अलौकिकत्व आणि असाधारणत्व आचार्य अत्रे यांच्यामध्ये विराजमान झालेले आपण ठायी ठायी बघतो. १९१८ ते १९२० हा लोकमान्यांचा काळ आचार्य अत्रे यांनी जवळून पाहिला. लोकमान्यांच्या अंत्ययात्रेचे खडान्खडा वर्णन आचार्य अत्रे यांनी केले, त्याचाच दाखला सर्वत्र देण्यात येतो. लोकमान्यांच्या महानिर्वाणाचे वर्णन आचार्य अत्रे यांच्या वाङ्मयाशिवाय आपल्याला इतरत्र पाहता येणार नाही. त्यांचे वाङ्मय हा एक दस्तऐवज होता. त्याला इतिहासाचे स्थान प्राप्त झाले आहे. १९१९ ते १९२३ पर्यंतचे कायद्याच्या अभ्यासासाठीचे मुंबईतील वास्तव्य त्यांना किफायतशीर ठरले. त्यानंतर पुण्यात कँप एज्युकेशन सोसायटीमध्ये पस्तीस रुपयांवर हेडमास्तर म्हणून नोकरी केली. शिक्षण क्षेत्रात त्यांनी बदल केले, त्यासाठी शिक्षण क्षेत्रातील अत्युच्च पदव्या आणि ज्ञान त्यांनी प्राप्त केले. क्रमिक पुस्तके लिहून जागृती घडवली.

शिक्षण क्षेत्रात 'नवयुगचे' वारे वाहू लागले. नवयुग वाचनमालेने महाराष्ट्रात मन्वंतर घडवले. त्यातून 'ज्ञानप्रकाश' नावाच्या वृत्तपत्राने आचार्य अत्रे यांच्या प्रत्येक कार्याला प्रसिद्धी दिली. 'ज्ञानप्रकाश'मुळेच आचार्य अत्रे यांची पत्रकार म्हणून जडणघडण झाली. दररोजच्या बातम्यांत आचार्य अत्रे यांनी न्हाव्याच्या दुकानाचे उद्घाटन करताना केलेला विनोद, आचारी लोकांच्या संमेलनात केलेले भाषण, टाइपरायटिंगच्या क्लासचे उद्घाटन करताना केलेल्या कोट्या यांमुळे 'ज्ञानप्रकाश'ला लोक 'अत्रेप्रकाश' असे संबोधत असत. त्यांच्या भाषणाचे सूक्ष्म वर्णन अगदी 'हशा आणि टाळ्या'सह ज्ञानप्रकाश प्रसिद्ध करीत असे; त्यामुळेच पुढे आचार्य अत्रे म्हणजे 'हशा आणि टाळ्या' हे समीकरण जन्माला आले आणि ते समीकरण जगमान्य झाले. आचार्य अत्रे यांना मिळालेली लोकप्रियता इतर साहित्यिकांच्या वाट्याला आली नाही. आचार्य अत्रे अमुक ठिकाणी येणार म्हटल्यावर अडीचशे-

तीनशेचा जमाव त्या घराभोवती - माटे मास्तर, अनंतराव जाधव यांच्या घराभोवती - बंगल्याच्या भोवती जमलाच म्हणून समजा! असा लेखक आचार्य अत्रे यांच्याशिवाय विरळाच असावा. हा इतिहास आणि हे वैभव आचार्य अत्रे यांनाच लाभले. इतरांच्या नशिबी ही कर्तबगारी नव्हती.

काँग्रेस पक्षाच्या वतीने आचार्य अत्रे पुणे नगरपालिकेत निवडून आले. आपल्याबरोबर त्यांनी काँग्रेसचे पस्तीस नगरसेवक निवडून आणले. पुणे शहरात अनेक सुधारणा केल्या. याच काळात आचार्य अत्रे यांचा राजकारणात प्रवेश झाला. काँग्रेसचा प्रचार बुद्धिमंतांमध्ये करून बहुजन समाजाबरोबर बुद्धिमंतांच्या दुनियेत काँग्रेसला स्थान मिळवून दिले. सानेगुरुजी तर म्हणत, 'नवयुगने महाराष्ट्राला काँग्रेसनिष्ठा शिकविली.' उच्चवर्गाला काँग्रेसचे बाळकडू देण्यात आचार्य अत्रे धन्यता मानत. पुण्याच्या इतिहासात पुण्याचा आधुनिक शिल्पकार म्हणून आचार्य अत्रे यांची गणना करावीच लागेल. १) पुण्याच्या रस्त्यांचे डांबरीकरण - त्या वेळी आचार्य अत्रे यांनी पुणेकरांना डांबरट केले, असा वाक्प्रचार केला जात होता, २) भांबुर्डे या भागाचे शिवाजीनगर नाव प्रचारात आणले. भांबुर्डेचे शिवाजीनगर नामकरण केले, ३) रे मार्केटचे महात्मा फुले मार्केट असे नामकरण करण्यात आचार्य अत्रे यांचाच हात होता, पुढाकार होता. कारण ब्रिटिश सरकारची शिक्षणासाठी - बहुजनांसाठी शिक्षण देण्यात चालढकल होत होती. त्या वेळी मंडई बांधून ब्रिटिश सरकारने बहुजन समाजाचा अपमान केला म्हणून महात्मा फुले यांनी रे मंडईच्या बांधकामावर मोर्चा आणला होता. त्याच रे मार्केटला महात्मा फुले मार्केट म्हणून आचार्य अत्रे यांनी एकप्रकारे ब्रिटिशांवर सूड उगविला. ४) शिवाजी पार्क, शिवाजी आखाडा - संभाजी पार्क यांची निर्मिती आचार्य अत्रे यांनीच केली, ५) निवडुंग विठोबाला जयहिंद विठोबा, ६) त्या चौकाला अरुणा असफअली चौक, ७) नाना चावडी चौक, ८) वाकडेवाडीला नरवीर तानाजीवाडी, ९) सारसबाग, पेशवे पार्कची योजना आचार्य अत्रे यांचीच. ती अमलात आणली भुजंगराव कुलकर्णी यांनी. बालगंधर्व रंगमंदिराची मूळ कल्पना आचार्य अत्रे यांचीच. कारण त्यांना बालगंधर्वांच्या नावाने स्वत: थिएटर - रंगमंदिर बांधावयाचे होते. तसे पत्र महापालिकेच्या दफ्तरात आजही पाहायला मिळेल. १०) पुण्यातील वाहतूक सार्वजनिक करण्यासाठी सिल्व्हर ज्युबिली मोटार कंपनीकडून पुण्यात बसयोजना आखली. नंतर ती पीएमटी म्हणून जन्माला आली. ११) प्राथमिक शिक्षणाची अवस्था वाईट त्यातून म्युनिसिपल प्राथमिक शिक्षणाची स्थिती तर विचारूच नका. म्हणून प्राथमिक शिक्षकांना प्रशिक्षित करण्यासाठी गांधी ट्रेनिंग कॉलेज काढले, ते आता शिवाजी मराठा संस्थेला देण्यात आले. १२) कँप एज्युकेशन सोसायटी नावारूपाला आणली. आजही कँप एज्युकेशन सोसायटीची शाळा 'आचार्य अत्रे यांची शाळा' म्हणूनच ओळखली जाते. १३) न्यू एज्युकेशन

सोसायटी स्थापून - मुलींचे आगरकर हायस्कूल स्थापून पूर्व भागातील मध्यमवर्गीय-निम्नवर्गीय मुलींच्या शिक्षणाची सोय केली आणि आगरकरांचे खरे स्मारक स्त्री शिक्षण होय, हे जगाला दाखवले. १४) राजा धनराज गिरजी विद्यालय, १५) एस.टी.सी. प्रशिक्षण संस्था, १६) बी. टी. कॉलेज - स्वतःच्या योग्यतेवर ब्रिटिश सरकारने बी. टी. कॉलेज काढण्यास आचार्य अत्रे यांना परवानगी दिली. १७) अभिनव कला संस्थेचे उद्घाटन आचार्य अत्रे यांनी जे. जे.चे भारतीय डायरेक्टर धुरंधर यांच्या हस्ते कँप एज्युकेशन शाळेत श्री. ना. इ. पुरम यांच्या साह्याने केले.

पुण्यातील रविकिरण मंडळ म्हणजे कवी माधव ज्युलियन, कवी गिरीश, कवी यशवंत, श्री. बा. रानडे वगैरे लोकांचे एक सामूहिक कविमंडळ होते. त्यात माधव ज्युलियन तेवढे रवि होते, बाकीची सगळी किरणे होती, असे अत्रे म्हणत. त्यांच्या काव्यावर प्रतिक्रिया म्हणजे 'झेंडूची फुले'. माधव ज्युलियन यांच्या कविता पारशी-उर्दूप्रचूर होत्या, त्यावर आचार्य अत्रे यांनी विडंबने लिहिली. त्याअगोदर त्यांच्या साध्या कविता 'मनोरंजन' आणि 'करमणूक' या मासिकांतून प्रसिद्ध होत होत्या. त्यांचे 'फुलबाग' तसेच 'गीतगंगा' हे काव्यसंग्रह प्रसिद्ध आहेत. नाटककार म्हणून त्यांनी बालनाटके लिहिली. वीर वचन, गुरुदक्षिणा, भक्त प्रल्हाद वगैरे. साष्टांग नमस्कार, घराबाहेर, लग्नाची बेडी, उद्याचा संसार. त्यांनी या पुण्यातच हे सर्व उद्योग केले आणि ते नाटककार म्हणून प्रसिद्ध झाले. नाट्यलेखन चालू असताना चित्रपट कथा-संवाद-गीते असणारे, धर्मवीर, प्रेमवीर, ब्रह्मचारी (मा. विनायक - मीनाक्षी) या सिनेमाने महाराष्ट्रात धमाल उडवली. विनोदी वक्ता, विनोदी लेखक म्हणून याच पुण्याने त्यांना दिगंत कीर्ती मिळवून दिली. त्याचबरोबर राजकारण आणि समाजकारणात त्यांनी उडी घेतली आणि पुण्याच्या नगरपालिकेवर ते स्थायी समितीचे अध्यक्ष झाले. त्यांना पुण्याचे दख्खनच्या राणीत रूपांतर करायचे होते. त्याप्रमाणे वरील कामे करून त्यांनी पुण्यात आमूलाग्र बदल केले. सहभोजनाचे कार्यक्रम – समतानंद अनंत हरी गद्रे आणि कृष्णराव गांगुर्डे यांच्या साह्याने दलित लोकांबरोबर सवर्णांच्या पंक्ती उठविल्या, आताच्या गोखले इन्स्टिट्यूटच्या जागेवर. ब्रँडीच्या बाटलीतून निर्माण झालेले वादळ याच पुण्यात घोंघावले. आचार्य अत्रे वि. माटे वाद, आचार्य अत्रे वि. फडके वाद, आचार्य अत्रे विरुद्ध वरेरकर वाद असे अनेक वाद आचार्य अत्रे यांनी पुण्यातच खेळले. त्यातून अश्लीलता वि. श्लीलता. जीवनासाठी कला की कलेसाठी कला, सत्य विरुद्ध असत्य असे चिरकालिक सत्याचे वाद जन्माला आले आणि अनेकांची बिंगे बाहेर काढली. असे साधारण ५० तरी वाद-विवाद पुण्यात गाजले. तटणीस आणि भावे यांच्यासंबंधीचे तसेच ना. भा. खरे यांच्यासंबंधीचे वाद तर कोर्टापर्यंत गेले. इतक्या पातळ्यांवर सतत संघर्ष करणारा साहित्यिक आचार्य अत्रे यांच्याशिवाय दुसरा नाही.

वृत्तपत्र म्हणून साप्ताहिक नवयुगने त्यांना 'पत्रकार अत्रे' ही कीर्ती पुण्यातच मिळवून दिली. त्यांचे 'अत्रे उवाच' हे सदर आणि त्यातील लेखाने महाराष्ट्रात नव्या युगाचे वारे वाहू लागले. नगरसेवकपदाच्या निवडणुकीपासून खासदारपणाच्या निवडणुकीपर्यंत ते पुण्यात निवडणुका लढले. १९६२ साली पुण्यात खासदारकीच्या निवडणुकीत ते ना. ग. गोरे, शंकरराव मोरे, जगन्नाथराव जोशी यांच्याबरोबर झुंजले. खरी लढत या चौघांची होती; पण या तिघांचे खरे प्रतिस्पर्धी एकटे आचार्य अत्रेच होते. शंकररावांच्या मागे काँग्रेस पक्षाचे बळ, ना. ग. गोरे यांच्या पाठीमागे समाजवाद्यांचे बळ, जगन्नाथराव जोशी यांच्या पाठीमागे जनसंघाचे बळ आणि आचार्य अत्रे यांच्या मागे फक्त पक्षविरहित जनतेचे बळ; असा अद्भुतरम्य सामना होता. मुंबईहून सारखे पुण्यात पळत येत आणि पुण्यात प्रचार सभा, मोर्चे, मिरवणुका घेणे सांज 'मराठा'चे प्रकाशन किती अवघड होते. हे सर्व दिव्य करून बघितल्याशिवाय त्याची कल्पना येणार नाही. सातत्याने मुंबई-पुणे प्रवास, वारंवार भेटी हे सर्वच अजब होते आणि हा एकटा वीर उरलेल्या तिघांशी मोरे, गोरे, जोशी यांच्याशी एखाद्या योद्ध्याप्रमाणे लढत होता. या सर्वांचे लक्ष निवडणुकीपेक्षा आचार्य अत्रे यांना 'पाडणे' हेच होते आणि ते त्यांनी करून दाखविले. आचार्य अत्रे यांना निवडणुकीत पाडले. आचार्य अत्रे अयशस्वी झाले; पण तिघांना एकटा वीर फारच भारी ठरला, असे पुणेकर म्हणतात. पुण्यातील निवडणुकीतील पराभवानंतर पुण्यात त्यांचा शनिवारवाड्यासमोर भव्य सत्कार झाला. त्या वेळी ते मुंबईत आमदार म्हणून निवडणूक जिंकले आणि पुण्यात पडले. त्या वेळी आचार्य अत्रे म्हणाले, ''आईने मारले; पण मावशीने तारले.'' पुणे शहराला ते आईची उपमा देत, तर मुंबईला ते मावशी म्हणत. यातूनच त्यांचे सारे कर्तृत्व पुण्यात घडल्याचे सूचित होते. सासवड जन्मभूमी, पुणे सांस्कृतिक कर्मभूमी आणि मुंबई राजकीय कर्मभूमी अशी आचार्य अत्रे यांची कार्यक्षेत्रे होत. चाळिशी ओलांडल्यावर मुंबईत स्थायिक होण्यासाठी धडपड आणि आपल्या अथक प्रयत्नांतून त्यांनी मुंबईत आपले साम्राज्य उभे करणे ही साधारण गोष्ट नव्हे. मुंबईत शिवशक्तीसारखी तीन मजली इमारत उभी करणे आणि चार लाख वर्गणीदार असलेले दैनिक काढणे, हे येरागबाळ्याचे काम नाही. वयाच्या साठाव्या वर्षी इमारत बांधली. त्या वेळी कृ. पां. कुलकर्णी म्हणाले, ''बाबूराव, आपले पाय आता कबरीत गेले आहेत आणि तुम्ही कंबर कसून इमारत बांधताय, हे अगदी विस्मयकारक नव्हे का?'' पुण्यातच ओंकारेश्वर येथे त्यांचा अंत्यविधी व्हावा, अशी इच्छा होती. ओंकारेश्वर बंद झाले होते. मुंबईहून पार्थिव पुण्यात आणणे शास्त्रीय दृष्टिकोनातून शक्य नव्हते. शिवाय राजकीय कर्मभूमीतच त्यांचे महानिर्वाण व्हावे, हा एक दैवी योगायोग होता. ते मुंबईसाठी भांडले, लढले, मुंबई मिळविली आणि मुंबईतच आपला देह ठेवला. आचार्य अत्रे नसते तर 'मुंबईचा

महाराष्ट्रात समावेश झालाच नसता', असे सारा महाराष्ट्र म्हणतो; पण पक्षीय अहंकाराने अंध झालेले पक्षीय बांधव हे श्रेय आचार्य अत्रे यांना देत नाहीत. काँग्रेसवाले तर मंगलकलश यशवंतरावांनी आणला म्हणून विजयोत्सव साजरा करतात आणि इतर पक्ष आपल्याला श्रेय मिळणार नाही; आचार्य अत्रे यांना मुंबईसह संयुक्त महाराष्ट्राचे श्रेय मिळणार, त्यापेक्षा ते यशवंतरावांना दिले गेले तरी बेहत्तर म्हणतात. 'तुलाही नको मलाही नको; मग घाल कुत्र्याला' या न्यायाने यशवंतराव या यशाचे श्रेय लाटतात.

'मी इरसाल, अस्सल पुणेकर - पुणेरी आहे. माझ्यातील सर्व गुण - अवगुण हे पुण्यातील - पुणेकरांनी दिले. त्याबद्दल दोष द्यायचा असेल, तर पुण्याला द्या; मला देऊ नका कारण मी मुळा-मुठेच्या पाण्यावर पोसलो आणि मंडईच्या भाजीवर वाढलो. पुण्याने मला घडवले आणि मी पुण्याला घडवले. पुण्याला घडवीत असताना मी घडत गेलो. डोळे उघडे ठेवून वावरत असलेला कोणताही पुणेकर माझ्यासारखा झाला असता.' इतके लीनतेचे-नम्रपणाचे उद्‌गार आचार्य अत्रे काढतात. त्या काळात हजारो पुणेकर होते, मग एकच अत्रे का निर्माण झाले? कारण अलौकिक प्रतिभा, अलौकिक प्रज्ञा, अलौकिक स्मरणशक्ती आणि अलौकिक बुद्धिमत्ता यांच्या जोरावर अत्रे हे आचार्य अत्रे झाले, नाहीतर सामान्य पुणेकर म्हणून त्यांची गणना झाली असती.

शनिवारवाडा बांधला जरी पेशव्यांनी, तरी गाजवला आचार्य अत्रे यांनी. शनिवारवाड्यावरील सभा ही आचार्य अत्रे यांचीच; बाकीच्यांचे मेळावे, मोर्चे आणि मिरवणुका. शनिवारवाड्यासमोरील पटांगण, बटाट्या मारुतीच्या पत्र्यावर, जवळच्या पिंपळावर, समोरच्या नव्या पुलाच्या कठड्यावर, आत्ताच्या कुलकर्णी वाडीच्या परिसरांत, फुटक्या बुरजापर्यंत, घरांत, घरांच्या गच्च्यांवर, बाल्कन्यांतून, कौलांवर माणसांची तुडुंब गर्दी. कसबा पोलीस चौकी, कसब्याचा मोरे मंगल कार्यालय रस्ता, लाल महाल - वसंत टॉकीजपर्यंतचा भाग माणसांनी खचाखच भरलेला. नवा पूल तसेच आताच्या म.न.पा. इमारतीपर्यंत माणसांचे थवेच थवे! पुण्यावर आचार्य अत्रे यांचे आणि आचार्य अत्रे यांच्यावर पुण्याचे अतोनात प्रेम होते म्हणूनच १९६१ च्या पानशेत पुरानंतर हाफपँट घालून, हातात रूळ घेऊन, फेल्ट हॅट घालून त्यांनी पुण्याची पाहणी केली आणि ओंकारेश्वराच्या भिंतीवरून सभा घेऊन पुणे शहराला दिलासा दिला आणि पानशेतचे धरण राजकीय लाभासाठी घाईने पूर्ण केले, हे मातीच्या धरणाचे अनेक ग्रंथ अमेरिकेतून मागवून अभ्यासाने सिद्ध केले. सरकारची घाई आहे, निसर्गाचा कोप नव्हे; हा राजकीय कोप होय म्हणून सरकारला धारेवर धरले. पानशेतचा अहवाल मंत्रालयाच्या कडीकुलपातून पळवून प्रसिद्ध केला आणि सरकार दोषी असल्याचे सिद्ध झाले. आज महर्षीनगर, मुकुंदनगर, लक्ष्मीनगर,

सुदर्शन वसाहत, दत्तवाडी, निसेनहट, मेंढी फार्म आणि पुणे शहराचा विस्तार, वस्त्या त्यांच्यामुळेच पुण्यात झाला आणि पुणेकरांना त्यांचा लाभ झाला. मी पुण्यात वाढलो. महाराष्ट्रात जन्मलो. दक्षिणेत जन्मलो असतो, तर लुंगीच्या एअरकंडिशन्ड वातावरणात मी वाढलो असतो. मला पुण्याने मोठे केले आणि मी पुण्याला मोठे किंवा आचार्य अत्रे यांना पुण्याने मोठे केले आणि पुण्याने अत्रे यांना मोठे केले, असेच पुणेकर जनता म्हणत असते आणि म्हणत राहील, इतके पुणे आणि अत्रे यांचे अन्योन्य संबंधांचे नाते. अत्रे-पुणे असे अतूट समीकरण आहे. ते शरीराने मुंबईत होते; पण मनाने सदैव पुण्यातच होते. त्यांचे मन सारखे पुण्यातच रेंगाळत असे. मुंबईतून ते सारखे पुण्यात वाऱ्या करीत. खुट्ट झाले की, आले पुण्यात, इतके ते पुण्याशी एकरूप झाले होते. 'आचार्य अत्रे यांचे पुणे' म्हणून ओळखले जात असे. म्हणूनच अत्रे पुणेमय झाले होते आणि पुणे अत्रेमय झाले होते. आचार्य अत्रे पुण्याचे वैभव होते आणि पुणे ही आचार्य अत्रे यांच्या मर्मबंधातील ठेव होती. अत्र्यांशिवाय पुणे आणि पुण्याशिवाय अत्रे ही कल्पनाच सहन होत नाही.

खंडाळ्याचा डोंगर! राजमाची!

"मी लहानसहान मंडळींशी मैत्री करत नसतो, खंडाळ्याचा डोंगर आणि मुंबईचा सागर हीच खरी माझी मित्रमंडळी," असे आचार्य अत्रे म्हणत. त्यांच्या निसर्गप्रेमाला या विधानापेक्षा दुसरा कोणता पुरावा हवा? निसर्गप्रेमाविषयी काय सांगावे. आचार्य अत्रे जिथे गेले, तेथील निसर्गाचे वर्णन त्यांनी केले आहे. कारवारची जंगले आणि तेथील सागर. खंडाळा आणि महाबळेश्वर येथील निसर्गशोभा त्यांनी वर्णन केली आहे. हरिद्वार-हृषिकेशमधील निसर्ग त्यांनी पाहिला आहे. पंचमढी-ताडोबा येथील निसर्ग, केरळ-त्रिवेंद्रमचा निसर्ग त्यांनी अनुभवला आहे. इंग्लंड आणि रशिया येथील निसर्गासंबंधी त्यांनी विपुल लिखाण केले आहे. जपानवर तर त्यांनी सविस्तरपणे लिहिले आहे. त्यांचे एक पुस्तक प्रसिद्ध आहे.

हे निसर्गाचे वेड त्यांना सासवड या छोट्याशा गावाकडून लागले असावे. कऱ्हा-चांभळीचा संगम, संगमेश्वर, चांगावटेश्वर, जेजुरीचा गड आणि पुरंदरचा किल्ला येथील निसर्गातील अद्‌भुत वास्तूंचा तसेच संगमेश्वराच्या मंदिरातील भल्यामोठ्या नंदीबद्दल त्यांना नेहमी अभिमान वाटत आला. खेड्यातच नदीच्या रूपाने, निसर्गाचे रूपाने देवदर्शन घडते, असे ते म्हणत; म्हणूनच निसर्गसुंदर-संपन्न अशा खंडाळ्यात त्यांनी आपला बंगला घेतला आणि त्याला 'राजमाची' असे नाव दिले.

१९३५ च्या पावसाळ्यात पुण्याहून मुंबईला जाताना 'खंडाळा हॉटेल' अशी पाटी दिसली आणि दुपारची चहाची वेळ असल्याने त्यांनी त्यांची गाडी खंडाळा हॉटेलच्या आवारात

उभी केली. 'दाट झाडीतून वळणे घेत घेत खंडाळ्याच्या सुरम्य परिसरात, धुक्याने वेढलेल्या, परिवेष्टिलेल्या उंच उंच डोंगर आणि खोल खोल दऱ्या माझ्या दृष्टीला पडल्या, तेव्हा प्रथमदर्शनीच मी खंडाळ्याच्या प्रेमात पडलो. त्यानंतर दोन दिवस मी खंडाळा हॉटेलमधून हललोच नाही. आपल्या आयुष्यात आपल्याला एक नवीन सुखनिधानच सापडले, असा मला साक्षात्कार झाला. तेव्हापासून मी खंडाळ्याचा यात्रेकरू बनलो. जेव्हा जेव्हा मला मन:शांतीची आणि विश्रांतीची आवश्यकता वाटे किंवा एखादे महत्त्वाचे लिखाण करावयाचे असे, तेव्हा तेव्हा मी खंडाळा हॉटेलात मुक्काम करी.' अशा अवस्थेत खंडाळ्यात आपला एखादा बंगला असावा, असा विचार आला आणि आर्थिक विपन्नावस्था असताना अतिशय धडपडी, खटपटी करून आचार्य अत्रे यांनी खंडाळ्यात एक बंगला घेतला आणि त्याचे नाव ठेवले 'राजमाची.' ना. सी. फडके मोठ्या उपरोधाने आचार्य अत्रे यांना टोमणा मारीत की, मला लिखाणाला खंडाळ्याला जावे लागत नाही; पण आचार्य अत्रे यांचा सकाळपासूनचा दरबार संपतच नसे. अफाट लोकप्रियतेमुळे लोक त्यांचा इतका पिच्छा पुरवीत की, त्यांना वेळ काढून खंडाळ्याला जावे लागे. मुळात निसर्गवेडा होता तो माणूस!

खंडाळ्याची गंमत अशी की, सर्व ऋतूंच्या सौंदर्याचा आणि सुगंधाचा आस्वाद तिथे घ्यावयाला मिळतो. वसंत ऋतूत सर्व रानांत कुड्यांच्या पांढऱ्या फुलांचा मंदमधुर सुगंध दरवळत असतो. या फुलांना मी 'माधवीची फुले' असे नाव दिले होते. या डोंगरात खजुराची पुष्कळ झाडे आहेत; त्यामुळे पूर्वी काथवडी लोक या खजुराची 'नीरा' काढत. एक मडके बारा आण्याला मिळे. त्याच्या तळाला साखरेचा पातळ थर सापडत असे. त्या नीरेचे दोन-चार प्याले सकाळी प्याले की, बारा वाजेपर्यंत अंतरात्मा अक्षरश: थंडगार आणि तृप्त होई. पावसाळ्याआधी संध्याकाळी हजारो झाडांवर काजव्यांची तेजस्वी आरास पाहावयास मिळे.

पावसाळ्याचे सौंदर्य काही विलक्षणच असते. आठ-आठ, दहा-दहा दिवस पावसाची झड लागून राहते. जागोजागी वाहणारे शेकडो स्फटीकशुभ्र झरे आणि उगवलेल्या पाचूच्या हिरव्यागार वनस्पती यामुळे वातावरणात एक निराळेच चैतन्य निर्माण होई. सकाळच्या प्रहरी 'पावश्या' नावाचा एक पक्षी माणसासारखी शीळ घालू लागतो; त्यामुळे अंत:करणाला एक वेगळीच सुखद अवस्था जाणवू लागते. हिवाळ्यात तर पांढऱ्या धुक्याचे लोट बोल बोल म्हणता दऱ्याडोंगरांना ओलांडून आमच्या घरात शिरतात आणि नाकासमोरचेदेखील दिसेनासे होते. कोणत्याही ऋतूत तुम्ही खंडाळ्याला गेलात, तरी त्याचे काही ना काहीतरी वेगळेच आकर्षण तुमच्या मनाला मोहिनी घातल्याखेरीज राहत नाही.

मी काही योगी नाही; पण खंडाळ्याला गेलो की, ताबडतोब माझी समाधी लागते. माणसांचे जग मी पार विसरून जातो. उंच उंच डोंगरावर निळेभोर

आभाळ विसावलेले असते. तासन्तास मी त्याच्याकडे पाहत असतो. आभाळाच्या कापसात बुबळे अलगद ठेवली म्हणजे अगदी उघड्या डोळ्यांनी झोपल्यासारखे वाटते. झाडा-झुडपांच्या नि झऱ्यांच्या संगतीत दिवस केव्हा निघून जातो, ते कळत नाही.

मुंबईच्या सागराप्रमाणे खंडाळ्याचा डोंगर माझा मित्र आहे. बारक्यासारक्या लोकांशी मी मैत्री करत नाही. झाडा-झुडपांची नि पाखरांची सोबत तुकोबालाही फार आवडत होती.

'वृक्षवल्ली आम्हा सोयरी वनचरे
पक्षीही सुस्वरे आळविती,
येणे सुखे रुचे एकांताचा वास
नाही गुणदोष अंगा येत,
तुका म्हणे होय मनासी संवाद
आपुला विचार आपणासी'

'वृक्षवल्लीच्या नि वनचरांच्या सहवासात एकांतवासाची रुची येते; पण माणसाच्या संगतीमुळे त्यांचे गुणदोष आपल्या अंगाला चिकटण्याचे जे भय असते, त्याचा तिथे मागमूसही नसतो. आकाशाच्या मंडपात पृथ्वीच्या आसनावर मांडी घालून आपणच आपल्याशी संवाद करीत आणि वाद घालीत बसणे, हीच निदान माझी तरी 'ब्रह्मानंदाची' कल्पना आहे.'

'दिवसच्या दिवस मी खंडाळ्याला एकटा राहत असे. एकांतवासाचा मनसोक्त आनंद मला त्या ठिकाणी लुटायला मिळतो. झाडे, पुस्तके आणि मी असा आमचा सुंदर मेळ जमे. सारखे वाचायचे, स्वत:शी संवाद करायचा नि लिहायचे. 'या इथे तरुतळी सुरई एक सुरेची । खावया भाकरी आणि वही कवितेची ।।' ही उमर खय्यामची आनंदाची कल्पना आहे; पण गर्द झाडांच्या सावलीत, फुलांच्या आणि पुस्तकांच्या ढिगांत धुंद होऊन पडणे, हेच माझ्या जीवनाचे पहिल्यापासून स्वप्न होते.'

'सकाळची ती शीतल मनोहर वेळ आणि भोवतालचा तो निसर्गरम्य देखावा पाहून साहित्यिक मन प्रसन्न झाले. सृष्टीच्या जणू काही हृदयात असलेले माझे ते निवासस्थान, हिरव्या झाडीने आच्छादलेल्या डोंगरावर विसावलेले निळेभोर आभाळ, काहीतरी गूढ गुपित अंत:करणात बाळगल्याप्रमाणे एकसारख्या माना हलवून पालवीची गोड सळसळ करणारे वृक्षराज, रानफुलांनी बहरलेली छोटी पानझुडपे, हिरवेगार कोवळे गवत, सूर्य किरणांचे सोनेरी घुंगट पांघरलेली समोरची ती खोल

दरी ही दृश्ये मनात काहीतरी गूढ संवेदना उत्पन्न करणारी होती. सर्व बाजूंनी वेढा घालणारे निळे-जांभळे डोंगर पाहिले की, निसर्गाने आपल्या प्रेमळ बाहुपाशात आपणास कवटाळून घेतले आहे नि क्षणमात्र का होईना, मानवी सृष्टीपासून आपला संबंध सर्वस्वी सुटला आहे, अशी जाणीव होऊन मनाला काहीतरी वेगळेच सौख्य वाटत होते. हवेतला गारवा अंगावर रोमांच उठवीत होता आणि वाऱ्याच्या झुळका मनाला, शरीराला आणि चेहऱ्याला गुदगुल्या करीत होत्या.

हे निसर्गाचे सुंदर वर्णन केल्यानंतर कालिदासाच्या निसर्गसौंदर्य वर्णनाची आठवण झाल्याशिवाय राहत नाही. खरेतर कालिदासानंतर आचार्य अत्रेच; असेच म्हणावेसे वाटते. मेघदूताच्या निसर्गसौंदर्याची आठवण झाल्यावाचून राहवत नाही. असा निसर्गवेडा साहित्यिक आचार्य अत्रे यांच्याशिवाय केवळ विरळाच!

आचार्य अत्रे यांनी खंडाळ्यात - निसर्गाच्या कुशीत घेतलेला बंगला साहित्यिक वर्तुळात कमालीचा कौतुकाचा विषय ठरला. आचार्य अत्रे यांनी एकट्यानेच आपल्या निवासस्थानाचा आणि निसर्गाचा आस्वाद घेतला नाही तर आपल्या साहित्यिक, राजकीय, सिनेमातील कलावंत मित्रांना त्याचा आस्वाद दिला.

खंडाळ्यातील आचार्य अत्रे यांच्या 'राजमाची' या बंगल्यावर आचार्य अत्रे यांनी दोन-चार साहित्य संमेलने तरी पार पाडली. त्यांत प्रा. माटे, प्रा. कृ. पां. कुलकर्णी, के. ना. वाटवे, पाध्ये, गाडगीळ, अप्पा पेंडसे, प्रबोधनकार ठाकरे, अनंत काणेकर, शांताबाई शेळके, प्रा. सत्यबोध हुदलीकर, कवी यशवंत, य. गो. जोशी, श्री. शं. नवरे आदी मंडळी होती.

प्रबोधनकार ठाकरे म्हणजे सेनापती बाळासाहेब ठाकरे यांचे तीर्थरूप - केशव सीताराम ठाकरे. हे तर आचार्य अत्रे यांचे जानी दोस्तच! आचार्य अत्रे आणि केशवराव ठाकरे ही महाराष्ट्रात सतत दिसणारी जोडगोळी. जिथे अत्रे तिथे ठाकरे अशी स्थिती होती. खंडाळ्याची संमेलने केशवराव ठाकरे यांनी गाजवली.

व्हाट इज द्याट? यु आर लुकिंग याट. भक्तिज बीणा या गीताचे मद्रासी थाटाचे विडंबन किंवा मराठी-संस्कृत गीताचे इंग्रजी विडंबन करून ठाकरे यांनी तेथे प्रचंड हशा पिकविला.

फॉर मॅरेज आय एम गोइंग टु द्वारका सिटी ।
हिज सिस्टर गिव्हिंग राम?? टु कुरूऑथॉरिटी ॥

संगीत सौभद्र नाटकातील 'लग्नाला जातो मी द्वारकापुरा,' या गीताच्या विडंबनाने तर सगळा राजमाची बंगला अगदी डोक्यावर घेतला.

१९४७ मध्ये डिसेंबरच्या दुसऱ्या आठवड्यात आचार्य अत्रे यांनी खंडाळ्याला दुसरे साहित्य संमेलन भरवले. त्यात ठाकरे यांनी पुन्हा बाजी मारली. साहित्यिकांच्या हसूनहसून मुरकुंड्या वळल्या. जेवणानंतर कोणीतरी ठाकरे यांना एखादी गंमत

सांगण्याची सूचना केल्यावर ठाकरे म्हणाले, "हा ठाकरे भरल्या पोटावर अगदी फुकट आहे. जेवणानंतर माझ्या हातून काहीही होत नाही." सोपानदेव चौधरी यांचे काव्यगायन, रा. श्री. जोगांचे कवितेतला 'राम', त्यांच्या टीकालेखनांत नाही. यशवंत हे दऱ्या-खोऱ्यांतील कवी नसून राजदरबारी कवी आहेत, अशा शेऱ्यांची फैर झडली गेली. नंतर 'पाणकळा' या ग्रामीण जीवनावरील कादंबरीचे कादंबरीकार र. वा. दिघे यांची आचार्य अत्रे यांनी ओळख करून दिली. त्यांचे अभिनंदन केले. गडकऱ्यांचा शिष्य म्हणून त्यांची गणना होत आहे, हे आचार्यांनी आवर्जून सांगितले.

स्वातंत्र्यप्राप्तीनंतर देशभक्तांची काँग्रेस राहिली नाही. ती काँग्रेस सटोडिया, काळाबाजारवाले, हातभट्टीवाले, गावगुंड आणि उपऱ्या बांडगुळांची काँग्रेस जन्मला आली म्हणूनच गांधीजी म्हणत की, आपण काँग्रेसचे विसर्जन करू या आणि नवी काँग्रेस स्थापन करू या; पण पंडित नेहरू आणि सरदार पटेलांनी त्यांचे काही ऐकले नाही आणि या काँग्रेसने देशाचे वाटोळे केले, अशी भावना विरोधी पक्षांत घर करू लागली. समाजवादी पक्ष, शे. का. पक्ष, कम्युनिस्ट, रिपब्लिकन पक्ष यांची एक काँग्रेसविरोधी आघाडी असावी; असे आचार्य अत्रे यांना वाटे. एकएकट्याने लढून काँग्रेसच बळकट होणार म्हणून विरोधी पक्षांची एकजूट-आघाडी काँग्रेसला पर्याय निर्माण करेल, अशी आचार्य अत्रे यांची भावना होती. म्हणून आचार्य अत्रे यांनी पुढाकार घेऊन एप्रिल १९४८ मध्ये खंडाळ्याला विरोधी पक्षांची एक आघाडी करून काँग्रेसविरोधी आघाडी निर्माण केली. त्या वेळी या विरोधी पक्षाचा जो करार झाला, तो 'खंडाळा करार' म्हणून प्रसिद्ध आहे.

आचार्य अत्रे यांच्या पुढाकाराने केशवराव जेधे, शंकरराव मोरे हे शे. का. पक्षाचे पुढारी; अशोक मेहता, एस. एम. जोशी, मधु लिमये हे समाजवादी पुढारी; डॉ. बाबासाहेब आंबेडकर, माधवराव गायकवाड हे रिपब्लिकन पुढारी; कॉ. डाँगे, श्रीनिवास सरदेसाई ही कम्युनिस्ट पुढारी मंडळी यांची चर्चा आणि बैठक राजमाचीवर घेतली. शंकरराव मोरे त्या वेळी भलतेच जोरात होते. दाभाडी प्रबंध त्यांनी गाजवला होता. सोशालिस्टांवर आगपाखड केली होती; पण तरीदेखील शंकररावांचा राग कमी करून आचार्य अत्रे यांनी समाजवादी पुढाऱ्यांना एकत्र आणायचा घाट घातला आणि दोन-तीन दिवसांच्या चर्चा-सभांनंतर सर्वांच्या पक्ष स्वातंत्र्याचा अधिकार कायम ठेवून काँग्रेसविरोधी आघाडी हा 'खंडाळा करार' झाला. दाभाडी प्रबंध, खंडाळा करार आणि आवडी काँग्रेस किंवा दाभाडी प्रबंध, खंडाळा करार यांतूनच आवडीच्या काँग्रेसचा समाजवाद जन्माला आला असे म्हटले तर अतिशयोक्ती होणार नाही. काँग्रेसने तरी वरवर समाजवादाची घोषणा केली आणि विरोधकांच्या शिडातील वारे काढण्याची मुत्सद्दी खेळी केली.

खंडाळा कराराने आचार्य अत्रे यांची लोकप्रियता आणखी वाढली. लोकमान्य पत्राने दोन-तीन अग्रलेख लिहून 'खंडाळा करारा'ची आवश्यकता प्रतिपादन करून आचार्य अत्रे यांचे अभिनंदन केले. ज्या पांडोबा आणि आचार्य अत्रे यांच्यातून विस्तव आडवा जात नव्हता, त्या पांडोबा गाडगीळांनी आचार्य अत्रे यांची बाजू मांडून विरोधकांचे ढोल बडविण्यास सुरुवात केली, असा हा 'खंडाळा करार' फार दिवस टिकला नाही.

या चर्चेदरम्यान एकदा डॉ. बाबासाहेब आंबेडकरांच्या पुढ्यात साप पडला. त्याबरोबर आचार्य अत्रे यांचा थरकाप उडाला. महाराष्ट्राचे दैवत डॉ. बाबासाहेब आंबेडकरांचे काही बरे... झाले, तर सारा महाराष्ट्र आपले काही ठेवणार नाही. या विचाराने आचार्य अत्रे यांची अवस्था शोचनीय झाली; पण तो साप शांतपणे निघून गेला आणि धर्मसंकट टळले. याचा आचार्य अत्रे यांना खूप आनंद झाला. असा हा 'खंडाळा करार'.

आचार्य अत्रे यांच्या पन्नासाव्या वाढदिवशी संत गाडगेमहाराज यांनी आचार्य अत्रे यांच्या राजमाची बंगल्याची साफसफाई केली. त्यावर आचार्य अत्रे म्हणाले, "अहो बाबा, आपण हे काय करता?" त्यावर बाबा म्हणाले, "तुला तुझी योग्यता माहीत नाही, तुला महाराष्ट्राने ओळखले नाही. तुझ्या कार्याचे चीज झाले नाही." असे म्हणून राजमाचीत आंब्याची आणि इतर पन्नास झाडे स्वत: बाबांनी आणि आचार्य अत्रे यांनी लावली. त्याच वेळी आचार्य अत्रे यांनी खोपोलीत बोंबल्या विठोबा आहे याची माहिती महाराष्ट्राला दिली. कारण बाबांचे कीर्तन बोंबल्या विठोबाजवळ होते. बाबा गाडगेमहाराज यांच्यासारख्या साधू पुरुषाने आपला बंगला झाडावा आणि झाडे लावावीत याबद्दल आचार्य अत्रे मात्र फार खजील झाले. गाडगे महाराजांना मराठी वाङ्मयात स्थान देणारे आचार्य अत्रेच होत, हे मात्र महाराष्ट्र विसरला. बाबांच्या कार्याची महती आचार्यांनीच वर्णावी!

याच खंडाळ्याच्या राजमाची बंगल्यावर बाबूराव पेंढारकर, दत्तो वामन पोतदार, शाहीर अमर शेख अशी प्रसिद्ध मंडळी येऊन राहिली होती. भाऊसाहेब राऊत, माधवराव काजळे, क्रांतिसिंह नाना पाटील यांचीही हजेरी असे.

आम्ही सहलीला गेलो असता राजमाची पॉइंटवर आचार्य अत्रे यांची गाडी आली. आम्ही आचार्य अत्रे यांना ओळखले. त्यांच्या पायावर डोके ठेवले. त्यांनी 'राजमाचीवर या' म्हणून निमंत्रण दिले. त्या वेळी राजमाचीवर घडलेला एक प्रसंग चांगला आठवतो. दत्त महाराजांच्या गाणगापूर मंदिराचे नूतनीकरण करायचे होते; त्यामुळे काही मंडळी आचार्य अत्रे यांच्याकडे वर्गणीसाठी आली होती.

आचार्य अत्रे - कशाचा जीर्णोद्धार म्हणालात?

गाणगापूरकर - दत्त मंदिराचा.

आचार्य अत्रे - मग किती देणगी हवी?

गाणगापूर मंडळी - अडीचशे रुपये दिलेत तरी चालेल!

मराठी मंडळी मागण्यातदेखील कद्रू.

आचार्य अत्रे - मग हे घ्या, साडेसातशे.

माझ्यासह गाणगापूर मंडळी अचंबित झाली. गाणगापूरकर मंडळींनी तर तोंडात बोटेच घातली. आचार्य अत्रे यांनी काय देणगी दिली, असा आचरट प्रश्न मराठी जनता आणि अत्रेविरोधक विचारतात त्याला तीन उत्तरे : नागपूरच्या धनवटे रंग मंदिराला पाच हजारांचा मखमली पडदा आचार्य अत्रे यांनी दिला. पठ्ठे बापूराव यांना दरमहा शंभर रुपये मनिऑर्डर करणारा एकमेव साहित्यिक– आचार्य अत्रेच! पठ्ठे बापूरावांच्या मृत्यूनंतर पवळेलादेखील आचार्य अत्रे शंभर रुपये पाठवीत असत, असे संगीतातील जाणकार दत्ता मारुलकर सांगत असत.

शिवाय आचार्य अत्रे यांनीच मुंबई महाराष्ट्रात आणली. अत्रे नसते तर मुंबई मिळालीच नसती आणि नव्वद हजार कोटी ते एक लाख कोटीचा रेव्हेन्यू महाराष्ट्राला दरवर्षी मिळाला नसता. या रेव्हेन्यूअभावी महाराष्ट्राचे वाळवंट झाले असते किंवा महाराष्ट्राचा बिहार झाला असता; पण अरेऽरे, आम्ही आचार्य अत्रे यांची महती ओळखली नाही. आम्ही इतरांच्या फडतूस देणग्यांचे कौतुक करावे; पण आचार्य अत्रे यांच्या चिरकाल देणग्यांचे विस्मरण करावे. अरे! अरे! 'कालाय तस्मै नम:।' आचार्य अत्रे आम्हाला कळलेच नाहीत. समजण्याचे तर दूरच राहो. असो, आता हे देणगीपुराण आवरते घेतो.

खंडाळ्याची एक आठवण सांगतो. द. ग. आंबेकर या काँग्रेस पुढाऱ्याच्या नावे काढलेल्या संस्थेच्या जवळ एक म्हातारा भजी करत असे. 'त्याची लाखो रुपयांची भजी खपतात,' अशी आचार्य अत्रे यांनी तारीफ केली होती. कारण आचार्य अत्रे यांच्या उद्‌गाराने त्या म्हाताऱ्याच्या धंद्याला ऊर्जितावस्था आली होती. आचार्य अत्रे यांच्या मृत्यूनंतर खंडाळ्याच्या या म्हाताऱ्याने आचार्य अत्रे यांच्या फोटोखाली 'इथे लाखो रुपयांची भजी खपतात,' अशी ओळ लिहून आचार्य अत्रे यांना श्रद्धांजली वाहिली होती. 'धन्य तो म्हातारा भजीवाला आणि धन्य ते आचार्य अत्रे!' पु. ल. देशपांडे यांनी 'अत्रे यांना बेचा पाढा माहीत नव्हता. त्यांचा दहा हजार एके दहा हजार असा पाढा असे आणि त्यातून लाखोची संख्या,' आता फ्लायओव्हरने मात्र हे भज्यांचे हॉटेल भूमिगत केले.

'पप्पांचे शेवटचे दिवस'मध्ये आचार्य अत्रे यांच्या आजारपणातील दिवसांचे शिरीष पै यांनी वर्णन केले आहे. त्यांचा आवडता 'राजमाची' ते विसरले होते. त्यांचा राजमाचीचा सूर्योदय ते मुलांना रंगवून सांगत नव्हते. ते हरवले होते. आचार्य अत्रे हरवले होते. त्यांचा खंडाळा हरवला होता. त्यांच्याशिवाय खंडाळा, निसर्गसंपन्न

खंडाळा– वैराण झाला होता. खंडाळा वैराण वाळवंटासारखा वाटत होता आणि तसाच तो राजमाची बंगला; पण या खंडाळ्याच्या राजमाची बंगल्याचे योगदान फार मोठे आहे. मराठी साहित्यिक कर्मदरिद्री; पण आचार्य अत्रे या प्राथमिक शिक्षकी पेशातील माणसाने असा निसर्गसंपन्न बंगला घ्यावा, हे खरोखर एक आश्चर्यच होय. राजमाची बंगल्याने आचार्य अत्रे यांच्या कामगिरीला, लिखाणाला, भाषणाला राजमान्यता मिळाली नसेल; पण लोकमान्यता मिळाली हे खरे!

याच खंडाळ्याहून साहित्यसम्राट न. चिं. केळकर यांच्या अंत्यदर्शनासाठी आचार्य अत्रे तडक पुण्याला आले आणि ओंकारेश्वर स्मशानभूमीवर त्यांनी श्रद्धांजलीचे भाषण केले होते. त्यात प्रथम न. चिं. केळकरांना 'साहित्यसम्राट' या पदवीने गौरविले. अनेक नाटकांचे लिखाण याच राजमाचीत झाले आहे. तसेच अनेक साहित्य संमेलने, नाट्य संमेलने, वर्तमानपत्र संमेलने, बालसाहित्य - कुमारसाहित्य संमेलने यांची अध्यक्षीय भाषणे याच खंडाळ्यामध्ये त्यांनी लिहिली की, जी अजरामर झाली.

राजमाची या बंगल्यात नवोदित साहित्यिकांना विरंगुळा आणि विहार करता यावा आणि त्यांना लिखाण करता यावे म्हणून पाच-सहा खोल्या बांधण्याचा त्यांचा विचार होता. निसर्ग आणि साहित्य यांचा संगम असलेल्या या खंडाळ्याचा आपल्याप्रमाणेच इतर साहित्यिकांनी आस्वाद घ्यावा, अशी इच्छा आचार्य अत्रे यांच्याशिवाय कोणता साहित्यिक करू शकेल? साहित्यावरील प्रेम आणि भावी पिढ्यांतून साहित्यिक निर्माण करण्याच्या आणि भावी पिढ्या घडविणाच्या त्यांच्या इच्छेला सलाम!

आता हा बंगला मुंबईतील अस्थितज्ज्ञ डॉ. अरविंद बावडेकरांनी विकत घेतला. त्या बंगल्याचा वरचा भाग सिनेअभिनेता धर्मेंद्र यांनी घेतला. एक बंगला घेतला आणि तिथून राजमाची किल्ला दिसतो म्हणून आचार्य अत्रे यांनी निसर्गसंपन्न अशा खंडाळ्यातील आपल्या बंगल्याला 'राजमाची' हे नाव दिले. वनराई आणि डोंगराच्या उतरणीवरून झुळुझुळु वाहणाऱ्या झऱ्यांच्या वृक्षराजीमधील आचार्य अत्रे यांचा बंगला सर्वांगसुंदर होता. आपल्या साहित्यिकांना तो बंगला दाखविला. म. म. दत्तो वामन पोतदार आणि आचार्य अत्रे यांचे स्नेहसंबंध जगजाहीर आहेत. दत्तो वामन बंगला बघण्यासाठी आले असता खंडाळ्यात रेल्वेतून उतरताना त्यांचा पाय मुरगळला. वेदनेमुळे ही बाब म. म. दत्तो वामन पोतदारांच्या लक्षात होती; पण आचार्य अत्रे यांच्या लक्षात ही गोष्ट आली नाही. आचार्य अत्रे यांनी वनराई, डोंगर, वाहणारे झरे, वृक्षराजी, पक्ष्यांचे आवाज या साऱ्यासह आपला बंगला दाखविला. म. म. दत्तो वामन पोतदारांनी मोठ्या कौतुकाने आपल्या मित्राच्या कर्जबाजारीपणाला आणि निसर्गप्रेमाला दाद दिली. तीन-चार मैलांचा परिसर दत्तो वामन पोतदारांनी

वेदना होत असताना फिरून पाहिला आणि बंगल्यात आल्यावर आचार्य अत्रे यांना पाय मुरगळल्याने होणाऱ्या वेदनांची जाणीव दिली. त्यावर आचार्य अत्रे यांना मेल्याहून मेल्यासारखे झाले. पुढे हे दुखणे पोतदारांना तीन महिने पुरले. ही सर्व हकिकत रंगवून, रंगवून मोठ्या चवीने आणि रसिकतेने पुण्याच्या सकाळचे बातमीदार श्री. शाम भालेरावांनी एका पुस्तकात मोठ्या खुबीने वर्णन केली आहे आणि म. म. दत्तो वामन पोतदारांच्या गुणग्राहकतेचे कौतुक केले आहे. पोतदारांची रसिकता आणि गुणग्राहकता मोठ्या कौशल्याने वाचकांसमोर उभी केली; पण तो 'राजमाची' बंगला आचार्य अत्रे यांच्या मालकीचा होता किंवा दाखविणारा मित्र आचार्य अत्रे होता हे मात्र श्री. शाम भालेरावांनी गुलदस्त्यात ठेवले.

मुंबई - महाराष्ट्राचे मस्तक! राजकीय कर्मभूमी!

आचार्य अत्रे यांचे मूळ गाव कोडीत, ता. पुरंदर, जि. पुणे. सासवडपासून साधारण पाच मैलांवर. सासवड ही जन्मभूमी पुण्यापासून पंधरा मैलांवर. सासवड आचार्य अत्रे यांची जन्मभूमी तर पुणे शहर ही आचार्य अत्रे यांची सांस्कृतिक, साहित्यिक भूमी आणि मुंबई जशी महाराष्ट्राची राजधानी, भारताची आर्थिक राजधानी; तशी आचार्य अत्रे यांची राजकीय कर्मभूमी.

आचार्य अत्रे वकिलीची परीक्षा आणि पुढील शिक्षणासाठी १९१९ साली आले होते; पण तत्पूर्वी २२ डिसेंबर १९१७ रोजी त्यांच्या वडिलांचा – केशवरावांचा मुंबईत मृत्यू झाला होता. त्यांचे वडील पूना बँकेत नोकरीला होते आणि त्या बँकेची कोर्टकचेऱ्यांची आणि इतर कामे व्यवस्थापक म्हणून तेच करत असत. सारखा प्रवास, जागरणे, खानावळीचे अन्न आणि कोर्टाची चिंता या साऱ्यांचा परिणाम म्हणून त्यांची प्रकृती बिघडला आणि संग्रहणी आणि ज्वरांनी त्यांचा दुःखद अंत झाला. त्या बँकेतील मारवाडी सहकाऱ्यांनी त्यांना सोनापुरात अग्नी दिला.

आचार्य अत्रे आणि त्यांचे चुलते दिनूकाका धावतपळत मुंबईला गेले; पण त्यांच्यावरील अंत्यसंस्कार आधीच उरकले होते. अशा स्थितीत वडिलांच्या दुःखद निधनाचा आघात डोक्यावर झाला. त्या वेळी आचार्य अत्रे यांनी मुंबईचे पहिले दर्शन घेतले आणि नंतर पुढील शिक्षणासाठी त्यांनी मुंबई गाठली. १५ जून १९१९ रोजी आचार्य अत्रे यांच्या वडिलांच्या निधनानंतर दोन वर्षांनी पुन्हा मुंबईच्या बोरीबंदर स्टेशनवर उतरले आणि स्टॅन्डहर्स्ट रोडवरील स्टॅन्डहर्स्ट हायस्कूलमध्ये दरमहा पन्नास

रुपयांच्या पगारावर शिक्षकाच्या नोकरीस लागले.

मालाडला ताराबादकरांच्या वाडीत दुमजली चाळीतील एका खोलीत त्यांनी आपले बिऱ्हाड थाटले. मालाड ते चर्चगेट साधारण एक तासाचा प्रवास त्यांना दररोज करावा लागे आणि त्यानंतर पायी चालत कॉलेज आणि हायस्कूलमध्ये नोकरीसाठी जावे लागे. नोकरीतील गमतीजमती त्यांनी सांगितल्या; तसेच शिक्षणक्षेत्रातील, शिक्षणपद्धतीबद्दल बऱ्याच आठवणी त्यांनी सांगितल्या. आपल्या आईला त्यांनी मुंबईला आणले आणि आपल्या जेवणाचा प्रश्न सोडविला. माधवाश्रमाशेजारीच केशवाश्रमात दरमहा चव्वेचाळीस रुपयांच्या भाड्याच्या तीन खोल्यांत त्यांनी स्वत:चे बिऱ्हाड थाटले.

स्टॅन्डहर्स्ट हायस्कूलमधील शिक्षकाची नोकरी, त्या ठिकाणी मिळणारा पगार आणि रॉबर्टमनी हायस्कूलमध्ये मिळणारी नोकरी यासंबंधीचा वृत्तान्त मुळातूनच वाचण्यासारखा आहे. दिवाळीच्या सुटीनंतर सरकारने स्टॅन्डहर्स्ट हायस्कूल बंद केले. नोकरी सुटली, त्याच वेळी एक शिक्षक शिक्षकाची नोकरी मागण्यासाठी स्टॅन्डहर्स्ट हायस्कूलमध्ये आला होता. त्याला तुमचा पूर्वीचा अनुभव काय? असा प्रश्न केल्यावर त्याने रॉबर्टमनी हायस्कूलमधील नोकरी आत्ताच सोडून आलो आहे, असे म्हटले; त्याला तसेच थांबण्यास सांगून आचार्य अत्रे रॉबर्टमनी हायस्कूलमध्ये गेले आणि अर्ध्या तासाच्या आत त्या शिक्षकाच्या जागेवर त्यांना कशी नोकरी मिळाली, याची गमतीदार कथा त्यांनी सांगितली. त्या शिक्षकाला तिथेच बसवून आचार्य अत्रेंनी रॉबर्टमनी हायस्कूलमधील ख्रिस्ती हेडमास्तर ली विल्सन यांना त्यांनी आपल्याकडे शिक्षकाची एक जागा रिकामी असल्याचे सांगितले. विल्सन यांना धक्का बसला. अजून अर्धा तासही झाला नाही, तर यांना ही बातमी कोणी सांगितली? आचार्य अत्रे यांची फार धांदल उडाली; पण त्यांनी केव्हा कामावर हजर होता असे विचारल्यावर, 'आता या क्षणापासून' असे सांगून आचार्य अत्रे यांनी रॉबर्टमनी हायस्कूलमध्ये शिक्षकाची नोकरी पटकावली. स्टॅन्डहर्स्ट हायस्कूलमध्ये दरमहा पन्नास रुपयांची नोकरी; प्रत्यक्ष हातात वीस रुपये आणि शिकवणीचे पंचवीस असे पंचेचाळीस रुपये मिळत. इथे रॉबर्टमनी हायस्कूलमध्ये महिना पंचावन्न रुपये पगारावर नोकरी मिळाली. अर्ध्या तासात नोकरी मिळवणारा आचार्य अत्रे हा पहिलाच शिक्षक असावा. सकाळचा मालाड ते चर्चगेट प्रवास मग लॉ कॉलेज, नंतर रॉबर्टमनी हायस्कूलमध्ये नोकरी, भरडा हायस्कूलमध्ये शिक्षकी व्यवसाय या दगदगीने आणि अगोदरचे खानावळीचे अन्न याचा व्हायचा तोच परिणाम झाला. संग्रहणीच्या विकाराने आचार्य अत्रे आजारी पडले आणि मुंबई सोडून पुण्याला आले. या आजारात ज्वराची भर पडून आचार्य अत्रे यांनी अंथरूण धरले. हे आजारपण एक-दोन महिने भोगले. एकदा तर अंथरुणाभोवती जमलेल्यांनी आशाच सोडली होती; पण त्यातून

ते बचावले आणि बाहेर पडले.

त्यानंतर कँप एज्युकेशन सोसायटीच्या शाळेत दरमहा पस्तीस रुपयांवर हेडमास्तर मग बी. टी. टीडीसाठी लंडनला प्रयाण. त्यानंतर शिक्षणतज्ज्ञ म्हणून प्रसिद्धी. लेखक, कवी, आद्य विडंबनकार, नाटककार, पटकथा-संवाद-गीते, सिनेमा दिग्दर्शन, निर्माता, विनोदी वक्ता, विनोदी लेखक, समीक्षक, शिक्षणतज्ज्ञ, सामाजिक नेता, राजकीय नेता म्हणून सर्वत्र प्रसिद्धी. पुण्याने घडविले. पुणे नगरपालिकेत स्थायी समितीचे अध्यक्ष त्यानंतर मग आपले आवडते पुणे अखेर सोडले आणि मुंबईला प्रयाण केले. ते मुंबईला येतात काय आणि एका स्टुडिओचे मालक होतात काय? सारेच अर्तक्य आणि अजब! 'पायाची दासी' सिनेमाने निव्वळ सहा लाख रुपये नफा मिळवून दिला आणि सिनेमातील महत्त्वाकांक्षा वाढली. शुद्रकाच्या 'मृच्छकटिक' नाटकावर 'वसंतसेना' हा बिगबजेट सिनेमा काढला. त्याच्या आधी सर परशुरामभाऊ कॉलेजमध्ये विद्यार्थ्यांनी प्राणघातक हल्ला केला होता. दुसऱ्या दिवशी वसंतसेनेचा मुहूर्त आणि त्यानंतर नाशिकच्या साहित्य संमेलनाचे अध्यक्ष.

आचार्य अत्रे यांनी लोकमान्य टिळकांचा मृत्यू पाहिला. त्यांच्या अंत्ययात्रेचे वर्णन करताना आजही प्रत्येक टिळकप्रेमी आचार्य अत्रे यांच्या वर्णनाचा उल्लेख करतो आणि आपल्या पुस्तकात त्याचा नव्याने शोध लावला या थाटात त्याची मांडणी करतो. बाजूला निसर्गसागर आणि धुव्वाधार पावसात निघालेली अंत्ययात्रा आणि काळ्या छत्र्यांचा सागर अशी प्रचंड अंत्ययात्रा. एका महापुरुषाचा अंत. राजकीय असंतोषाचे जनक. देशाच्या स्वातंत्र्यासाठी अथक प्रयत्न. देशस्वातंत्र्याला देशपातळीवर वळण लावण्याचा पराक्रम करणारे लोकमान्य यांचा महान अंत आणि त्याच दिवशी शांतारामाच्या चाळीत महात्मा गांधी यांची रात्री दहा वाजताची सभा. 'लोकमान्याचा अंत आणि महात्मा गांधींचा उदय' या महान संधीकाळाचे साक्षीदार आचार्य अत्रे! मुंबईतील गिरणी कामगार, जनता आणि सामान्य लोक यांना टिळकांविषयी आत्मीयता आणि गांधीजींविषयी प्रेम याचा आलेख आचार्य अत्रे यांनी मांडला आहे.

देशाच्या फाळणीसंदर्भात साप्ताहिक नवयुगने आघाडी उघडली. फाळणीला कडाडून विरोध. दर रविवारी शिवाजी पार्कवर सतत सहा महिने व्याख्याने. वृत्तपत्र व्यवसायातील मातब्बर मंडळींनी 'आचार्य अत्रे यांचे डोके फिरले' अशी आवई उठविली; पण साप्ताहिक नवयुगने पंजाब, बंगालमध्ये वार्ताहर पाठवून देशाच्या फाळणीचा 'आंखो देखा हाल' मराठी जनतेला दिला. समाजवादी पक्षात आचार्य अत्रे यांचा प्रवेश. शिवडीतून मुंबई महानगरपालिकेत प्रवेश; पण वाङ्मयाची साथ सोडली नाही. भारताचे शेवटचे रिझर्व बँकेचे गव्हर्नर आणि अर्थतज्ज्ञ सी. डी. देशमुख यांच्या अध्यक्षतेखाली गडकरी पुण्यतिथी साजरी. गंगाधर गाडगीळ म्हणतात, "मुंबईत आचार्य अत्रे यांनी सांस्कृतिक जीवन सुरू केले." त्याअगोदर आर्थिक

उलाढाली, धावपळ, बकालपणा होता. एका वेगळ्या वातावरणाची निर्मिती आणि आस्वादक-परिवर्तन-बदल करणारे वातावरण आचार्य अत्रे यांनी निर्माण केले.

मग मात्र आचार्य अत्रे यांची तुफानी घोडदौड सुरू झाली. सिनेमा, नाटके, भाषणे, निवडणुका, साप्ताहिक 'नवयुग'चे नवविचारांचे वारे वाहू लागले. देशाचे स्वातंत्र्य, देशाची फाळणी, सानेगुरुजींचे मंदिर प्रवेश आंदोलन; यांत आचार्य अत्रे यांनी झोकून दिले. सारी मुंबई ढवळून काढली. मुंबईच्या न्यू रॉयल ऑपेरा हाउसमध्ये 'कळ्यांचे नि:श्वास' या मालतीबाई बेडेकरांच्या गाजलेल्या पुस्तकावर सलग सहा दिवस व्याख्याने तसेच साऱ्या महाराष्ट्रात व्याख्याने देऊन महाराष्ट्र ढवळून काढला. आचार्य अत्रे यांच्या घराबाहेर नाटकाचे सलग सहा महिने न्यू रॉयल ऑपेरा थिएटरमध्ये हाउस फुल्ल प्रयोग, आकाशवाणीवर प्रथमच 'घराबाहेर' नाटकाचे 'लाइव्ह प्रक्षेपण'ने इतिहास निर्माण केला. सारी मुंबई 'घराबाहेर' नाटक बघण्यासाठी घराबाहेर पडत असे. त्या वेळी समतानंद अनंत हरी गद्रे यांनी निर्भीडचा विशेषांक काढून भरगच्च माणसाने भरलेल्या सिनेमागृहाचा 'हाउस फुल्ल' असा उल्लेख केला आणि 'हाउस फुल्ल' हा शब्द आजतागायत वाजत आहे, गाजत आहे आणि 'हाउस फुल्ल' होत आहे. बाळासाहेब खेर या मुख्यमंत्र्यांची भंबेरी, मोरारजी देसाईंची रेवडी आणि कन्नमवारांची तिरडी आचार्य अत्रे यांनी याच मुंबईत बांधली. साहित्य संघाच्या निर्मितीत अनंतराव भालेरावांबरोबर आचार्य अत्रेही होते. मुंबईतील नाट्य महोत्सवाचा सुखान्त आणि त्यात सक्रिय सहभाग. अवघ्या आठ दिवसांत रंगभूमीवर आलेले 'कवडीचुंबक' हे नाटक मुंबईच्या नाट्यमहोत्सवाची देणगीच! विक्रमावर विक्रम, चढाओढीवर चढाओढ, वादावर प्रतिवाद, संघर्षावर संघर्ष असे हे वादळी व्यक्तिमत्त्व मुंबईतच बलवान झाले.

सानेगुरुजींच्या दु:खद निधनानंतर त्यांच्या चितेवर हात ठेवून तुमची 'श्यामची आई' रूपेरी पडद्यावर आणेन म्हणून शपथ. नंतर 'श्यामची आई'ने सुवर्णपदकापर्यंत मजल मारली आणि सारा महाराष्ट्र मातेच्या महन्मंगल स्तोत्रात न्हाऊन निघाला. त्यानंतर 'महात्मा फुले' सिनेमा काढून आचार्य अत्रे यांनी आमच्यावर खूप उपकार केले, अशी कबुली कर्मवीर भाऊराव पाटील यांनी दिली आहे. सावित्रीबाईंचा छळ आणि त्यातून मुलींना शिक्षण देण्याची जिद्द, याचे जिवंत चित्र सुलोचनाबाईंनी महाराष्ट्रापुढे उभे केले.

बाबूराव पेंढारकरांनी करारी जोतिबा, सनातनी ब्रह्मवृंदाशी सामना करणारा बंडखोर जोतिबा साकारून आचार्य अत्रे यांना राष्ट्रपती रौप्यपदकापर्यंत नेले. लागोपाठ सतत दोन वर्षे पारितोषिके पटकावणारे आचार्य अत्रेच!

मग आला संयुक्त महाराष्ट्राचा महासंग्राम आणि मुंबईसह संयुक्त महाराष्ट्राची गर्जना - घोषणा आणि १०५ हुतात्म्यांचा बळी. त्या वेळचे आचार्य अत्रे यांचे

अग्रलेख आग ओकणारे होते. मोरारजींच्या आणि काँग्रेस सरकारच्या अत्याचाराची लक्तरे आचार्य अत्रे दररोज वेशीवर टांगत होते. लोकांना पटवीत होते. पेटून उठवीत होते. पटवल्याशिवाय जनता पेटून उठत नाही आणि एकदा उठली की आपले ध्येय साध्य केल्याशिवाय थांबत नाही. आचार्य अत्रे यांची वाणी आणि लेखणी तळपत्या तलवारीसारखी सपासप चालवली जात होती. आचार्य अत्रे यांच्या पायाला भिंगरी बांधली होती. सारखे दौरे, सभा, मोर्चे, मिरवणुका, निदर्शने, प्रदर्शने, बैठका, संवाद, परिसंवाद, चर्चासत्रे, आवाहने, आव्हाने, संघर्ष सदा देता-घेता मुंबई, बेळगाव, कारवार, खानापूरसह संयुक्त महाराष्ट्र या घोषणेने सारा महाराष्ट्र दणाणून सोडला होता. 'अत्रेमय महाराष्ट्र' आणि 'महाराष्ट्रमय अत्रे' असे विहंगम दृश्य बघायला मिळण्याचे भाग्य मराठी जनतेला लाभले. धन्य ती मराठी जनता आणि धन्य ते आचार्य अत्रे! आणि धन्य तो महाराष्ट्र!!

आपल्या लेखणी, वाणीने सारा महाराष्ट्र ढवळून काढला. नागपूर ते नंदुरबार-नांदेड, चांद्यापासून बांद्यापर्यंत, मुंबईपासून मलकापुरापर्यंत महाराष्ट्रात संयुक्त महाराष्ट्राचा महापूर आला होता. आणि त्या महापुरात एखाद्या कसलेल्या पोहणाऱ्या जलतरणपटूप्रमाणे आकंठ अवगाहन करून आचार्य अत्रे काँग्रेसच्या कारवायांना बळी न पडता संयुक्त महाराष्ट्राचा पैलतीर पार करत होते. संयुक्त महाराष्ट्राचा मंगल कलश यशवंतरावांनी आणला, अशा काँग्रेसच्या प्रचाराच्या राळेने गदारोळ उठवला असला, तरी यशवंतरावांच्या हातात मंगल कलश आचार्य अत्रे आणि मराठी जनतेने दिला. यशवंतरावांनी जरी संयुक्त महाराष्ट्राचा मंगलकलश आणला असला, तरी त्यातील जल - पाणी - कऱ्हेचे होते असेच मराठी जनता म्हणत होती, म्हणत आहे आणि म्हणत राहील. मुंबईतील आचार्य अत्रे यांचे पराक्रमामागील पराक्रम, संघर्षावर संघर्ष, लढायांवर लढाया, वादावर वाद, संवाद आणि शेवटी सरशी. वैचारिक कुस्त्यांवर कुस्त्या - लढतीवर लढती असे संघर्षमय, जिवंत, ज्वलंत जीवन आचार्य अत्रे जगले आणि मराठी जनतेच्या गळ्यातील ताईत बनले, तन्मणी बनले, मंगलहार बनले आणि मराठी जनतेच्या हृदयसिंहासनावर डौलाने जाऊन बसले– ते त्यांच्या महान पराक्रमाने, कर्तबगारीने, मराठी बाणा जागवल्याने, मराठीपण अंगी बाणल्याने.

आचार्य अत्रे सकाळी समुद्रावर फिरायला जात असत. त्यांचे सकाळी फिरणाऱ्या लोकांचे एक समुद्रमंडळ असे. सकाळी समुद्राच्या कडेने जगाकडे पाठ आणि समुद्राकडे तोंड करून प्रातर्विधी करणारी काही मंडळी असत. आचार्य अत्रे यांना त्यांची भयंकर चीड येत असे. एकदा अशाच एका जगाकडे पाठ आणि समुद्राकडे तोंड करून बसलेल्या माणसाला तसेच पकडून आचार्य अत्रे यांनी पोलिसांच्या ताब्यात दिले. 'हा बघा, समुद्राच्या चौपाटीवर प्रातर्विधी करत होता.' त्यावर त्या माणसाने 'पुरावा काय?' असा सवाल आचार्य अत्रे यांना केला? त्यावर आचार्य अत्रे

म्हणाले, 'मग याचा पुरावा मी आणावयाचा काय?' अशा समुद्रमंडळातील गमतीजमती. त्यांच्या त्या समुद्रमंडळाबरोबर अनेक विषयांवर चर्चा झडत, वाद-विवाद आणि अनेक विषय रंगत. फिरून झाल्यावर माधवराव आळतेकरांच्या घरी जाऊन गप्पा मारत, हा त्यांचा नित्याचा क्रम होता.

माधवराव आळतेकर म्हणजे आगरकरांचे चरित्रलेखक. त्यांच्या आईला 'मराठा' वाचला का? असा प्रश्न ते करीत. त्या बाई म्हणत, 'माझ्यासारख्या अडाणी बाईला समजेल-उमजेल असे सोपे मराठी लिहिता, मग कसे समजणार नाही.'

एकदा आचार्य अत्रे कोणा एका पाहुण्याला सोडण्यासाठी आपल्या गाडीने दादर स्टेशनवर गेले. खासगी वेषात कमरेला लुंगी, हातात सिगारेट. अशा स्थितीत रेल्वे प्लॅटफॉर्मवर पाहुण्याला निरोप देण्यासाठी आले. त्याबरोबर अनेक रेल्वे हमालांनी आचार्य अत्रे यांच्या पाय पडण्यासाठी रांग लावली. त्यावर व्हायोलिनवादक शरद अभ्यंकर यांनी हमालांना विचारले की, ''आचार्य अत्रे देव आहेत का? म्हणून तुम्ही त्यांच्या पाया पडता?'' त्यावर हमालांनी सांगितले, ''आम्हाला त्यांचे सोपे अग्रलेख वाचून जगातील राजकारण समजते, अडाण्यातील अडाणी माणसाला समजेल असे सोपे मराठी आचार्य अत्रे यांच्याशिवाय कोण लिहिणार?''

मराठाचे सामुदायिक वाचन होत असे. रस्त्यावरचा चांभारदेखील 'मराठा' वाचत असे. यावरून 'मराठा' हा सर्वसामान्यांचा पेपर होता, हे उघड आहे. पूर्वी पुण्यातील वाड्यावाड्यांत आणि मुंबईतील चाळीचाळींत 'मराठा'चे सामूहिक वाचन होत असे. मा. श्री. प्रवीण दवणे सांगतात, 'आमच्या वाड्यात आम्ही दोन 'मराठा' पेपर घेत असू. एक आमच्यासाठी आणि एक चाळीसाठी! कारण एकदा नेलेला मराठा परत मिळतच नसे म्हणून आमच्यासाठी दुसरा मराठा आम्ही घेऊ लागलो.'

वरळीलादेखील समुद्रावर आचार्य अत्रे फिरत असत. त्यांच्या शिवशक्तीच्या गच्चीत उभे राहून समुद्राच्या अनेक लीला पाहण्यात त्यांचा वेळ निघून जात असे. इतके त्यांचे समुद्राशी घट्ट नाते होते. म्हणूनच दोन्ही ठिकाणे दादर चौपाटीजवळ निवासस्थान आणि शिवशक्ती हे कार्यालयदेखील वरळीच्या समुद्राजवळच. वरळीच्या डोंगरावरून अत्रे समुद्राचे विहंगम दर्शन घेत असत.

१९६२ च्या निवडणुकीत आचार्य अत्रे पुणे शहरातून लोकसभेसाठी उभे राहिले आणि दादर मतदारसंघातून ते विधानसभेसाठी उभे राहिले. पुण्यातून पडले; पण मुंबईतून जिंकले. त्यावर आचार्य अत्रे म्हणाले, ''आईने मारले, मावशीने तारले.'' मुंबईला ते मावशीच म्हणत. पुणे आई आणि मुंबई मावशी, अशी त्यांची भावना होती. १९५७ साली आचार्य अत्रे गिरगावातून निवडून आले होते. गिरगाव आणि दादर हे आचार्य अत्रे यांचे बालेकिल्ले होते. घराघरांत आचार्य अत्रे यांना एखाद्या देवासारखे पूजणारे लोक होते. मुंबईचे पाच अनभिषिक्त सम्राट होते. एक

सदोबा पाटील, दोन आचार्य अत्रे, तीन कॉ. डांगे, चार जॉर्ज फर्नांडिस आणि पाचवे बाळासाहेब ठाकरे. या पाचही सम्राटांना मुंबईत कमालीची लोकप्रियता लाभली; कारण त्यांची कर्तबगारीच मोठी!

साप्ताहिक नवयुगची कचेरी केनेडी ब्रिजजवळील ज्योति स्टुडिओ कंपाउंडमध्ये, नाना चौकाजवळ. ज्योति स्टुडिओचे प्रचंड मोठे कंपाउंड आहे. साप्ताहिक नवयुगने खूप चमत्कार केले. नवयुगचे-परिवर्तनाचे वारे वीस वर्षे महाराष्ट्रात वाहत होते. गिरगाव चौकी, फ्लोरा फाउंटन (आत्ताचा हुतात्मा चौक), सुंदराबाई हॉल, शिवाजी पार्क, अमरहिंद मंडळ, कित्ते भंडारी हॉल, वनमाळी हॉल, गिरगावातील ब्राह्मण संघ, शांतारामाची चाळ, साहित्य संघ मंदिर, गायवाडी, खेतवाडी अनेक वाड्यांत व्याख्याने. नरे पार्क, पार्ले टिळक ही काही त्यांच्या व्याख्यानाची ठिकाणे. खारच्या नॅशनल कॉलेज येथे तर रात्री एक वाजता अठराशे सत्तावनच्या समरावर त्यांनी रात्री तीनपर्यंत व्याख्यान दिले. त्याची हकिगत श्रीमती अंबूताई धुरंधर यांनी मला सांगितली. ती अशी –१९५७ साली संयुक्त महाराष्ट्राचा लढा टोकाला पोहोचला होता. १८५७ च्या स्वातंत्र्ययुद्धाची शताब्दी १९५७ मध्येच चालू होती. श्रीमती अंबूताई धुरंधर या जे. जे. स्कूलचे पहिले भारतीय संचालक धुरंधर यांच्या पत्नी काही कार्यकर्त्यांसह स्वातंत्र्यवीर सावरकरांकडे व्याख्यानाचे निमंत्रण देण्यासाठी गेल्या. सावरकर म्हणाले, “अंबूताई, माझ्यापेक्षा सत्तावन्नच्या स्वातंत्र्यसमरावर आचार्य अत्रेच छान बोलतात, तेव्हा तुम्ही त्यांना बोलवा.” अंबूताई आणि शिष्टमंडळ आचार्य अत्रे यांच्याकडे गेले आणि त्यांना विनवणी करू लागले. आचार्य अत्रे यांना संयुक्त महाराष्ट्राच्या लढ्याने वेढले होते; पण बिझी शेड्यूलमधून रात्री अकरा वाजताची वेळ ठरली. अकरा वाजले, रात्रीचे साडेअकरा झाले, बारा वाजले, शेवटी एक वाजता आचार्य अत्रे आले. तोपर्यंत पंचवीस-तीस हजारांचा जमाव हूं की चूं न करता थांबला होता आणि आचार्य अत्रे यांनी रात्री एक ते तीन असे दोन तास ‘अठराशे सत्तावन्नचे स्वातंत्र्यसमर’ या विषयावर मोठ्या तडाख्याने भाषण ठोकले. अशी गर्दी आणि असा वक्ता. रात्री दहा ते तीन असे पाच तास ताटकळत बसणारे श्रोतेही धन्य आणि धन्य ते आचार्य अत्रे! नंतर अंबूताईंनी आचार्य अत्रे यांना घरी नेऊन पुरणपोळी खाऊ घातली.’ त्यांना त्यांच्या हातची पुरणपोळी इतकी आवडली की, आचार्य अत्रे यांना लहर आली की, “अंबूताई, आज मी तुमच्याकडे पुरणपोळी खायला येणार आहे हो.” असे सांगत. प्रबोधनकार ठाकरे यांच्या सूनबाई - बाळासाहेबांच्या पत्नी मीनाताई. केशवरावांच्या सूनबाई म्हणजे आचार्य अत्रे यांच्यादेखील सूनबाई. बाळासाहेबांना ते मुलगाच मानत. बाळासाहेब ‘अत्रेकाका’ म्हणत. दिवाळीच्या दिवसांत आताच्या माँसाहेब आणि आचार्य अत्रे यांच्या सूनबाईस आचार्य अत्रे म्हणत, “सूनबाई, अनारसे खायला येतोय.” असे एकापेक्षा एक लोक आचार्य अत्रे

यांच्यावर प्रेम करत. प्रेमाने, आदराने खाऊ घालत. आचार्य अत्रेदेखील लोकांवर खूप प्रेम करत. असा आदर, असे प्रेम आचार्य अत्रे यांना सर्व थरांतील लोकांकडून लाभले. आचार्य अत्रे यांनी समाजाला भरभरून दिले आणि समाजानेदेखील आचार्य अत्रे यांना भरभरून दिले. धन्य ते आचार्य अत्रे आणि धन्य ते लोक!

ठाणे, कल्याण, टिटवाळा, डोंबिवली, पेण, पनवेल, अलिबाग, पवई, अंधेरी, वसई, जोगेश्वरी, गोरेगाव, पार्ले, माहिम, खार या ठिकाणीदेखील आचार्य अत्रे यांची व्याख्याने होत. सारी मुंबई आचार्य अत्रे यांनी पालथी घातली. गिरणगाव, परेल, लालबाग, भायखळा, गावदेवी या ठिकाणची संयुक्त महाराष्ट्राच्या लढ्यातील त्यांची भाषणे मुळातून वाचली पाहिजेत. अत्रे मुंबईमय झाले होते, तर मुंबईकर अत्रेमय झाले होते. एवढी एकरूपता आचार्य अत्रे यांच्याशिवाय कोणाकडे बघायला मिळणार? आचार्य अत्रे आणि मुंबईचे असे अतूट नाते होते. मुंबई महाराष्ट्राचे मस्तक आहे, असे ते सांगत. मस्तकातून बुद्धी येते आणि हृदयातून भावना. मस्तकातून विचार आणि हृदयातून मायेचा ओलावा म्हणून मुंबई हे महाराष्ट्राचे मस्तक आहे आणि बेळगाव हे महाराष्ट्राचे हृदय आहे, अशी गर्जना ते करत आणि सभा जिंकत. आचार्यांना लोकांचे आणि लोकांना आचार्य अत्रे यांचे जणू वेडच लागले होते. जिथे तिथे आचार्य अत्रे हाच विषय असे. म्हणूनच प्रबोधनकार केशवराव ठाकरे म्हणत, 'अत्र, तत्र, इतरत्र एकत्र सर्वत्र अत्रे, अत्रे, अत्रे!!! सर्वत्र अत्रे! आचार्य अत्रे!' म्हणून आचार्य अत्रे सर्वांना प्रिय होते. आपले वाटत होते.

तसे पाहिले, तर आचार्य अत्रे यांचा संचार सर्वत्र होता; पण काही काही गावे त्यांची अतिशय लाडकी गावे होती. त्यांच्या लाडक्या गावांचा विचार केला, तर सासवड हे त्यांचे जन्मगाव त्यांच्या खास आवडीचे आणि परिचयाचे होते. ते मोठ्या अभिमानाने 'शक्ती आणि भक्ती यांचा संगम असलेले माझे जन्मगाव सासवड' म्हणून सासवडचा उल्लेख करीत असत. त्यानंतर पुणे. पुण्यात शिक्षणासाठी आले आणि पक्के पुणेकर नव्हे, इरसाल पुणेकर झाले. त्यानंतर आचार्य अत्रे यांच्या पत्नी श्रीमती सुधाताई अत्रे या गव्हर्नमेंट गर्ल्स कॉलेजच्या प्राचार्या म्हणून नाशिकला गेल्या. त्या वेळी आचार्य अत्रे वारंवार नाशिकला चकरा मारू लागले. त्याअगोदर तीर्थक्षेत्र आणि धार्मिक क्षेत्र म्हणून नाशिक प्रसिद्ध होतेच. त्या निमित्ताने आचार्य अत्रे नाशिकला गेल्याचे उल्लेख त्यांच्या लिखाणांत आढळतात; परंतु 'गोदा तरंग' या कवी चंद्रशेखरांच्या प्रदीर्घ काव्यामुळे त्यांना नाशिकचे वेड लागले. एकदा असेच आचार्य अत्रे नाशिकला गेले असता त्यांच्या हितशत्रूंनी 'आचार्य अत्रे गेले', अशी अफवा उठवल्यामुळे मोठा हाहाकार उडाला होता. अर्थात, आचार्य अत्रे यांनी त्याला सणसणीत आणि खणखणीत उत्तर दिले.

धार्मिक स्थळ आणि तीर्थक्षेत्र म्हणून नाशिकचा बोलबाला तेव्हाही होता आणि आताही आहे. साधू, बैरागी, संत, महाराज, बोके संन्यासी, संत महंत, ऐरे-गैरे आणि नथू खैरे किंवा मराठीत हवशे, गवशे, नवशे यांचा नाशिकमध्ये सतत राबता असेच. धार्मिक कार्ये, दशक्रिया विधी, नागबळी यांसारख्या कार्यासाठी नाशिकला सतत गर्दी असे. शिवाय 'कुंभमेळा'

गोदातीर आणि तरंग - नाशिक!

हा प्रसिद्ध सोहळा नाशिकला होत असल्याने भारताच्या नकाशावर नाशिक सारखे झळकत असे आणि लोकांच्या मनांत सततच्या आठवणीने चमकत असे.

शिवाय प्रभु रामचंद्र आपल्या वनवासात नाशिकला आले. दंडकारण्यात गोदावरीतीरी त्यांनी आपली कुटी बांधल्याचा उल्लेख आहे. आजही नाशिकमध्ये 'सीता गुंफा' म्हणून प्रसिद्ध स्थळ आहे; सामान्यजन त्याचे दर्शन घेतातच. शिवाय मराठी माणसे आणि भारतीय लोक दक्षिणेतील गंगा नदी म्हणून गोदावरीचा सातत्याने जप करीत असतात. पौराणिक काळापासून ऐतिहासिक आणि वर्तमानकाळापर्यंत सातत्याने नाशिक प्रसिद्धच नव्हे; तर नाशिक, त्र्यंबकेश्वर, सप्तशृंगी देवी – वणीची देवी या सर्व स्थानांमुळे आणि ब्रह्मगिरी पर्वतामुळे नाशिक सातत्याने चर्चेत असे, तसेच नाशिकची द्राक्षे आणि लासलगावचा कांदा यामुळे तर द्राक्षाचा आंबटपणा आणि कांद्याचा डोळ्यांत पाणी आणणारा प्रकार आपण कसे बरे विसरू शकू. इतके नाशिक आपल्या नेहमीच्या आठवणीतले आणि परिचयाचे झाले आहे.

मी मागे सांगितलेच आहे की, नाशिक हे तीर्थक्षेत्र असल्याने साधू-संत, संन्यासी, बोके संन्यासी, महाराज, पंडित, प्रवचनकार, कीर्तनकार, नंगे फकीर, मौलवी यांचा नाशिक शहरात सतत राबता असे. अशीच एकदा नाशिक शहरात रात्री नंग्या साधूची मिरवणूक निघाल्याचे आचार्य अत्रे सांगतात. नाशिक शहरात रात्री नंग्या साधूची विवस्त्र मिरवणूक निघाली, तरी नाशिककर नागरिकांनी ओगले यांचे कंदील वर करून ती मिरवणूक बघितल्याचे मोठ्या मार्मिकपणे आचार्य अत्रे सांगतात आणि आपल्या विनोदी स्वभावाचे दर्शन घडवतात. त्या वेळी ओगल्यांचा कंदील प्रसिद्ध होता. ओगल्यांचा काच कारखानाही प्रसिद्ध होता.

त्यानंतर डॉ. बाबासाहेब आंबेडकरांचा मंदिर प्रवेश या चळवळीतील मोठा गाजलेला सत्याग्रह म्हणजे 'काळाराम मंदिर सत्याग्रह' होय. या सत्याग्रहाने महाराष्ट्र सतत दुमदुमत राहिला. काळाराम मंदिर सत्याग्रहामुळे अस्पृश्यांना मंदिर प्रवेश ही चळवळ महाराष्ट्रात जोर धरू लागली आणि डॉ. आंबेडकरांचे नाव सारखे दुमदुमले. अत्रे यांनी त्याचे वर्णन केले आहे.

श्रीमती प्राचार्य सुधाताई अत्रे नाशिकला स्थलांतरित होण्याअगोदरसुद्धा आचार्य अत्रे यांचा नाशिकशी संबंध होता. नाशिकच्या वसंत व्याख्यानमालेत आचार्य अत्रे यांची व्याख्याने होत; पण सुधाताई नाशिकात येण्याने नाशिक वारंवार त्यांच्या लिखाणांत येऊ लागले. डॉ. अ. वा. वर्टी यांच्या पहिल्यावहिल्या पुस्तकाला आचार्य अत्रे यांची अतिशय सुंदर आणि मार्मिक प्रस्तावना आहे; त्यामुळेच डॉ. अ. वा. वर्टी प्रसिद्ध झाले आणि नंतर त्यांनी अमृत नावाचे 'डायजेस्ट' काढून साऱ्या महाराष्ट्राला वाचनाचे वेड लावले आणि बालगोपाळांबरोबर म्हाताऱ्याकोताऱ्यांपर्यंत त्यांची लोकप्रियता वाढली. वि. मा. दि. पटवर्धन, पोतनीस, चंद्रशेखर वगैरे

वाङ्मयीन कामगिरी करणाऱ्या मंडळींबरोबर आचार्य अत्रे यांचे स्नेहसंबंध आणि सततचा परिचय होताच.

रेव्हरंड ना. वा. टिळक हे त्या काळात कविवर्य म्हणून गाजत होते. त्यांच्या मिश्कील, विनोदी, मार्मिकपणाचे अनेक किस्से आचार्य अत्रे सांगत; पण सगळ्यांत महत्त्वाचे म्हणजे लक्ष्मीबाई टिळकांनी लिहिलेल्या 'स्मृतिचित्रे' या आत्मचरित्राचे आणि अक्षरवाङ्मय म्हणून गणले गेलेल्या ग्रंथाचे प्रकाशन करून आचार्य अत्रे यांनी साऱ्या महाराष्ट्रावर उपकार केल्याने साहित्य वर्तुळात चर्चिले जात होते आणि आहे. आगपेटीतल्या विझलेल्या काड्यांच्या काजळीने लिहिलेली स्मृतिचित्रे म्हणजे मराठी साहित्यातील महान चमत्कार होय.

'बाई, तुम्ही आता विश्रांती घ्या. तुम्ही आमच्यावर खूप उपकार केले आहेत. आता फार श्रम घेऊ नका. तुमचे नाव अजरामर झाले आहे,' म्हणून लक्ष्मीबाई टिळकांच्या पायावर डोके ठेवून त्यांचा आशीर्वाद घेतला.

त्यानंतर सोपानदेव चौधरी यांच्या मातोश्री बहिणाबाई चौधरींचा काव्यसंग्रह आचार्य अत्रे यांच्या प्रस्तावनेसह आचार्य अत्रे यांच्या आग्रहाने परचुरे यांनी प्रसिद्ध केला. त्या वेळी 'नव्यात झळकेल आणि जुन्यात चमकेल, असे अमर काव्य' म्हणून बहिणाबाईंच्या कवितांचा गौरव केला. शेतकऱ्याला शेतात नांगरताना मोहरांचा हंडा मिळावा, तसा मला बहिणाबाईंच्या कवितांचा/मोहरांचा हंडा मिळाला.

सोपानदेव चौधरी मुलखाचे लाजाळू, भिडस्त! एवढ्या मोठ्या साहित्यसम्राटाला आपल्या अडाणी, अशिक्षित, गांवढळ आईच्या कविता कशा दाखवाव्यात या विवंचनेत असताना 'अरे सोपान्या, बगलेत काय ठेवलेस? काय लपवतोस,' म्हणून घाबरलेल्या सोपान्याकडून हिसकावून घेऊन त्याच क्षणी सर्व कविता वाचून, 'अरे सोपान्या, हे तर बावनकशी सोने आहे. हे लपवून ठेवणे मोठे पाप आहे. तू गुन्हेगार का होतोस? या कविता ताबडतोब प्रसिद्ध केल्या पाहिजेत' म्हणून तजवीज करून आपल्या प्रस्तावनेसह काव्यसंग्रह प्रसिद्ध केला. हे आचार्य अत्रे यांचे फार मोठे योगदान होय. लक्ष्मीबाईंची 'स्मृतिचित्रे' आणि 'बहिणाबाईंची कविता' यांचे प्रकाशन करून आचार्य अत्रे यांनी महाराष्ट्रावर प्रचंड उपकार केले आहेत. लोक म्हणतात, आचार्य अत्रे यांचे काय योगदान आहे. स्वत: आचार्य अत्रे हे महाराष्ट्राला मिळालेले फार मोठे वरदान, योगदान आहे; पण त्याहीपेक्षा लक्ष्मीबाईंची 'स्मृतिचित्रे' आणि 'बहिणाबाईंची कविता' प्रकाशित करून फार मोठे योगदान आचार्य अत्रे यांनी महाराष्ट्राला दिले आहे. प्रथम प्रकाशन ही गोष्ट फार अप्रूप असते. हे साहित्य प्रथमच प्रकाशात आणल्याने लक्ष्मीबाई टिळक आणि बहिणाबाई चौधरी या मराठी सारस्वतात प्रात:स्मरणीय, वंदनीय सारस्वत कन्या म्हणून गणल्या गेल्या– त्या आचार्य अत्रे यांच्या प्रस्तावनेमुळेच आणि त्यांच्या गाजावाजा प्रवृत्तीने आणि हे साहित्य प्रकाशात

आणण्याच्या प्रयत्नांमुळेच! डॉ. अ. वा. वर्टी, वि. मा. दि. पटवर्धन, दादासाहेब पोतनीस; शिक्षण, नाट्य, सिने क्षेत्रांतील नाशिक शहरातील बडी मंडळी आचार्य अत्रे यांच्या परिचयाची आणि त्यांच्या बैठकीतील होती. नाशिक शहराचे भूषण असलेले कवीश्रेष्ठ कुसुमाग्रज (वि. वा. शिरवाडकर) आचार्य अत्रे यांच्या सुप्रसिद्ध साप्ताहिक नवयुगमध्ये उपसंपादक म्हणून काम करीत होते. उपसंपादकपदाची धुरा तात्यासाहेबांनी मोठ्या चिकाटीने सांभाळली, असे आचार्य अत्रे सांगतात. आज 'हरिश्चंद्राची फॅक्टरी' हा दादासाहेब फाळक्यांवरील सिनेमा आला. त्यातील सुभद्रेला मिशा कशा? पुरुष असलेला स्त्री नट म्हणतो, 'माझे तीर्थरूप अजून जिवंत आहेत. मी मिशा काढणार नाही.' आचार्य अत्रे म्हणतात, 'पाचुंदा, पाचुंदा मिशा असलेल्या पुरुषपात्राने स्त्री भूमिका केली असता तिच्या मिशीचा केससुद्धा प्रेक्षकांना टोचला नाही.' परेश मोकाशीने हा विनोद आचार्य अत्रे यांच्या 'कऱ्हेचे पाणी'मधील माझे सासवडमधील नाट्यउद्योग या प्रकरणातून घेतला आहे.

स्वातंत्र्यप्राप्तीनंतर नाशिक शहरात अखिल भारतीय कॉंग्रेसचे वार्षिक अधिवेशन भरले होते. त्याचा 'आंखो देखा हाल' आचार्य अत्रे यांच्या सिद्धहस्त लेखणीतून उतरलेला आहे. एखादा पोलीस अधिकारी, होमगार्ड आणि पोलीस यांची जणू जत्राच असा नाशिक कॉंग्रेसचा सगळा लवाजमा होता. नाशिकची जनताबंद कॉंग्रेस हे आचार्य अत्रे यांचे कॉंग्रेसच्या अधिवेशनाच्या अहवाल-वृत्तांतून आपल्याला दिसते. तिथे मोठ्या प्रमाणावर पोलीस असून जनता मात्र क्वचितच दिसे म्हणूनच आचार्य अत्रे म्हणतात की, नाशिकची जनताबंद कॉंग्रेस, सततचा पाऊस, सर्वत्र चिखल आणि बेशिस्त व्यवस्था यामुळे सारे लोक भंडावून गेले होते. काला व्यंकटरावच्या भाषणासंबंधी आचार्य अत्रे यांनी एका दाक्षिणात्य पत्रकाराला पृच्छा केली की, "Why he is kissing the mike?" त्यावर तो म्हणाला, "He is embracing too." हिरे मात्र सर्वत्र दिसत होते – परमेश्वराप्रमाणे! जिकडे पाहावे, तिकडे परमेश्वर दिसतो, तसे हिरे दिसत. अध्यक्ष पुरुषोत्तमदास टंडन यांचे भाषण फारच मनोरंजक आणि उत्तम झाल्याचे आचार्य अत्रे लिहितात. जगजीवनराम यांच्यासारखा मृदू भाषण करणारा कॉंग्रेसमध्ये दुसरा नाही. पंढरपूरचे बबनराव बडवे यांनी रामाने मारुती आणि वानरांच्या साहाय्याने रामराज्य निर्माण केले, तसे कॉंग्रेसला रामराज्य निर्माण करायचे आहे, असे सांगितल्यावर सभागृहातील तरुणांना आपल्या माकडहाडातून मागच्या मागे शेपट्या फुटल्याचा भास झाला असावा आणि त्यांना मनापासून हुपऽ हुपऽऽ अशा गर्जना करण्याची इच्छा झाली असावी, अशी टिपणी अत्रे करतात.

दादा धर्माधिकारी यांनी म्हटले की, राज्यसत्ता ही राजगिऱ्याच्या लाडूसारखी असते. जरा धक्का लागला की, तो लाडू एकदम फुटतो आणि त्यांतील दाणा न् दाणा वेगळा होतो. पट्टाभि सीतारामय्या मावळते अध्यक्ष होते. भाऊसाहेब हिरे यांचे

भाषण पडले. इतके भिकार भाषण मी ऐकले नसल्याचे आचार्य अत्रे नमूद करतात आणि हा कसा एल.एल.बी.ला पहिला आला, असा प्रश्न उपस्थित करतात.

काँग्रेसच्या या अधिवेशनाचा नाशिकची जनताबंद काँग्रेस हा दोन भागांतील वृत्तान्त वाचून लोकांची करमणूक तर नक्कीच होईल, यात काय शंका? सुप्रसिद्ध रियासतकार गोविंद सखाराम सरदेसाईंनी तर या वृत्तान्ताची अगदी तोंडभरून स्तुती केली आहे, 'नानाविध व्यक्तींचे स्वभावदर्शन घडले. काँग्रेसच्या अधिवेशनाचा वृत्तान्त सगळ्या बारीकसारीक गोष्टींच्या दाखल्यांसह या वृत्तान्ताने भरून निघाला. मला एकांतात राहून नाशिकला प्रत्यक्ष हजर असल्याचा प्रत्यय आपल्या या दोन लेखांतून आला आणि आपणासारखा पत्रकार निर्माण व्हावा, असे वाटू लागले.' आचार्य अत्रे यांच्या या वृत्तपत्रीय लिखाणाला मिळालेली रियासतकारांची पावती याच नाशिक अधिवेशनासंबंधी होती, हे आपण नाशिककरांनी लक्षात ठेवायला हवे.

एकोणीसशे बावन्न सालच्या निवडणुकीत मोरारजी देसाई बलसाडमधून पडले आणि भाऊसाहेब हिरे यांच्याकडे मुख्यमंत्रिपद येणार, असे वाटत असताना भाऊसाहेब हिरे यांनीच मोरारजी देसाईंशिवाय महाराष्ट्राचा कारभार कसा होणार? त्यांनीच मुख्यमंत्री व्हावे, असा टाहो फोडला. त्या वेळी नाशिक येथे मोरारजींच्या हस्ते भाऊसाहेब हिरे यांचा सत्कार झाला. त्या वेळी मोरारजींनी भाऊसाहेबांची वारेमाप स्तुती केली कारण त्यांच्यामुळे मोरारजी मुख्यमंत्री झाले होते. 'लोकमान्यांनंतर महाराष्ट्रात भाऊसाहेब हिरे यांच्या रूपाने लाभलेले नेतृत्व उजवे आहे.' अशी मल्लीनाथी मोरारजींनी केल्यावर आचार्य अत्रे यांनी 'कोठे तो नरसिंह लोकमान्य टिळक आणि कोठे हा ग्रामसिंह भाऊसाहेब हिरे!' अशी टीका करून भाऊसाहेबांची अक्षरश: रेवडी उडवली.

पुढे संयुक्त महाराष्ट्र आंदोलनानंतर 'नाशिकचे नकली हिरे आणि सातारी शिरगोळे' या मथळ्याचा लेख लिहून आंदोलनात जान आणली. महाराष्ट्रातील झोपडी-झोपडीसाठी मी लढेन म्हणणारे भाऊसाहेब द्वैभाषिकाला कसा पाठिंबा देते झाले आणि संयुक्त महाराष्ट्राचे कसे विरोधक झाले, याची सुमधुर कहाणी आचार्य अत्रे यांनी कथन केली. नाशिकमधील गोविंदराव देशपांडे या काँग्रेसच्या पुढाऱ्याची तर परमिट गोविंदा म्हणून ते नेहमी संभावना करीत असत.

एकदा आचार्य अत्रे संयुक्त महाराष्ट्राचा दौरा करण्यासाठी नाशिक शहरात आले असता एका हॉटेलात उतरले होते. त्यातील कॉरिडॉरमध्ये गोल्डी आला. त्या वेळी त्याची ओळख आचार्य अत्रे यांना करून दिली की, हे एक सक्सेसफुल डायरेक्टर आहेत, गोल्डी - विजय आनंद. त्यावर आचार्य अत्रे म्हणाले, 'मी एक अयशस्वी डायरेक्टर आहे.' त्यावर गोल्डीने आचार्य अत्रे यांचे पाय धरले आणि 'आपण पहिले सुवर्णपदक आणि लगेच दुसऱ्या वर्षीचे रौप्यपदक मिळविलेत; मग

आपण अयशस्वी डायरेक्टर कसे' असे म्हणून त्यांच्या चरणावर डोके ठेवले.

नाशिकमधील नाना तऱ्हेची माणसे आणि त्यांच्या नाना तऱ्हेच्या गमती आचार्य अत्रे यांच्या पोतडीत जमा होत्या. एकदा आचार्य अत्रे यांचा एक चेक डिस्‌ऑनर झाल्याची बातमी महाराष्ट्र टाइम्सने दिली. त्या वेळी दिवसाकाठी हजारो चेक फाडणाऱ्याचा एखादा चेक डिस्‌ऑनर होणार म्हणून माझ्या आर्थिक व्यवहारात खोट आहे असे म्हणणे शुद्ध वेडेपणाचे आहे, असे आचार्य अत्रे यांनी ठणकावून सांगितले. यावेळची एक गोष्ट – आचार्य अत्रे यांनी नाशिकमध्ये 'कवडीचुंबक' या नाटकाचा एक प्रयोग लावला होता. कवडीचुंबक नाटकातील चिक्कू-पंपूशेटचे काम स्वत: आचार्य अत्रे यांनी केले. प्रयोग हाउसफुल्ल झाला. सर्व गल्ला घेऊन रात्रीच्या गाडीने आचार्य अत्रे मुंबईला परतले. त्या गाडीत ग. त्र्यं. माडखोलकर होते. ते म्हणाले, ''अहो अत्रे, तुमचा चेक डिस्‌ऑनर झाला.'' त्यावर आचार्य अत्रे यांनी कवडीचुंबकचा रूमालात बांधलेला सर्व गल्ला डब्यात भिरकावला आणि पैसा, पैसा काय करता, हा बघा माझा पैसा! माडखोलकर आणि डब्यातील लोक चकित झाले. लोकांनी पैसे गोळा करून अत्रे यांच्याकडे दिले. आचार्य अत्रे यांनी मोजक्या नोटा घेतल्या आणि बाकीच्या तुम्हाला बक्षीस घ्या, असा आवाज चढविला. ग. त्र्यं. माडखोलकर आणि डब्यातील प्रवासी अवाक होऊन बघत होते. ही हकिकत ग. त्र्यं. माडखोलकर यांनीच आचार्य अत्रे यांच्या दु:खद निधनानंतर 'धनश्री' नावाच्या एका मासिकात लेख लिहून कथन केली आहे. अशा तऱ्हेने नाशिकच्या नाना तऱ्हा आणि नाना लोक. नाशिकच्या नाना लोकांच्या नाना तऱ्हा नावाचा लेख आचार्य अत्रे यांनी लिहिला असता.

कवी गिरीश यांच्या पत्नीने, 'आमच्या वसंताचे लिखाण तसेच आमच्या यांचे लिखाण माझ्यासारख्या अडाणी बाईला समजत नाही; पण आचार्य अत्रे यांचे लिखाण सर्वसामान्यांना आवडते, कळते आणि समजते म्हणून आचार्य अत्रे हे समाजाचे लेखक आहेत,' असे उद्‌गार काढले होते. आचार्य अत्रे यांनी कवी गिरीश यांच्यासमेत 'अरुण वाचनमाला' ही पाचवी ते सातवीपर्यंतची क्रमिक पुस्तकांची मालिका काढली होती. 'सूर्याचा सात घोड्यांचा रथ' हे चित्र अरुणमालेच्या पुस्तकाच्या मुखपृष्ठावर डौलाने झळकत असे. प्रताप मिल या अंमळनेरच्या सत्याग्रहात सानेगुरुजींबरोबर आचार्य अत्रे होते. धुळे नगरपालिकेने आचार्य अत्रे यांना मानपत्र दिले. सुधाकर देशपांडे हे आचार्य अत्रे यांचे द्वितीय जामात धुळ्याचे होते. 'वासे बंधूंचे बांबू संमेलन' हा आणखी एक चमत्कार आचार्य अत्रे यांनी केला. नाशिक येथे १९४२ मध्ये भरलेल्या ४२ व्या साहित्य संमेलनाचे आचार्य अत्रे अध्यक्ष होते. ललित वाङ्‌मय हे लोकवाङ्‌मय होय, असे आचार्य अत्रे यांनी प्रतिपादन केले. वृत्तपत्रे ही क्रांतिरसाची कारंजी आहेत. नाशिकचे संमेलन आचार्य

अत्रे यांनी गाजविले कारण १९४२ च्या क्रांतीचे पडसाद त्यांच्या भाषणात होते. त्याच्या आदल्याच दिवशी त्यांचा बिग बजेट सिनेमा 'वसंतसेना' मुंबईत पडला होता. मुंबईत सिनेमा पडला की, साऱ्या भारतात सिनेमा पडलाच म्हणून समजावे; पण आचार्य अत्रेंनी त्यांच्या आर्थिक दु:खाची छाया १९४२ च्या नाशिकच्या साहित्य संमेलनात पडू दिली नाही. एवढ्या मोठ्या निधड्या छातीचा माणूस आचार्य अत्रे होता, हे मी नव्याने सांगण्याची जरुरी नाही. असे आहे आचार्य अत्रे यांचे 'नाशिक पुराण.' भद्रकाली बसस्टँडच्या मैदानावर त्यांची व्याख्याने होत. गोदावरी नदीच्या गोदातटावरील अनंत गमतीजमती आचार्य अत्रे सांगत असत.

नाशिकचे नकली हिरे आणि नाशिकची आंबट द्राक्षे आणि लासलगावचा डोळ्यांत पाणी आणणारा कांदा या संदर्भातील असंख्य गमती आचार्य अत्रे सांगत. चार वर्षांतून एकदा येणाऱ्या कुंभमेळ्यापेक्षा संयुक्त महाराष्ट्राचा मुंबई, बेळगावसह संयुक्त महाराष्ट्र मेळा जास्त महत्त्वाचा आहे. मुंबईसह संयुक्त महाराष्ट्राचा आपल्या दैनंदिन जीवनावर परिणाम होणार आहे.

अहमदनगर - मराठवाड्याचे प्रवेशद्वार!

पूर्वी महाराष्ट्रावर मुसलमानांचे साम्राज्य होते. त्यांच्यात आपापसांत युद्धे होत. त्यानुसार पाच शाह्या अस्तित्वात होत्या. त्यात अहमदनगरची निझामशाही, बीदरची बरीदशाही, विजापूरची आदिलशाही, कुतुबची कुतुबशाही आणि गोवळकोंड्याची ??.

या शाह्यांच्या राजधान्या या त्या शाह्यांच्या नावाअगोदरच्या शहरात वसलेल्या असत. अहमदनगर ही निझामशाहीची राजधानी होती. सुरुवातीला शहाजीराजे निजामशहाच्या पदरी सरदार होते. नंतर ते विजापूरच्या आदिलशहाच्या दरबारी गेले. यादव राजघराण्याच्या शौर्याच्या कथा आपण वाचलेल्या आहेतच. चांदबीबीचा किल्ला अहमदनगरलाच आहे. त्याला मिनार म्हणत. चांदबीबीचा मिनार आपल्याला शेवगावाला किंवा करंजी घाटाकडे जाताना दिसतो. चांदबीबीने रात्रीत पडलेले खिंडार बांधून काढून शत्रूची दाणादाण केल्याच्या शौर्यकथा वाचल्या असतीलच आणि अहमदनगरच्या किल्ल्यात स्वातंत्र्य संग्रामात पंडित जवाहरलाल नेहरू, मौलाना अबुल कलाम आझाद, राजेंद्रप्रसाद, वल्लभभाई पटेल, काकासाहेब गाडगीळ वगैरे स्वातंत्र्ययोद्धे ब्रिटिश सरकारने तुरुंगात डांबले होते– ते याच नगरच्या किल्ल्यात. पंडित जवाहरलाल नेहरूंनी आपल्या प्रिय कन्येस याच किल्ल्यातून इंदिरा-प्रियदर्शनी यांना पत्रे लिहिली आणि ती पत्रे पिता-पुत्रीच्या प्रेमाची साक्ष देतात, तसेच इंदिरा गांधींच्या पुढील आयुष्याची जडणघडण या पत्रांतील मौलिक विचारांवरच झाली आहे.

याशिवाय नगरचे एक वैशिष्ट्य असे की, 'नगरी माप' म्हणून पदार्थ मोजण्यासाठी पूर्वी फार प्रसिद्ध होते. ते माप डमरूसारख्या

आकाराचे होते. त्यात शेर, अच्छेर, निपटे, चिपटे अशा प्रकारे शेर, अर्धाशेर, पावशेर, आदपाव अशी मापेदेखील होती. आत्ताच्या भाषेत किलो, अर्धा किलो, पाव किलो, आदपाव आणि छटाक अशा परिमाणांमध्ये ही मापे उपलब्ध होती. नगरी मापाचे मजेशीर आकार मनाला भुरळ पाडत. डमरूच्या आकाराची ही मापे सर्वत्र प्रसिद्ध होती. शिवाय या मापाचा उपयोग मान अवघडल्यावर मानेखाली ठेवून झोपावयास सांगत असत; त्यामुळे मानेचे दुखणे सहज बरे होत असे.

अहमदनगर हे मराठवाड्याचे प्रवेशद्वार होते. सारा मराठवाडा धान्यबाजार खरेदीसाठी आणि कापड खरेदीसाठी अहमदनगरला येत असे. अहमदनगर व्यापाराचे केंद्र होते. मराठवाड्यातील औरंगाबाद हे थोडेसे सुधारलेले; पण नांदेड, परभणी, बीड, लातूर वगैरे जिल्ह्यांची ठिकाणे अतिशय मागासलेली होती. त्यातल्या त्यात लातूर हे तंबाखूचे शहर म्हणून प्रसिद्ध होते आणि थोडाबहुत व्यापार येथे चाले; पण ते अगदी आडबाजूला असल्याने या शहरांचा लातूरशी संबंध कमीच असे. एकूण काय, सगळा मराठवाडा अहमदनगरवरच अवलंबून होता. सर्वार्थाने मराठवाड्याचा विकास अहमदनगरवर अवलंबून होता. इतके अहमदनगरला महत्त्व होते. आजदेखील पुण्या-मुंबईकडील मंडळी लग्नाचा बस्ता अहमदनगरला किंवा नोकरदार बाया पाच-दहा साड्यांची खरेदी नगरलाच करतात. 'सारडा' हे कापडाचे आणि साड्यांचे दुकानदार आजही सुप्रसिद्ध आहेत.

तर सांगत काय होतो. अशा अहमदनगरमध्ये आचार्य अत्रे हवापालट म्हणून आले होते. ते कायद्याच्या अभ्यासासाठी मुंबईला गेले होते. तेथील खाण्या-पिण्याची आबाळ आणि रात्रीची जागरणे यांमुळे आचार्य अत्रे यांची प्रकृती बिघडली आणि ते परत पुण्याला आले ते ज्वर आणि अतिसंग्रहणी या दोन व्याधी बरोबर घेऊनच आणि त्यांचा हा आजार इतका बळावला की, त्यांनी अंथरूणच धरले. १९२१ च्या दसऱ्याला तर आचार्य अत्रे जवळजवळ गेल्यात जमा होते म्हणून सर्व मंडळी त्यांच्या अंथरुणाशेजारी जमा झाली होती आणि चिंताग्रस्त होऊन प्रार्थना, अंगारे-धुपारे यांचा वर्षाव करीत होती. आता प्रल्हादचे काही खरे नाही. सर्व आशा सुटल्या होत्या; पण दैव बलवत्तर म्हणून पुढे इतकी अफाट आणि अचाट कामगिरी करायची होती म्हणून की काय आचार्य अत्रे जिवंत राहिले आणि हवापालटासाठी ते आपल्या बहिणीच्या – बाबीताईच्या घरी - आत्मारामपंत या मेहुण्याच्या घरी नगर मुक्कामी आले. त्या काळात नगरची हवा छान असे. नोव्हेंबर-डिसेंबरचा महिना, थंडीचा सीझन आणि नगरची मोकळी हवा. सकाळी दोन-तीन मैल फिरणे. त्या काळी नगर शहराभोवती खूप मोकळी मैदाने होती. फिरून आल्यावर आचार्य अत्रे कच्चे अंडे ब्रॅन्डीतून घेत. यामुळे त्यांच्या शरीरात एकदम बदल झाला आणि तजेलदार, नव्या दमाचे, रुबाबदार अशा आरोग्याने परिपूर्ण आचार्य अत्रे पुण्याला परतले. त्यांच्या

अहमदनगरच्या वास्तव्यात काही गमतीजमती घडल्या, त्या आपण इथे चाखाव्यात म्हणून अहमदनगरची निवड करण्यात आली आहे.

आचार्य अत्रे सकाळी फिरायला जात असत. त्या वेळी भिंगार हे कॅन्टोंमेंट होते. मिलिटरीचा वावर होता. स्वच्छता आणि शिस्त यांबाबतीत भिंगार अतिशय प्रसिद्ध होते. आचार्य अत्रे यांचे मेहुणे चौपाटी कारंजा येथे राहत होते आणि साऱ्या नगरला वेढा मारून, रपेट करून येत असत. अशा वेळी एके दिवशी भिंगार येथे त्यांना लघवीला लागली आणि त्यांनी भिंतीच्या कडेला लघुशंका केली. त्याबरोबर एका पोलिसाने पकडून त्यांना पोलीस चौकीत नेले. त्या वेळी अशा गुन्ह्याबद्दल आठ आणे दंडाची भयंकर शिक्षा दिली जात असे. आचार्य अत्रे यांच्याजवळ दोन-अडीच आण्याशिवाय काहीही नव्हते. फौजदार साहेबांना पोलीस शिपायाने गुन्हा सांगितला. त्यावर त्याने आठ आणे दंडाची शिक्षा फर्मावली. त्यावर आचार्य अत्रे यांची विनोदबुद्धी जागी झाली. त्यांनी सांगितले की, ''मी फक्त खाली बसलो होतो; लघवी केली नाही.'' फौजदाराने पोलिसाला विचारले, त्यावर पोलीस म्हणाला, ''मला कसे माहीत असणार? माझ्याकडे त्यांची पाठ होती.'' त्यावर फौजदाराने हसून आचार्य अत्रे यांची सुटका केली. आचार्य अत्रे विनोदबुद्धीच्या उलटतपासणीत उत्तीर्ण झाले आणि आपली सुटका झाली, या आनंदात आपल्या घरी परतले.

त्या वेळी नगरमध्ये दुपारच्या वेळी एक गुराखी येत असे. गांधीजी गायीबद्दल 'पोएम ऑफ पिटी' म्हणत तर स्वातंत्र्यवीर सावरकर 'गाय एक उपयुक्त पशू आहे' अशी वैज्ञानिक मांडणी करीत असत. यावरून खरा धर्म कोणात होता आणि निधर्मी कोण होते, याचा आपल्याला पुरावा मिळतो. गांधी, सावरकरांच्या दृष्टिकोनांत असा फरक असून सावरकर धर्मवादी आणि गांधी निधर्मी होते, असेच आपल्याला सांगण्यात येते. एका ग्रामीण कवीने मोठ्या आकर्षक आणि गेय पद्धतीने गायीचे सुंदर वर्णन केले होते. तो गुराखी ते गायीचे महाकाव्य म्हणत सर्वत्र भिक्षा मागत असे आणि लोकांचे मनोरंजन करीत असे. ते गाणे आचार्य अत्रे यांच्या आईला फार आवडत असे. तिने ते पाठ केले होते; त्यामुळे आचार्य अत्रे यांनीदेखील पाठ केले होते. ते गायीचे पसायदान पुढे देत आहे.

गाई भरून गाईचे पोट!
जशी पंढरपूरची वाट!
गाई भरून गाईचे प्वाट!
जशी कापसाची म्वाट!
गाई भरून गाईचे कान!
जसे नागवेलीचे पान!
गाई भरून गायीचे डोळे!

जसे हिऱ्या-माणकाचे गोळे!
गाई भरून गायीची शिंगे!
जशी महादेवाची लिंगे!
गाई भरून गाईचे पाय!
जशी दुधावरची साय!

गायीचे हे महन्मंगल स्तोत्र ज्या ग्रामीण कवीने लिहिले, त्याला वंदन करीत आचार्य अत्रे त्याची नेहमी उजळणी करीत आणि नवकाव्याला काही अर्थ नाही, सोपी कविता कशी असावी; याचा दाखला देण्यासाठी ते गायीचे पुराण गीत ऐकवीत आणि श्रोत्यांना अंतर्मुख करीत. ''दयेचे काव्य म्हणजे गाय'' असे अत्रे यांनी गाईने वर्णन केले आहे.

नगर मुक्कामी एका दुपारी एक ब्राह्मणवपीत विधवा आचार्य अत्रे यांच्या आईशी गप्पा मारण्यास आली असता तिने आपल्या डोईवरचा पदर काढून ओच्यातील विडी काढून शिलगावली. ते दृश्य पाहून आचार्य अत्रे अचंबित झाले. ते दृश्य इतके भयानक होते की, आचार्य अत्रे यांची हसताहसता पुरेवाट झाली. त्या काळी मराठमोळ्या बायका तंबाखू खात असत. काही मराठी बायका विड्या आणि चुट्टे ओढत असत; पण ब्राह्मणबाई आणि तीही वपीत विधवा विडी ओढताना पाहून आचार्यांना विस्मयाचा धक्का बसला. त्याचे गमतीशीर वर्णन अत्रे यांनी केले आहे.

२१ मार्च १९५१ रोजी नटश्रेष्ठ केशवराव दाते यांची एकसष्टी नामदार मुकुंदराव जयकर यांच्या अध्यक्षतेखाली साजरी झाली आणि आचार्य अत्रे ३१ मार्च १९५१ आणि १ एप्रिल १९५१ ला नगरच्या पत्रकार संमेलनाला निघाले. नटश्रेष्ठ केशवराव दाते यांच्या गौरवार्थ आचार्य अत्रेंनी जे भाषण केले, ते तर अविस्मरणीय होतेच; पण आचार्य अत्रे यांनी डॉ. जयकरांच्या भाषणाचे कौतुक केले. त्यावर एका पुणेकराने ''अत्रे, तुमच्या शिफारशीची आणि पसंतीच्या पावतीची जयकरांना काही जरूर नाही. जयकर हे मूळचेच बुद्धिमान आणि हुशार वक्ते आहेत'' म्हणून आचार्य अत्रे यांना टोला मारला. त्यावर जयकर म्हणाले, ''माफ करा पुणेकर; पण वक्त्याला अशा प्रकारच्या उत्तेजनाची खरोखर गरज असते, हे आपल्याला वक्ता झाल्याशिवाय कळणार नाही. कौतुकाची थाप आपले अवसान वाढवते आणि उभारी देते.'' हे ऐकून पुणेकर पळाला.

स्वत:चे भाषण चांगले झाले असता, जो दुसऱ्याची स्तुती करून अभिप्राय देतो त्याला आपण गुणांची पूजा बांधणे, असे म्हणतो. आचार्य अत्रे गुणांच्या अशा अनंत पूजा आणि अखंडपणे बांधत आले 'नव्हे, गुणांच्या दारी मी सतत माधुकरी मागत असतो,' इतकी नम्रता असल्यानेच आचार्य अत्रे यांच्या मोठेपणाची किंमत जनतेला कळली नाही.

या अतिउत्कृष्ट भाषणानंतर अवघ्या दहा दिवसांनी आचार्य अत्रे नगरच्या पत्रकार संमेलनाच्या वाग्यज्ञाला निघाले आणि त्यांनी नगरचे संमेलन बाळासाहेब खेर आणि मोरारजी देसाई यांच्या निषेधाचे ठराव मांडून जिंकले. नगर गाजवून ते पुन्हा मुंबईला परतले. अशा तऱ्हेने भाषा, भाषणे, लिहिणे, सांगणे, सारखे साहित्य साहित्य, हेच आचार्य अत्रे यांच्या जीवनाचे 'सार' होय. वाङ्मयाच्या वेडाशिवाय त्यांना कोणतेच वेड प्रिय नव्हते.

अहमदनगरला पत्रकार संमेलन भरले, ते नगरच्या सोसायटी हायस्कूलच्या आवारात आणि इतर कार्यक्रम म्युनिसिपालटीच्या भव्य सभागृहात. दादा धर्माधिकारी यांनी जुन्या वृत्तपत्रांच्या प्रदर्शनाचे उद्‌घाटन केले. 'वृत्तपत्रकारांनी जनतेचे चक्षू व्हावे' हे त्यांच्या उद्‌घाटनपर भाषणाचे मुख्य सूत्र होते. संमेलनाचा थाट, मेजवानीचा बेत आणि त्याचा सुगंधी दरवळ पत्रकारांना मोहवीत होता. पंगतीत मोतीचुराचा आग्रह करत पंगती उठत होत्या. एका पंगतीत पांडोबा गाडगीळ यांना शेजाऱ्याच्या आग्रहाखातर वाढप्याने एक मोतीचुराचा लाडू पानात टाकल्यावर 'निर्लज्ज माणसा, देशात अन्नाचा एवढा तुटवडा असताना तू माझ्या पानात हा लाडू टाकून वाया का घालवतोस?' अशी प्रचंड गर्जना पांडोबांनी केली. त्याबरोबर पंगतीत एखादा बॉम्ब पडावा, असा परिणाम झाला. खाती तोंडे चावताचावता अर्धवट उघडी राहिली. उचलते हात मधल्यामधेच हवेत तरंगत राहिले. आमटीचे भुरके मध्येच स्तब्ध पडले आणि पंगतीतला सगळा आनंद अन् मौज एकदम पार नाहीशी झाली. जी ती व्यक्ती व्यथित अंत:करणाने मान खाली घालून उरलेले जेवण कसेबसे घाईघाईने उरकून निघून गेली. हे सर्व वर्णन आचार्य अत्रे यांनी 'पांडोबाच्या भोजनाचे' केले आहे. जणू एखादा चलत्‌चित्रपट आपल्या डोळ्यांपुढून सरकत जावा आणि त्याचा आंखो देखा हाल पाहायला मिळावा, असेच प्रसंग आपल्या लिखाणांतून अत्रे उभे करीत. केशवराव ठाकरे – बाळासाहेबांचे तीर्थरूप तर आचार्य अत्रे यांच्या या वर्णनाबद्दल खूप समाधानी असत. ते म्हणत, 'आचार्य अत्रे आपल्या हाताला धरून सर्व प्रसंग समजावून सांगत आहेत, असा भास त्यांच्या लिखाणात सातत्याने होत असे.'

मराठी पत्रकार व्हायोलंट आहेत या मोरारजींच्या विधानाचा निषेध यावर सारे संमेलन ढवळून निघाले. चर्चा, चर्चा आणि चर्चा असाच संमेलनाचा सूर होता. पत्रकार वि. वा. नेने, श्री. शं. नवरे आणि पत्रकार संमेलनाध्यक्ष अ. वि. टिळक तसेच ह. मो. जोशी यांच्या सरकारधार्जिण्या भूमिकेचा आचार्य अत्रे यांनी खरपूस समाचार घेतला. बाळासाहेब भारदे यांनी 'पत्रकारिता पीत नसून पूत असावी' अशी भूमिका मांडली. भारदे यांचे वडील शिवरामपंत भारदे 'भारद्वाज' या नावाने 'केसरी' आणि 'काळ'मध्ये लिहीत असत. त्यांनी 'मुत्सद्दी' नावाचे साप्ताहिक काढले होते. ज्ञानेश्वर एक की दोन, असा वाद निर्माण करून त्यांनी महाराष्ट्रात वादळ निर्माण

केले होते. त्यांचे चिरंजीव बाळासाहेब भारदे यांनी रावसाहेब पटवर्धनांच्या 'संघशक्ती'मधून बरेच लिखाण केले होते. भारदे यांनी आपल्या पत्रकाराबद्दलच्या अपेक्षा व्यक्त करताना, 'महर्षीचे द्रष्टुत्व, पंडितांचे पांडित्य, संतांची भूतदया, कवीची प्रतिभा, कलावंताचा कलाविलास, वीराची वीरता, स्थितप्रज्ञाची समता, क्रांतिकारकाची क्रांतिप्रणता, नारदाचा विश्वसंचार आणि त्रिकाल ज्ञान इत्यादींच्या गुणसंपदेचा समुच्चय पत्रकारामध्ये व्हायला हवा.' अशी पत्रकारांची स्तोत्रे गायली. आचार्य अत्रे यांनी मोरारजी देसाई आणि बाळासाहेब खेर यांच्या निषेधाच्या ठरावाने नगरचे पत्रकार संमेलन अक्षरश: गाजवले. चर्चेला उत्तर देताना अत्रे म्हणाले, "खुद्द मोरारजींनादेखील माझे नाव उच्चारण्याचे धैर्य झाले नाही. ते पांडोबांनी उच्चारून स्पष्ट केले, हे ठीकच झाले. मी कधीच तुरुंगात गेलो नाही. माझ्या या देशभक्तीला आलेला गौणपणा नाहीसा करण्याचे श्रेय पांडोबा मिळवणार असतील, तर मी त्यांचा ऋणीच राहीन. मी तुरुंगात जायला तयार आहे."

आचार्य अत्रे यांनी पांडोबांच्या अनेक गमतीजमती सांगितल्या. अहमदनगरच्या पत्रकार संमेलनात अनेक गमतीदार प्रसंग घडल्याचे आचार्य अत्रे यांनी नमूद केले आहे. रात्री अंथरुणात एका थोर पत्रकाराने 'जलप्रलय' केल्याची गंमत आणि बातमी साऱ्या संमेलनभर पसरली आणि हशाची खसखस पिकल्याचे आचार्य अत्रे सांगतात. अत्रे तिथे गमती आणि गमती तिथे अत्रे!

आचार्य अत्रे अहमदनगरला गेले की, तेथील आयुर्वेद रसशाळेला भेट देत असत. त्या ठिकाणच्या पांडुरंग तरडेशास्त्री यांच्या घरी उतरत आणि आयुर्वेदावर चर्चा करीत असत. अहमदनगरमध्ये अहमदनगर सेंट्रल बँक आणि अहमदनगर अर्बन बँक यांतील चढाओढ आणि स्पर्धा, भांडणे यांची आचार्य अत्रे यांना संपूर्ण माहिती असे. आचार्य अत्रे आणि अहमदनगरचे शिल्पकार श्री. नवनीतभाई बार्शीकर यांच्या घरीदेखील त्यांचे जाणे-येणे असे.

ज्या शहरात जायचे, त्या ठिकाणची खडान्‌खडा माहिती त्यांना असे. पुढे संयुक्त महाराष्ट्राच्या लढ्यात अनेक वेळा त्यांनी अहमदनगरचा दौरा केला. मराठवाड्यात जाताना त्यांचा अहमदनगरला हमखास मुक्काम होत असे. कारण अहमदनगर हे मराठवाड्याचे प्रवेशद्वारच गणले जात होते. औरंगाबादमार्गे मराठवाड्यात जाता येत असे किंवा बीडमार्गे मराठवाड्यात जाता येत असे. या दोन्ही ठिकाणी मात्र अहमदनगरहूनच मार्ग होते. अहमदनगरहून दोन फाटे फुटत एक औरंगाबादला आणि दुसरा बीडला.

संयुक्त महाराष्ट्राच्या लढ्यात आचार्य अत्रे यांच्या 'मराठा' या वृत्तपत्राने फार मोठी कामगिरी बजावली. सामान्यातील सामान्य माणूस 'मराठा' वाचत असे. बाळासाहेब भारदे यांची ते फार चेष्टा करीत. बाळासाहेब भारदे हे बाळासाहेब खेरांना

भेटायला जात, त्या वेळी बाळासाहेब खेर भारदे यांच्या हातात प्रथम हमाम साबण ठेवत, असे सांगत. मथितार्थ असा की, त्यांची सगळी गांधीवादी पोशाखातील बावळट मुद्रा बघून त्यांनी बरेच दिवसांत अंघोळ केलेली नसावी, असा पंतप्रधान खेरांचा समज असे.

संयुक्त महाराष्ट्राच्या लढ्यात 'मराठा' या दैनिकाचा प्रचार, प्रसार आणि प्रभाव एवढा वाढला की, अनेक मंडळी त्याच्या संपादकांचा म्हणजे आचार्य अत्रे यांचा मत्सर करू लागली. त्यातल्या त्यात काँग्रेसची मंडळी आचार्य अत्रे यांच्यावर जळत असत, कारण काँग्रेसच्या हातात सत्ता होती आणि त्यांचाच मुंबईसह संयुक्त महाराष्ट्राला विरोध होता म्हणून आचार्य अत्रे यांच्या लिखाणाचा सारा रोख आणि ठोक काँग्रेसवरच होता. आचार्य अत्रे यांच्या 'मराठा'ला विरोध करण्यासाठी एका मारवाड्याने 'मराठा' या वृत्तपत्राबद्दल गैरसमज व्हावा म्हणून 'नवा मराठा' नावाचे एक टुकार वृत्तपत्र काढले होते. त्यांनी आचार्य अत्रे यांच्या स्टाइलने लिहिण्याचा कितीही प्रयत्न केला, तरी त्यांना आचार्य अत्रे यांच्या लिखाणाची 'सर' थोडीच येणार? तो मारवाडी स्वत:ला आचार्य गुंदेचा म्हणून घेत असे. आचार्य अत्रे जसे आचार्य होते, तसा गुंदेचा हाही आचार्य आहे; हे दाखवण्याचा त्याचा अट्टाहास होता. अहमदनगरला त्यामानाने साप्ताहिके, मासिके बऱ्याच अंशी निघत असत. अहमदनगर जसे व्यापारी गाव म्हणून प्रसिद्ध होते, तसेच ते एक जागृत शहर होते. कारण रावसाहेब पटवर्धन यांचे 'संघशक्ती' वर्तमानपत्र अहमदनगरहून निघत असे. दोन-तीन मारवाड्यांनी निरनिराळी वृत्तपत्रे काढण्याचा प्रयत्न केला; पण आचार्य गुंदेचा याने मोठी पराकाष्ठा करून सरकारदरबारी आणि काँग्रेसची मनधरणी करून मोठा जम बसविला आणि त्याची औरंगाबाद आवृत्तीदेखील काढली. पुढे पुण्यात लढाऊ वृत्तपत्र काढण्यासाठी अनेकांनी प्रयत्न केला, पण 'मराठा' हे नाव त्यांना काही मिळाले नाही. त्या वेळी शिवसेनेचे एक कार्यकर्ते राजाभाऊ शिंदे यांनी पुण्यात 'नवा मराठा' काढला. ओंकारेश्वरहून नारायण पेठेत जाताना आगाशे वाड्याच्या पुढील भागात या नव्या मराठाची पाटी होती. आचार्य गुंदेचा यांनी आचार्य अत्रे यांना शिव्या-शाप देणारा घाणेरडा मजकूर छापण्याचा सपाटा लावला. काँग्रेसच्या मंडळींना खूप आनंद होत असे; पण आचार्य अत्रे यांच्या तोफखान्यापुढे गुंदेचाच्या नवा मराठा या टिमकीचा काय पाडाव? पुण्यात 'संध्या' हे सायंदैनिक काढणारे वसंतराव काणे अहमदनगरचेच आणि 'झुंज'सारखी पेशव्यांवर ऐतिहासिक कादंबरी लिहिणारे ना. सं. इनामदारदेखील अहमदनगरचेच! तसेच प्रसिद्ध न्यायाधीश राजाभाऊ गवांदेदेखील नगरचेच. अहमदनगरच्या बऱ्याच मंडळींनी परिवर्तनाला साथ दिली. त्यांत रावसाहेब पटवर्धन आणि अच्युतराव पटवर्धन यांचा नंबर वरचा लागेल. दाभाडी प्रबंध लिहिणारे भाई सत्थ्या हेही अहमदनगरचे व्यापारी होते. ते साधारण ९६-९७ वर्षे

जगले, ते डाव्या कम्युनिस्ट चळवळीशी निगडित होते. रतनलाल सोनीग्रा आचार्य अत्रे यांच्यावरील प्रेमाने साहित्यिक झाल्याचे सांगतात; पण अहमदनगरला पाण्याची टंचाई होती. पावसाचा अभाव यामुळे दुष्काळी भाग म्हणून नगरचा बोलबाला होता. दुष्काळी भाग असूनदेखील व्यापारी केंद्र, ठोक-घाऊक व्यापार हे अहमदनगरचे वैशिष्ट्य होते, हे मात्र खरे. नगरी लोक तिखट खाण्यात फार पटाईत होते. तिखटात निव्वळ पाणी टाकून भाकरी खाणारे बहाद्दर अहमदनगरचेच. अत्रे अहमदनगरचे पाणीदेखील प्यालेले होते; त्यामुळेच साऱ्या महाराष्ट्राचा अर्क त्यांच्यात सदैव संचार करत होता. म्हणूनच आचार्य अत्रे केवळ पुण्या-मुंबईचे न राहता साऱ्या महाराष्ट्राचे झाले, ते त्यांच्यासारख्या महाराष्ट्रभर सारखे फिरण्याने, सारखे दौरे, सभा, मोर्चे, निदर्शने मग ते राजकीय, सामाजिक किंवा साहित्यिक असो; आचार्य अत्रे यांच्याशिवाय पान हलत नसे; इतके आचार्य अत्रे महाराष्ट्राशी एकजीव झाले होते.

पंढरीनाथ कानवडे पाटील नावाचे कॉंग्रेसचे पुढारी होते. ते खासदार होते. त्यांच्या भाषणाच्या गमती आचार्य अत्रे नेहमी सांगत. ‘‘मी स्वत: कॉंग्रेसचा असल्याने कॉंग्रेसवाल्यांनी मला मते द्यावीत. माझा जावई कम्युनिस्ट आहे; त्यामुळे कम्युनिस्टांनी मला मते द्यावीत. माझा भाचा समाजवादी असल्यामुळे समाजवादी मला मते देतीलच. हिंदु महासभावादी मंडळी मी हिंदू असल्याने मला नक्कीच मते देऊन निवडून आणतील, अशी मला खात्री आहे.’’

औरंगाबाद-बीड-नांदेड-मराठवाडा संतांची भूमी!

'मराठवाडा' ही संतांची भूमी आहे हे सर्वमान्य आहे. संत ज्ञानेश्वर जरी आळंदीचे असले, तरी त्यांचे सर्व कार्य आपेगाव-नेवासा येथे झाले कारण त्यांनी आपली ज्ञानेश्वरी आपेगाव-नेवासा येथे लिहिली. संत एकनाथ महाराज पैठणचे. पूर्वी पैठणला प्रतिष्ठान म्हणत. जातिभेद न मानणारा संत म्हणजे एकनाथ महाराज. कारण नाथ महाराघरी जेवले, या एकाच घटनेवरून त्यांची महती आपल्याला कळते. जांबचे संत रामदास. ऐन लग्नाच्या वेळी 'सावधान' हे शब्द ऐकून पळून गेलेला; पण पुढे सर्वसामान्यांना 'संसार करावा नेटका', असा उपदेश करणारा आणि 'दासबोध' हा महान ग्रंथ लिहिणारा, तो जर का इंग्रजीमध्ये लिहिला असता तर कार्ल मार्क्सच्या 'दास कॅपिटल'पेक्षा दासबोध अधिक लोकप्रिय आणि लोकशिक्षण देणारा महान ग्रंथ ठरला असता. राष्ट्रधर्म जागृत करण्याचे महान कार्य संतांनी केले. संत नामदेव, विसोबा खेचर, संत जनाबाई, जनार्दन स्वामी वगैरे संत-महंत मराठवाड्यातलेच! अशा संतांच्या पदस्पर्शाने पावन झालेली पवित्रभूमी म्हणजे मराठवाडा होय.

शिवाय मराठवाड्यात तीन ज्योर्तिलिंगे आहेत. वेरुळचा घृष्णेश्वर, परळीचा वैजनाथ आणि हिंगोलीचा आवंढ्या नागनाथ. पुण्याजवळील भीमाशंकर असो. चार ज्योर्तिलिंगे फक्त महाराष्ट्रात असून सोमनाथ आणि नागेश्वर गुजरातमध्ये, गोकर्ण महाबळेश्वर कर्नाटकात आणि पशुपतिनाथ नेपाळमध्ये तसेच मध्यप्रदेशात ओंकारेश्वर अशी शंकराची ज्योर्तिलिंगे पसरलेली आहेत. साडेतीन शक्तीपीठांपैकी तुळजापूर-माहुर मराठवाड्यात

म्हणजे दीड शक्तीपीठ मराठवाड्यात. समस्त कोकणस्थ मंडळींची कुलदेवता अंबेजोगाई तसेच संत दासोपंतांची पासोडी अंबेजोगाईचीच. एका ढब्बू पैशाच्या शाईने सबंध दिवसभर लिखाण करणारे संत दासोपंत यांची पद्यरचना सर्वत्र प्रसिद्ध आहे. आद्यकवी मुकुंदराजदेखील अंबेजोगाईचेच! त्यांची समाधी अंबेजोगाईलाच आहे. अंबेजोगाई हे मराठवाड्यातील सांस्कृतिकदृष्ट्या अतिशय महत्त्वाचे ठिकाण आहे आणि शिक्षणाच्या दृष्टीने माहेरघर आहे.

या ठिकाणी सांगणे अप्रस्तुत आहे; पण सांगितल्याशिवाय राहवत नाही. माझ्या बहिणीला ही श्रद्धांजली. अंबेजोगाईची अतिशय खासगी बाब म्हणजे माझ्या थोरल्या बहिणीचा दुःखद अंत. त्या वेळी माझा जन्मही झाला नव्हता. एकदा माझे आई-वडील आणि सर्वांत मोठे बंधू अंबेजोगाईला देवीच्या दर्शनासाठी उत्सवाच्या दिवशी गेले असता माझ्या बहिणीचा गर्दीत चेंगरून मृत्यू झाला. हीच ती दुःखदायक घटना; त्यामुळे माझ्या आयुष्यातील पण मी न पाहिलेली घटना म्हणजे माझ्या थोरल्या बहिणीचा मृत्यू. सबब, ही गोष्ट अतिशय वैयक्तिक असून मला न राहवल्याने या ठिकाणी सांगण्याचे औद्धत्य मी केले, त्याबद्दल वाचकांची अंतःकरणापासून क्षमा मागतो.

अशा या संतांच्या आणि दैवतांच्या महान पावनभूमीमध्ये आचार्य अत्रे यांचा संचार झाला नाही, असे होईल काय? आचार्य अत्रे यांना मराठवाड्याबद्दल अतिशय आकर्षण होते. त्या वेळी अहमदनगरहून तीन तासांत औरंगाबादला जाता येत होते, आता दोन-अडीच तासांत. घोडेगाव, वडाळा बहिरोबा, नेवासा फाटा आणि औरंगाबाद. महाराष्ट्राचे आद्य दैवत पंढरपूरचा विठोबा आहे. तसेच औरंगाबादजवळदेखील एक पंढरपूर आहे. ते प्रसिद्ध नाही; पण त्या गावाचे नाव पंढरपूरच आहे.

संयुक्त महाराष्ट्राच्या लढ्याच्या वेळी स्वामी रामानंद तीर्थ यांनी विनाअट महाराष्ट्रात सामील होण्याची इच्छा प्रकट केल्याने मराठवाड्यासाठी लढा द्यावा लागला नाही. नाहीतर महाराष्ट्राला मराठवाड्याच्या विलीनीकरणासाठी प्रचंड लढा द्यावा लागला असता. विदर्भ महाराष्ट्रात सामील होण्यास तयार नव्हता. आतादेखील अजूनही अधूनमधून स्वतंत्र विदर्भाची चळवळ होत असते. मराठवाड्याने तशीच भूमिका घेतली असती तर महाराष्ट्र एकसंघ, एकजिनसी झाला नसता. मराठवाडा मागासलेला असला, तरी सांस्कृतिक आणि साहित्यिकदृष्ट्या अधिक श्रीमंत होता. शिवाय देवगिरीचे यादव आणि शालिवाहन ही राजघराणी मराठवाड्यातलीच ना? महाराष्ट्राबरोबर आपल्या या मागासलेल्या मराठवाड्याचा विकास होईल, या उदात्त भावनेने स्वामी रामानंद तीर्थांनी महाराष्ट्रात मराठवाडा सामील केला. कारण त्या काळी स्वामी रामानंद तीर्थ ही मराठवाड्यातील अतिशय बडी असामी होती आणि सबंध मराठवाड्याने त्यांच्या भूमिकेला पाठिंबा दिला, यावरून त्यांच्या पुढारीपणाची

नाळ मराठवाड्याशी कशी विणली गेली होती, याचा बोध होईल.

संयुक्त महाराष्ट्राच्या लढ्यात अनेक वेळा आचार्य अत्रे औरंगाबादला गेले होते. मराठा गडी आणि महाराष्ट्र मोगल साम्राज्याशी प्राणपणाने लढला. तीस वर्षे सतत लढत राहिला आणि शेवटी मोगल साम्राज्याचा मोहरा औरंगजेब याची कबर औरंगाबादजवळ खुलताबादला मराठ्यांनी खणली, असा मराठवाड्याचा गौरवपूर्ण उल्लेख आचार्य अत्रे करीत.

औरंगाबादला साहित्य संमेलन घडवून आणण्यात आचार्य अत्रे अग्रेसर होते. त्यांचे परममित्र अनंत काणेकर यांना औरंगाबादच्या साहित्य संमेलनाच्या अध्यक्षपदी निवडून आणण्यात आचार्य अत्रे यांचा मोठा वाटा होता. औरंगाबाद साहित्य संमेलन अनंत काणेकरांनी संयुक्त महाराष्ट्रासाठी अर्पण केले होते. सबंध संमेलन संयुक्त महाराष्ट्र आणि त्याची सर्वांगीण प्रसिद्धी आचार्य अत्रे यांनी मराठवाड्यात केली होती. कारण अनंत काणेकर आचार्य अत्रे यांचीच भूमिका मांडत होते. काणेकरांच्या मुखातून जणू आचार्य अत्रेच बोलतात, असे लोकांना वाटे. संयुक्त महाराष्ट्राच्या लढ्यात सबंध मराठवाडा हा आचार्य अत्रे यांच्या पाठीशी होता. सत्तावनच्या निवडणुकीत मराठवाड्यात समितीचा दणदणीत विजय झाला. एवढेच नव्हे, तर जालन्याच्या पोटनिवडणुकीसाठी आचार्य अत्रे यांनी आपले सर्वस्व पणाला लावले. संयुक्त महाराष्ट्राच्या संग्रामात आचार्य अत्रे यांच्या पायाला भिंगरी बांधली होती. पायाला चक्र लागले होते. सारखे भटकणे; सभा, परिषदा, आंदोलने, निदर्शने, प्रदर्शने, मोर्चे, चर्चा, परिसंवाद. महाराष्ट्राची वकिली करावी, तर ती आचार्य अत्रे यांनीच! अशी स्थिती होती. आचार्य अत्रे यांच्याशिवाय त्या काळात महाराष्ट्रात पान हलत नव्हते. इतका महाराष्ट्र आचार्य अत्रेमय झाला होता आणि आचार्य अत्रे महाराष्ट्रमय झाले होते.

समितीचे महापौर हॉटसन गोगटे यांनी आचार्य अत्रे यांच्या सन्मानार्थ पुण्यात मेजवानी दिली होती. साथी एस. एम. त्या वेळी पंगतीला होते. इतक्यात बातमी आली– समितीने जालन्याची पोटनिवडणूक जिंकली. आचार्य अत्रे म्हणाले, ''एस. एम., जालन्याच्या जनतेचे अभिनंदन करायला आपल्याला जायला हवे.'' त्यावर एस. एम. म्हणाले, ''आचार्य अत्रे, महाराष्ट्रातील आठही पोटनिवडणुकांचे शिल्पकार तुम्हीच आहात, तेव्हा तुम्हीच जालन्याच्या जनतेचे अभिनंदन करण्यासाठी जा.'' आचार्य अत्रे यांनी भर पंगतीत आपले ताट पाटाखाली सरकवलेले मी पाहिले आहे आणि तडक जालन्याचा रस्ता धरला. ज्या जालन्याच्या जनतेची जागृती आचार्य अत्रे यांनी केली होती, त्यांचे अभिनंदनदेखील आचार्य अत्रे यांनीच करावे आणि ना. सी. फडके म्हणतात, त्याप्रमाणे आचार्य अत्रे यांना गर्दीचे आणि गर्दीला आचार्य अत्रे यांचे वेडच होते. सभा म्हटल्यावर आचार्य अत्रे यांना मोठा हुरूप चढे. मराठवाडा

काँग्रेसच्या मागे आहे, अशी काँग्रेसची दर्पोक्ती होती; पण मराठवाडा समितीच्या पाठीशी आहे, हे मराठवाड्यातील जनतेने पुन्हा एकदा दाखवून दिले आहे. तेव्हा 'काँग्रेसवाल्यांनो, आता तरी जालऽऽना?' असा अग्रलेख लिहून आचार्य अत्रे यांनी जालना-जनतेचे हार्दिक अभिनंदन केले होते. अभिनंदनाची जालना सभा गाजवून आचार्य अत्रे पुण्यात परत आले, त्या वेळी मी काही मित्रांसमवेत 'जोसेफ हाउस' या श्यामराव भोळे या आचार्य अत्रे यांच्या मित्राच्या बंगल्यावर भेटलो असता बोलण्याच्या ओघात आचार्य अत्रे यांनी जालन्याची जनता सकाळी उघड्यावरच बसते, असे सांगितले. त्यावर मी म्हणालो, ''भोजनाच्या जशा पंगती बसतात, तशा या हगण्याच्या पंगती.'' त्यावर आचार्य अत्रे जोरात हसू लागले आणि माझ्या पाठीत रट्टा लगावला. छोट्यात छोट्या माणसाने विनोद केला, तरी त्याला शाबासकी देण्याचा त्यांचा खाक्या म्हणजे पाठीत रट्टा मारणे. थोडेसे विषयांतर होतेच; पण त्यांच्या एकसष्टीच्या वेळी एस. पी. कॉलेजमधील सभा संपवून आम्ही आचार्य अत्रे यांच्यासमवेत भानुविलासमध्ये गेलो. 'आचार्य अत्रे दर्शन' हा त्यांच्या नाटक-सिनेमांतील प्रवेशांचा कार्यक्रम आयोजित केला होता. आचार्य अत्रे यांच्यासमवेत त्यांच्या बाजूला बसून त्यांच्याच नाटकाच्या प्रवेशाला आचार्य अत्रे कशी दाद देतात, याचे 'चक्षुर्वैसत्यम्' अनुभवाला मिळाले. हे भाग्य मला मिळाले, तसे खूपदा भेटी झाल्या. आमचे वेड आचार्य अत्रे. अत्रे याशिवाय नाव नाही. आचार्य अत्रे यांची एकही सभा सोडली नाही. एकदा पुण्यात आचार्य अत्रे यांच्या एस. एम. यांच्या प्रचारार्थ पाच सभा झाल्या. कँप, पानघंटी चौक, ए. डी. कँप चौक, ढमढेरे मैदान आणि खंडुजी बाबा चौक. त्यांच्या मोटारीतून फिरण्याचे आणि सलग, सतत सभा ऐकण्याचे भाग्य मला लाभले. खंडुजी बाबा चौकात तर बाबूराव सणस यांची भंबेरी उडवताना कुठे एस. एम. जोशी आणि कुठे बाबूराव सणस, कुठे हिमालय आणि कुठे मुतखडा असे म्हणून प्रचंड हशा पिकविला. अर्धा तास सभा सारखी हसत होती आणि टाळ्या वाजवत होती.

विदर्भ टिळक म्हणून प्रसिद्ध असलेले अगोदर संयुक्त महाराष्ट्रवादी असलेले आणि नंतर महाराष्ट्राचे दुश्मन झालेले बापूसाहेब अणे यांच्यावर जहरी टीका करणारी सभा आचार्य अत्रे यांनी शिवाजी मंदिरात घेतली. शिव्यांची लाखोली आणि आगपाखड, जहरी टीका यांनी अण्यांची भंबेरी उडवली. खोब्रागडे विरुद्ध अणे असा सामना होता. अणे लोकमान्य टिळक शताब्दीला अक्षरश: तिरडीवर केसरीवाड्यात आले होते. बापूसाहेब अणे इतके आसन्नमरण झाले होते; पण त्यातून उठून महाराष्ट्राच्या विरुद्ध उभे ठाकले आणि खणखणीत बरे झाले. ही पार्श्वभूमी लक्षात घेतल्यास माझा विनोद अधिक कळेल. आचार्य अत्रे यांच्या सभेनंतर सिंधूताईंच्या बालवाडीत आचार्य अत्रे यांच्यासाठी चहापानाचा कार्यक्रम

वासुदेवराव गोगटे यांनी ठेवला होता. त्या वेळी आचार्य अत्रे यांना मी म्हणालो, "साहेब, आपण उगीचच अण्यांना एवढ्या शिव्याशाप दिल्यात. फक्त अण्यांसाठी पुन्हा पोटनिवडणूक घ्यावी लागेल. एवढ्याने तुमचे सगळे शिव्याशाप त्यांना मिळाले असते." त्यावर आचार्य अत्रे यांनी पुन्हा माझ्या पाठीत रट्टा लगावला आणि २९ ऑगस्टच्या 'मराठा'त आचार्य अत्रे यांनी आठ कॉलमी हेडलाइन - मथळा दिला. 'बापूसाहेब अणे जिंकले, तरी पोटनिवडणूक अटळ आहे' तीस ऑगस्टला मी आचार्यांना म्हणालो, "साहेब, आपण माझे वाक्य मोठ्या मथळ्यासह मराठा'त छापलेत." त्या वेळी त्यांनी माझ्या पाठीत मोठ्ठा रट्टा घातला. त्या वेळच्या जीवन रेस्टॉरंटमधून आचार्य अत्रे यांनी मराठा'त ट्रंककॉल करून उद्याच्या मराठा'त वरील हेडलाइन देण्याची ऑर्डर सोडली होती. त्या वेळी पुण्यात बोडस यांचे जीवन हॉटेल प्रसिद्ध होते. कपावर 'जीवन' ही अक्षरे कोरलेली होती. शिवाय 'जीवन'चे घावन प्रसिद्ध होते. असे पुणेरी जीवन होते त्या वेळी. पुण्यात आचार्य अत्रे अधिक खुलत आणि पुणेकरदेखील आचार्य अत्रे यांच्यावर जास्तच खूश असत. पुण्याचा आत्मा होते आचार्य अत्रे!

काँग्रेसला चारीमुंड्या चीत करण्यासाठी आचार्य अत्रे आकाशपाताळ एक करत होते. परशुरामाने पृथ्वी नि:क्षत्रिय करण्याचा इरादा स्पष्ट केला होता. त्याप्रमाणे भारत नि:काँग्रेस करण्याचा आचार्य अत्रे यांनी जणू काही विडाच उचलला होता. जो मराठी माणूस भारताच्या संरक्षणासाठी सर्वस्वाची होळी करतो, त्या मराठी माणसाचे अस्तित्व संपवण्याचा संकल्प जणू काँग्रेस सत्ताधाऱ्यांनी सोडला होता. त्यासाठी आचार्य यांचा निकराचा प्रयत्न चालू होता. समितीने आठ पोटनिवडणुका जिंकल्या. त्या वेळी 'मराठा'ची तोफ सारखी आग ओकत होती. 'आगपाडा-नागपाडा काँग्रेसचे दात पाडा' हा नागपाडा पोटनिवडणुकीतील मथळा. 'नागपाडा, नागपाडा, काँग्रेसचा 'नाग' पाडा अन् जमिनीत गाडा' असे एकापेक्षा एक मथळे निवडणुकीत 'मराठा'मधून वाचायला मिळत. 'विठ्ठल राऊळाबाहेरी पडला' हा भाई राऊळ यांच्या निधनाने घेतलेल्या पोटनिवडणुकीतील प्रचारासाठी आणि जनतेला प्रेरणा देण्यासाठी, चेतना देण्यासाठी मराठातील प्रचार आणि 'आता तरी जालऽऽना?' म्हणून काँग्रेसला कायमचे हद्दपार करण्यासाठी घातलेली साद, या कारणास्तव काँग्रेसविरोधी वातावरण निर्माण झाले होते. समितीच्या प्रचारासाठी आणि प्रसारासाठी आचार्य अत्रे अहोरात्र धडपडत होते. त्यासाठी नांदेड, परभणी असा दौरा त्यांनी काढला होता. परभणीत उमरीकरांच्या साहाय्याने आणि एका शिक्षण संस्थेच्या संचालकाच्या साहाय्याने त्यांनी जाहीर सभा घेतली होती. नांदेडमध्येदेखील शंकरराव चव्हाणांना त्यांनी बेजार केले होते. गुरुद्वारात जाऊन दक्षिणेकडील सुवर्णमंदिरात 'पंजाबी सुभा'साठी महाराष्ट्र तुमच्या पाठीशी राहील, अशी शीख बांधवांना ग्वाही आचार्य अत्रे यांनी दिली होती.

नांदेड काँग्रेसची भांडेफोड भाषणे आचार्य अत्रे यांनी केली होती. संयुक्त महाराष्ट्र समितीच्या प्रचारासाठी आणि संयुक्त महाराष्ट्राच्या संग्रामासाठी आचार्य अत्रे यांनी सारा महाराष्ट्र पालथा घातला होता. त्यानंतर १९६४-६५ साली नांदेडमध्ये नाट्यसंमेलन भरले होते. त्याला आचार्य अत्रे मुद्दाम हजर राहिले होते. आचार्य अत्रे महाराष्ट्राचे खास आकर्षण होते.

त्या वेळी काँग्रेसवर टीका करण्यासाठी 'काय ही मराठवाड्यातील धूळ आणि काय हे मराठवाड्यातील रस्ते?' म्हणून काँग्रेसच्या शंकरराव चव्हाणांच्या कारभारावर जोरदार टीकास्त्र सोडले होते. त्या वेळी मराठवाड्याने आचार्य अत्रे यांना धूळ चारली म्हणून काँग्रेसने प्रचार चालविला. पु. ल. देशपांडे यांनी काँग्रेसला लोणी लावण्यासाठी ''अहो अत्रे, ही संतांची धूळ आहे. ती तुमच्या कपाळाला लागली तर काय बिघडले?'' सर्वांना धूळ चारणाऱ्या आचार्यांना धुळीची ॲलर्जी कधीपासून झाली? म्हणून झेले अण्णागिरी केली. त्यावर आचार्य अत्रे म्हणाले, ''जनतेच्या संसाराची धूळधाण करणाऱ्या काँग्रेसबद्दल मला सुतराम आदर नाही.'' नंतर नाट्य संमेलनाच्या समारोपाच्या भाषणात, ''पु.लं.च्या डोक्यावर उजवा हाथ (हात) ठेवून उगवत्या विनोदकाराला मावळत्या विनोद पंडिताचा आशीर्वाद आहे,'' असे भावपूर्ण उद्‌गार काढून जणू काही आपल्यानंतरची विनोदसूत्रे पु.लं.च्या हाती सोपवीत असल्याचे सूचितच केले नव्हते काय? आचार्य अत्रे यांच्या मृत्यूनंतर दूरदर्शन आले. आचार्य अत्रे यांचा अस्त झालेला होता आणि पु.लं.चा उदय आणि दूरदर्शनची सुरुवात; त्यामुळे पुढे पु.लं. गाजतच राहिले. विनोदाच्या क्षेत्रातील महान संधीकाळ होता तो काळ.

क्रांतिसिंह नाना पाटलांच्या प्रचारासाठी आणि त्यांना निवडून आणण्यासाठी आचार्य अत्रे यांनी बीड गाठले आणि १९४२ च्या क्रांतीत 'पत्री सरकार' म्हणजेच 'प्रती सरकार' म्हणून प्रसिद्ध पावलेल्या महाराष्ट्राच्या माळकरी मार्क्सवादी नाना पाटलांच्या प्रचाराचा नारळ फोडून दणका दिला. मुंबईतील मराठा कार्यालयाच्या शिवशक्ती या इमारतीची कोनशिला क्रांतिसिंह नाना पाटलांनी बसविली होती. त्याअगोदर 'बेचाळीसच्या क्रांतीचे स्वातंत्र्य समर' म्हणून 'सातारा प्रतिसरकार' 'नवयुग'चा विशेषांक काढला होता. ब्रिटिश सरकारने साताराच्या त्यांच्या दृष्टीने अत्याचारी-दरोडेखोरी घटनेच्या चौकशीसाठी बाटलीवाला कमिशन नेमले होते; पण या घटना दरोडा नसून लोकांना बदल-स्वातंत्र्य हवे, स्वातंत्र्याची चळवळ हवी; असाच निष्कर्ष बाटलीवाला कमिशनने काढला आणि बाटलीवाला कमिशनने ब्रिटिश सरकारला जो रिपोर्ट पाठवला, त्याला पुरावा म्हणून 'साताराचे स्वातंत्र्य समर' हा अंक जोडला होता. तसेच नवयुगचा १९४२ चा विशेषांक पुरावा म्हणून सादर केला. एवढी कामगिरी आचार्य अत्रे यांनी केली. बेचाळीस क्रांतीचे जनक

म्हणून 'क्रांतिसिंह' ही पदवी आचार्य अत्रे यांनी नाना पाटलांना दिली. पुढे क्रांतिसिंह नाना पाटलांच्या एकसष्टीला ६१ बैलगाड्यांतून वरळी ते शिवाजी पार्क मिरवणूक काढून शिवाजी पार्कवर क्रांतिसिंह नाना पाटलांचा जंगी जाहीर सत्कार आचार्य अत्रे यांनी केला. क्रांतिसिंह नाना पाटील आणि आचार्य अत्रे यांचा स्नेह जनतेच्या कौतुकाचा विषय होता. क्रांतिसिंह नाना पाटील जनताभिमुख होते. त्यांचे क्रांतिकारक कार्य आणि आचार्य अत्रे यांचा तुफानी प्रचार यांचा परिणाम व्हायचा तोच झाला. क्रांतिसिंह नाना पाटील बीडमधून निवडून आले आणि मागास भागाचे खासदार झाले. औरंगाबाद, जालना, नांदेड, परभणी, बीड, अंबेजोगाई असा दौरा करून, प्रचाराचा धमाका उडवून आचार्य अत्रे यांनी संतांची भूमी गाजवली आणि काँग्रेसला धूळ चारली.

बीड जिल्ह्यात त्या वेळी नारायणगड फार प्रसिद्ध होता. एका अज्ञात कवीचे काव्य या ठिकाणी देण्याचा मोह आवरता येत नाही– 'बीड जिल्ह्यामध्ये नारायणगड एक अजब संस्थान लई भारी । हरिनामाचा गजर उठतो केवळ दुसरी पंढरी ॥' त्यानंतर भगवान बाबा वंजारी यांची चळवळ वाढली आणि भगवानगड निर्माण झाला आणि नारायणगड मागे पडला. भगवानबाबा हे माझ्या आईला बहीण मानत असल्याने त्यांच्या शेवटच्या दिवसांत आमच्या सोमवार पेठेतील- ३०, सोमवारमधील घरी आले होते. तसेच त्यांना तेथूनच रुबी हॉल नर्सिंग होममध्ये दाखल केले होते. सोमवार पेठेमध्ये विठ्ठल रिकामे हे पहिलवान होते. त्यांना विठोबा पहिलवान म्हणत; त्यांच्या बरोबर मी वर्गणीसाठी घरोघर फिरलो आहे. यांच्या प्रयत्नाने आगरकर हायस्कूलसमोरील चौकात क्रांतिस्तंभ उभारला. त्याचे अनावरण आणि उभारणी क्रांतिसिंह नाना पाटलांच्या शुभ हस्ते झाली. त्या समारंभाअगोदर माझ्या आईच्या हातचा चहा क्रांतिसिंह नाना पाटलांनी प्यायला होता आणि आमचे घर पावन झाले होते. मराठवाड्यातील संत भगवानबाबा आणि महाराष्ट्राचा माळकरी मार्क्सवादी संत क्रांतिसिंह नाना पाटील या दोन महान संतांची पायधूळ आमच्या घरी लागली होती. आम्ही धन्य झालो.

पश्चिम महाराष्ट्रात आता अष्टविनायक खूपच लोकप्रिय आहेत; पण बीडमध्येही गणपतीचे लासलगाव, चिखली-वडगांव, हिरापूर पारगांव, टाकळी वडगांव, नवगण राजुरी आणि गणेशाचे लिंबे किंवा लिंबा गणेश या अष्टविनायकांची फार मोठी चलती होती, हे मराठी जनता मात्र विसरली.

अशा संतांच्या भूमीत आचार्य अत्रे यांची पायधूळ लागली आणि मराठवाड्यात त्यांनी इतिहास निर्माण केला आणि प्रचाराने मराठवाडा आपलासा केला. थोडक्यात, विदर्भ, मराठवाडा, कोकण, गोवा, पश्चिम महाराष्ट्र यांचा सांस्कृतिक राजदूत म्हणूनच आचार्य अत्रे यांचा गौरव करावा लागेल. इतिहासाला दाखला द्यावा

लागेल, स्वत: पैशांची पदरमोड करून सारा महाराष्ट्र पालथा घालणारा सांस्कृतिक राजदूत आचार्य अत्रेच होते. साऱ्या महाराष्ट्राला जोडणारा दुवा आचार्य अत्रे होते. आता कोणता साहित्यिक पदरमोड करून महाराष्ट्रात हिंडतो आणि आपलेपणाची भावना निर्माण करतो हे जनतेने ठरवावे; म्हणजे त्यांचे हात आचार्य अत्रे यांना वंदन करण्यासाठी आपोआप जोडले जातील, यात काय शंका?

संयुक्त महाराष्ट्रासाठी मतांचा जोगवा मागण्यासाठी आचार्य अत्रे यांनी अंबेजोगाईतील मतदारांना 'मतांचा जोगवा मागण्यासाठी पदर पसरतो' अशी विनवणी केली.

नागपूर-अमरावती-नागविदर्भ - महाराष्ट्राचा कणा!

नागपूर भारतात पूर्वीपासून प्रसिद्ध आहे. नागपूरकर रघोजी भोसले या सरदार-उमराव शिलेदारापासून भोसले घराणे प्रसिद्ध आहे. इंदोरचे होळकर, ग्वाल्हेरचे शिंदे तसेच नागपूरचे भोसले, बडोद्याचे सयाजीराव गायकवाड. मराठी सरदार, उमराव ही घराणी ज्या ठिकाणी गेली; त्या ठिकाणच्या भाषा, संस्कृती, चालीरीती आत्मसात केल्या. रघोजी भोसले हे त्यांपैकीच एक आहेत. त्यांनी ओरिसा, बिहार, बंगाल या ठिकाणी स्वाऱ्या केल्या आणि तेथील परंपरा आत्मसात केल्या; त्यामुळेच प्राचीन इतिहासात बंगाल, बिहार, ओरिसामध्ये रघोजी भोसले यांना देवासारखे पुजले जाते. जनहिताची कामे, लोककल्याण हे ध्येय आणि संस्कृतीची जपणूक, तेथील लोकजीवनाशी समरस होऊन त्यांच्यात सुधारणा करणे; हेच ब्रीद वरील ठिकाणच्या संस्थानिकांनी ठेवले म्हणूनच त्यांना अद्यापही मनोभावे आणि चित्तभावे ऐकले, पुजले आणि वंदिले जाते.

१९२७ साली आचार्य अत्रे टी. डी. होऊन इंग्लंडहून भारतात आले. महाराष्ट्रात आणि त्यातल्या त्यात शिक्षणाच्या माहेरघरी आले; त्यामुळे एका शिक्षकाने अत्युच्च शिक्षण पदवी घेऊन शिक्षणाच्या माहेरघरी पुण्यात येणे, ही फार अप्रूपाची गोष्ट होती. त्यांचा फार मोठा बोलबाला झाला. त्यातून ते राम गणेश गडकरी यांचे शिष्य होतेच; त्यामुळे आंग्ल वेषभूषेतील उच्चविद्याविभूषित असलेल्या आचार्य अत्रे यांना गडकरी पुण्यतिथीनिमित्त व्याख्यानाचे निमंत्रण आले आणि ती सभा आचार्य अत्रे यांनी गाजवली. फॉरिन रिटर्नबद्दलचा लोकांचा गैरसमज दूर झाला. आढ्यता, आंग्ल भाषेचा वापर आणि शिष्टता यांचा त्याग करून

आचार्य अत्रे यांनी 'पुण्यपत्तनस्य नागरिक बंधू-भगिनींनो,' हे वाक्य मोठ्या ठसक्यात म्हणून पुणे गाजवले. त्यांच्या त्या भाषणाने 'मराठी भाषाभिमानी, विनोदी माणूस आणि शिक्षणतज्ज्ञ' अशी त्यांची प्रसिद्धी झाली.

त्यानंतर 'कळ्यांचे नि:श्वास' आणि 'हिंदोळ्यावर' या ग्रंथांमुळे उठलेल्या वादळात आचार्य अत्रे मालतीबाई बेडेकरांच्या बाजूने उभे राहिले. त्यांनी नागपूर-अमरावतीपासून बेळगावपर्यंत सारा महाराष्ट्र पिंजून काढला आणि त्या माउलीची प्रेतयात्रा न काढता त्यांनी प्रौढ विवाहितांच्या समस्यांची मांडणी केली आहे; त्या समस्यांची उत्तरे, उपाय सांगा असा घोषा लावला आणि सारा महाराष्ट्र ढवळून काढला. त्या वेळी आचार्य अत्रे प्रथम नागपुरात गेले होते. त्यानंतर १९३३ साली मा. श्री. नारायण मुरलीधर गुप्ते ऊर्फ कवी बी यांच्या 'फुलांची ओंजळ' या कवितासंग्रहाला प्रस्तावना लिहिण्यासाठी तसेच त्यांची भेट घ्यावी आणि हा 'बी' कवी आपल्याच प्रस्तावनेसाठी का हटून बसला आहे, यासाठी प्रत्यक्ष भेटीत त्याचे मन वळवण्यासाठी आचार्य अत्रे अकोला-अमरावती, नागपूरला गेले होते. सतत सहा महिने त्यांच्या 'फुलांच्या ओंजळी'तील प्रत्येक कवितेबद्दलच्या शंका, वाक्यरचना, संदर्भ यासंबंधी त्या दोघांचा पत्रव्यवहार चालू होता आणि जसा 'फुलांची ओंजळ' हा काव्यसंग्रह गाजला, त्यापेक्षा एकशेवीस पानांची आचार्य अत्रे यांची प्रस्तावना गाजली. त्यातील 'कमला' हे काव्य आणि 'चाफा बोलेना, चाफा चालेना' या गीताने खूपच लोकप्रियता मिळविली– गानसम्राज्ञी लता मंगेशकर यांच्या सुमधूर आवाजातून उतरलेल्या त्या कवितेने. अशा या कवितेच्या प्रेमातून दोन कवींमध्ये प्रेमाचे नाते निर्माण झाले. त्यातूनच कवी 'बी'चे धाकटे बंधू-धाकटे गजानन महाराज आचार्य अत्रे यांच्या प्रेमात पडले. ते आचार्य अत्रे यांना वडीलबंधूंप्रमाणे 'दादा' म्हणून संबोधू लागले. एकदा धाकटे गजानन महाराज आचार्य अत्रे यांच्या भेटीला आले असता 'आमोद हाउस'च्या दुसऱ्या मजल्यावर आचार्य अत्रे यांनी त्यांना पाठीवर बसवून नेले, कारण ते एका पायाने अधू होते. त्यानंतर आचार्य अत्रे यांच्या नागपूरच्या फेऱ्या वाढू लागल्या. 'साप्ताहिक नवयुग'च्या पहिल्याच अंकाने कमालीची लोकप्रियता मिळवली होती. साऱ्या महाराष्ट्राने साप्ताहिक नवयुगचे मोठ्या उत्साहाने स्वागत केले होते. त्यातून स्पष्ट विचार, सडेतोड मांडणी, निर्भीडपणा आणि त्यावर विनोदाची फोडणी यांमुळे साप्ताहिक नवयुगची लोकप्रियता प्रचंड प्रमाणात वाढत गेली. त्याबरोबर कोर्टकचेऱ्या, कटकटी, वादविवाद यांचा आचार्य अत्रे यांच्यावर वर्षाव सुरू झाला. महात्मा गांधींनी चाळीस दिवसांचे उपोषण केले होते. आचार्य अत्रे त्या वेळी काँग्रेसचा प्रचार करीत होते. 'काँग्रेसचे लढाऊ दैनिक' असा नवयुगच्या टाळक्यावर शिक्का होता. महात्मा गांधींबद्दल, हिंदुत्वाबद्दल– आर. एस. एस.वाल्यांच्या मनात मतभेद होते. त्या काळी काही आर. एस. एस.वालेदेखील

काँग्रेसमध्ये होते. त्यांचे आणि गांधीजींचे सलोख्याचे संबंध होते. त्यांतील श्री. ना. भा. खरे हे एक होत. ते आयुर्वेदाचे डॉक्टर होते. गांधींजींची प्रकृती तपासण्यासाठी त्यांना निमंत्रित केले गेले. त्या वेळी ना. भा. खरे यांनी तुमच्या प्रकृतीला काही झाले नसून तुम्हाला 'जमालगोटा' दिला पाहिजे, असा उलट संदेश धाडला. त्यावर आचार्य अत्रे यांनी पुढील मजकूर लिहिला. 'महात्मा गांधींनी डॉ. ना. भा. खरे यांना प्रकृती तपासण्याची विनंती केली; पण ना. भा. खरे यांनी 'तुम्हाला फक्त जमाल गोट्याची आवश्यकता आहे' म्हणून धुडकावली... त्यावर आचार्य अत्रे यांनी डॉ. ना. भा. खरे यांची योग्यता, वैद्यकीय ज्ञान फक्त 'जमाल गोट्यापर्यंत'च आहे, अशी टीका केली. आपल्या डॉक्टरकीच्या ज्ञानाचा अपमान झाला म्हणून डॉ. ना. भा. खरे यांनी आचार्य अत्रे यांच्यावर अब्रूनुकसानीचा खटला भरला. 'नवयुग'चे एक भागीदार चंदूलाल गांधी होते. त्यांनाही खरे यांनी या खटल्यात गोवले. सारख्या नागपूर वाऱ्या आणि कोर्टकचेऱ्यांनी आचार्य अत्रे वैतागले आणि एके दिवशी दुपारी आचार्य अत्रे डॉ. ना. भा. खरे यांच्या घरी गेले आणि 'अहो डॉक्टरसाहेब, मी हे विनोदाने म्हटले,' असे सांगितले. त्यावर डॉ. ना. भा. खरे म्हणाले, ''तुमचे ते भागीदार चंदूलाल गांधी - महात्मा गांधींचे नातलग असावेत आणि आपण त्यामुळे खुनशीपणाने ते विधान केले असावे, असा माझा समज झाल्याने मी कोर्टात धाव घेतली.'' नंतर दोघांत समझोता झाला आणि डॉ. ना. भा. खरे यांनी खटला मागे घेतला. पुण्यातील आयुर्वेद कॉलेज - रामनाथ हॉस्पिटलजवळच्या कॉलेजची कोनशिला डॉ. ना. भा. खरे यांनी बसविल्याचे आपणदेखील विसरलो. असे आयुर्वेद विशारद नामदार डॉ. ना. भा. खरे भारतातील एक बलाढ्य असामी होते आणि ते नागपूर येथे राहत होते. ना. भा. खरे मध्यवर्ती सरकारचे मंत्रीदेखील होते; त्यामुळे आचार्य अत्रे यांना सारख्या नागपूरला वाऱ्या-फेऱ्या कराव्या लागत.

त्याच वेळी सावरकर हे स्वातंत्र्याचे मित्र नसून स्वातंत्र्याचे वैरी आहेत, या 'नवयुग'मधील लेखाने आर. एस. एस.वाले चिडले. सर्वांनी काँग्रेसच्या झेंड्याखाली येऊन ब्रिटिशांना अगोदर घालवून द्यावे आणि मग भांडत बसावे, ही आचार्य अत्रे यांची भाबडी भावना होती. त्याच भाबड्या भावनेतून स्वातंत्र्यवीर सावरकर आणि डॉ. बाबासाहेब आंबेडकर यांना काँग्रेसमध्ये येण्याचे आवाहन आचार्य अत्रे यांनी केले होते – त्या त्यांच्या भाबड्या भावनेतून आणि त्या भाबड्या भावना केवळ आचार्य अत्रे यांच्याच नव्हत्या, तर साऱ्या भारतातील सामान्य जनतेच्यादेखील होत्या. सर्वांनी एका झेंड्याखाली यावे आणि अगोदर ब्रिटिशांना घालवावे आणि मग भांडत बसावे, या त्यांच्या विचारातून आचार्य अत्रे यांनी अनेक दुर्धर प्रसंग ओढवून घेतले. नागपूरच्या नीलसिटी हायस्कूलमध्ये मोहनीराज शहाणे यांच्या अध्यक्षतेखाली आचार्य अत्रे यांचे रंगभूमीवर व्याख्यान ठेवले होते. त्या वेळी हजार-बाराशे लोकांनी आचार्य

अत्रे यांच्यावर हल्ला केला. काही लोकांच्या प्रसंगावधानाने त्यांना एका खोलीचा आश्रय घ्यावा लागला. नाहीतर आचार्य अत्रे यांचे काही खरे नव्हते. बाहेर हजार मारेकरी आणि आत चार-पाचजण असे चार-पाच तास. खवळलेला-संतापलेला जमाव त्यांच्या अचकट-विचकट घोषणा - शिव्या आणि बंदिस्त खोलीत चार-पाचजण असा प्रसंग आणि हायस्कूलचे हेडमास्तर श्री. बझलवार जवळच राहून त्यांना त्याची गंधवार्ता नव्हती, हे म्हणणे सर्वस्वी गैर आहे; चुकीचे आहे. तेदेखील या कटात सामील होते; पण म्हणून भीतीने, दबावाने, आर. एस. एस.च्या वर्चस्वाने आचार्य अत्रे यांनी नागपूरचा धसका घेतला काय? नाही, उलट सारख्या नागपूरवाऱ्या केल्या. नागपुरात तीनदा आणि पुण्यात सर परशुराम भाऊ कॉलेजमधील त्यांच्यावरील प्राणघातक हल्ला हे चार प्रसंग भारतीय संस्कृतीवरील कलंक आहेत. एकट्या माणसावर हजारोंनी हल्ला करणे आपल्या संस्कृतीत बसत नाही, असे सर्वजण आता म्हणतात.

मग 'श्यामची आई' चित्रपटास सुवर्णपदक मिळाल्यावर पंचमढी, अमरावती, नागपूर, अकोला, वर्धा, चंद्रपूर असा विदर्भात दौरा केला आणि त्यांचे जंगी सत्कार झाले. त्या वेळी नागपूरला असंख्य वाऱ्या आणि दौरे झाले. त्याच वेळी आचार्य अत्रे म्हणत की, 'मी चांद्यापासून बांद्यापर्यंत फिरलोय.' बांदा गोव्याजवळ. महाराष्ट्राच्या सीमा चांद्यापासून बांद्यापर्यंत आहेत. त्या वेळेपासून 'चांद्यापासून बांद्यापर्यंत' हा एक वाक्‌प्रयोग रूढ झाला, तो आजतागायत चालू आहे. तो मोठ्या अभिमानाने आपण अगदी नवीन कल्पना मांडत आहोत या आर्विभावात प्रत्येकजण मांडत असतो. मुंबई, पुणे, बेळगाव, नागपूर आणि कोल्हापूर ही आचार्य अत्रे यांची आवडती शहरे होती. पुण्यापाठोपाठ या शहरांवरही त्यांचे अतोनात प्रेम होते, आपुलकी होती. म्हणूनच खुट्ट झाले की, ते या पाच शहरांचा दौरा करत. मग आला मुंबईसह संयुक्त महाराष्ट्राचा लढा. या लढ्यांत नाग-विदर्भ, मराठवाडा, कोकण, पश्चिम महाराष्ट्र, बेळगाव-कारवारसह ११६५ गावांचा समावेश असलेला सीमाभाग, गोवा, दीव-दमण, दादरा नगर हवेली, मध्यप्रदेशातील बैतूल, छिंदवाडा, बस्तर खरे तर मध्यप्रदेशातील भोपाळ, इंदोर, ग्वाल्हेर, झांसी, देवास, उज्जैन, रायपूर हा भाग मराठी भाषिक असल्याने मराठी भाषा प्रदेशाचे दोन प्रांत होणे आवश्यक होते. इथे एक प्रांतच होणे मारामार, तर दोन प्रांत कसले? प्रामुख्याने नाग-विदर्भ, मराठवाडा, कोकण, पश्चिम महाराष्ट्र व सीमाप्रदेश आणि मुंबईसाठीच हा संयुक्त महाराष्ट्राचा लढा सीमित राहिला. मध्यप्रदेशातील ही मोठमोठी शहरे आणि मध्यप्रदेश सोडून देण्यात आला. मध्यप्रदेश हा खरे तर मराठी प्रदेश आहे. मराठी प्रदेश म्हणताम्हणता मध्यप्रदेश कसा झाला? केव्हा झाला की भारताचा मध्य म्हणून मध्यप्रदेश गणला गेला, कोणास ठाऊक? हिंदी भाषेचे अनेक प्रांत निर्माण होतात, तर मराठी भाषेचे

दोन प्रांत का होऊ नयेत? याचे उत्तर नामदार सी. डी. देशमुख यांच्या लोकसभेतील मंत्रिपदाचा राजीनामा देतानाच्या भाषणामध्ये आणि मराठी बाण्यात आहे. नेहरूंच्या आणि सत्ताधाऱ्यांच्या मनांत महाराष्ट्राविषयी वैरभाव आहे, हेच ते विधान आणि हेच ते कारण. कारण राजकारणात मराठी लोकांचा वरचश्मा झाला असता. पूर्वी जसे मराठी संस्थानिकांनी राज्य केले, तसेच आता ते संपूर्ण भारतावर राज्य करतील आणि खऱ्या अर्थाने भारत एकजिनसी, एकजुटीचा, अभेद्य आणि अभंग करतील आणि मराठी साम्राज्य निर्माण करतील, या भीतीने महाराष्ट्राची खांडोळी करण्यातच सत्ताधाऱ्यांनी धन्यता मानली. नाग-विदर्भाचे स्वतंत्र राज्य, मुंबई स्वतंत्र, पश्चिम महाराष्ट्र स्वतंत्र, गोवा स्वतंत्र, सीमा प्रदेश कर्नाटकात कोंबणे, डांग-उंबरगाव आणि खानदेशातील १३५ गावे गुजराथमध्ये डांबणे आणि संपूर्ण मध्यप्रदेश महाराष्ट्रापासून तोडणे अशा निरनिराळ्या योजनांचे कारस्थान करून मराठी माणसांना बदनाम केले गेले. सर्वजण एका बाजूला आणि मराठी जनता एका बाजूला. खरेतर मराठी जनता भारताची संरक्षक आहे; पण त्या जनतेला शत्रुत्वाची वागणूक - सापत्नभावाची वागणूक देण्यात आली. तेरा भाषिक राज्ये निर्माण केली गेली आणि महाराष्ट्राच्या माथी केवळ गुजराथला खूश करण्यासाठी आणि मुंबई गुजराथच्या घशात घालण्यासाठी मराठी जनतेवर द्वैभाषिकाचा धोंडा टाकला. त्यात गुजराथचे काहीही नुकसान नव्हते. एका बाजूने गुजराथी भांडवलदार आणि दुसऱ्या बाजूने कर्नाटकी कावा, अशा कात्रीत सापडलेला महाराष्ट्र अगतिक करायचा. सत्तेत गुजराथी भांडवलदार आणि प्रशासनात परप्रांतीय या दुहेरी काचामुळे मराठी तरुणांची ससेहोलपट होत होती. दुहेरी अन्याय आणि दुहेरी कचाट्यात सापडलेली दुर्दैवी मराठी जनता. त्याला कोणी तारणहार नाही. त्याला संयुक्त महाराष्ट्र समितीच्या रूपाने आचार्य अत्रे हे शस्त्र मिळाले आणि संयुक्त महाराष्ट्राचे रामायण-महाभारत घडले. अभूतपूर्व लढा-अभूतपूर्व संग्राम... त्या महासंग्रमातील चार रणभूमी. रणभूमी - मुंबई, नागपूर, बेळगाव, पणजी-गोवा आणि दिल्ली ही अन्याय करणाऱ्या सत्ताधाऱ्यांची कर्ती-करवती कारस्थानी दमन यंत्रणा या पाच शहरांवरच सारी नजर केंद्रीभूत झाली होती. सारे जग महाराष्ट्रविरोधी. महाराष्ट्राची कोंडी झालेली. ही कोंडी समितीने फोडली आणि त्यातून 'महाराष्ट्रप्रेमी' प्रल्हाद केशव अत्रे या नव्या अवताराचा जन्म झाला. आद्य विडंबनकार, कवी, लेखक, नाटककार, सिनेमाकार, वृत्तपत्रकार, शिक्षणतज्ज्ञ, समीक्षक, कथा-पटकथाकार, विनोदी वक्ता, विनोदी लेखक म्हणून ओळखल्या जाणाऱ्या अत्रेंचा जनतेमध्ये राजकीय नेता, सामाजिक नेता आणि लढाऊ नेता म्हणून नवा अवतार जन्माला आला. त्याने आपले रौद्ररूप दाखविले आणि सर्व आघाड्यांवर शत्रूची दाणादाण केली आणि महाराष्ट्रात काँग्रेसचे पानिपत झाले. त्यात नाग-विदर्भाची साथ नव्हती म्हणून संयुक्त महाराष्ट्र निर्माण झाला नाही. नाहीतर

संयुक्त महाराष्ट्र समिती बहुमतांत येऊन काँग्रेसची सत्ता उलथून पाडण्यात समिती यशस्वी झाली असती आणि संयुक्त महाराष्ट्र निर्माण झाला असता. नाग-विदर्भाची स्वतंत्रतेची भावना काही केल्या कमी झाली नाही. नाग-विदर्भ महाराष्ट्राशी एकसंध आणि एकरूप झाला नाही. त्यात राजकारण जास्त आहे, जनताकारण कमी आहे. कावेबाज, मुत्सद्दीपणा, मराठी द्वेष आणि मराठी जनता वरचढ होईल, अशी भीती यातून महाराष्ट्रावर सतत अन्याय होत राहिला, केला गेला. हेतुपुरस्सर अन्याय! अन्याय! आणि अन्यायच!!!

मग आचार्य अत्रे आणि समितीला नागपूरवर लक्ष केंद्रित करावे लागले. सारख्या नागपूरला भेटी, सभा, विचार-विनिमय, प्रचार, दौरे, निदर्शने, बैठका यांची रेलचेल झाली. सारखी धावपळ टाळण्यासाठी 'दैनिक मराठा' नागपूर आवृत्तीची आवश्यकता आचार्य अत्रे यांना वाटली. कारण त्या भागातील पाच वृत्तपत्रे सतत मराठी जनतेवर आग ओकत होती. तरुण भारत डळमळीत होता. मराठी जनतेचा कैवारी 'नागपूर मराठा' काढणे, ही एक फार मोठी गरज आचार्य अत्रे यांना वाटू लागली. आत्ताच्या साखळी वृत्तपत्रांच्या पार्श्वभूमीवर दैनिक मराठाची नागपूर आवृत्ती काढणे हा एका माणसाचा चमत्कार नव्हे, तर काय? आता सर्व सोयी-सुविधा आणि दळणवळण सुलभ झाले आहे. त्या वेळी दळणवळण - वाहतूक मंद आणि धीमी, अडचणीची, अडथळ्याची आणि दुरापास्त होती. अनंत अडचणी, अडथळे, आरोप-प्रत्यारोप, अपमान, अवहेलना सहन करून आचार्य अत्रे यांची 'मराठा तोफ' नागपुरांत धडधडू लागली. वाक्‌युद्धातील मराठी बॉम्बगोळे झडू लागले आणि विदर्भात एकजुटीने मराठी जनतेच्या अस्मितेचे, स्वाभिमानाचे यज्ञकुंड धडधडू लागले. आचार्य अत्रे यांनी सर्वस्व पणाला लावून नवी अद्ययावत यंत्रणा, नवे कार्यालय आणि विदर्भासाठी नवा विचार घेतला आणि मराठी तोफ 'मराठा' गाजू लागली - वाजू लागली. लांब पल्ल्यापर्यंत गोळे पडू लागले. काँग्रेसचे पुढारीपण जखमी होऊ लागले. जखमांचे व्रण घेऊन काँग्रेसवाले अगतिकतेने फिरू लागले. केवळ सवंग विधाने न करता अभ्यासपूर्ण मांडणी आणि बापूजी अणे यांची पूर्वपीठिका आणि आत्ताच्या भूमिकेतील विसंगती याचे कागदोपत्री पुरावे-दाखले देत बापूजींची भंबेरी उडवली. बॅ. राजाभाऊ खोब्रागडे यांचा झंझावाती प्रचार. सर्व बाजूंनी आर्थिक झळ सोसली आचार्य अत्रे यांनी. नागपूरचे मराठा कार्यालय ही समितीची एक छावणी झाली होती. उमरखेड, नागपूर मतदारसंघ विस्कटलेला. वाहतुकीची साधने अपुरी, सत्ताधारी काँग्रेसकडे प्रचाराची विपुल साधने; जीप, ट्रक आणि प्रचंड प्रमाणातील दमनयंत्रणा; पण आचार्य अत्रे यांच्याजवळ समितीचे कार्यकर्ते आणि मुंबईच्या अमर शेखचा जथा; त्यांची सर्व व्यवस्था आचार्य अत्रे यांच्यावरच आली. सभा, मांडव, निदर्शनांतील फलक, बोर्ड यांची सर्वस्वी जबाबदारी अत्रे यांच्यावर

शिवाय लिखाण, भाषणे सर्वार्थाने वाहून घेतलेले भीमकाय आचार्य अत्रे. विदर्भातील जनतेला महाराष्ट्रवादी करण्यात जे थोडेफार यश आले, ते आचार्य अत्रे यांच्यामुळेच; बाकीचे सोबती वरवरचे! 'रात्रंदिन आम्हा संयुक्त महाराष्ट्र युद्धाचा प्रसंग' अशी आचार्य अत्रे यांची स्थिती. तरी न डगमगता त्यांनी विरोधकांचा धुव्वा उडवला. डॉ. राजाभाऊ खोब्रागडे यांच्या निवडणूक प्रचारात आचार्य अत्रे इतके दंग झाले होते, इतके एकरूप झाले होते की, खोब्रागडे यांच्याऐवजी अत्रेच निवडणूक लढवीत आहेत, असे लोकांना वाटे. श्री. खोब्रागडे यांच्या पराभवाने आचार्य अत्रे ढसाढसा रडले. इतकी एकरूपता आपल्याला अत्रे यांच्याशिवाय दुसरीकडे बघायला मिळणार नाही. एखादे काम करायचे, ते अगदी जीव ओतून करायचे. नाग-विदर्भाचे काँग्रेसचे अध्यक्ष आणि मंत्री गोपाळराव खेडकर यांची भानगड बाहेर काढून त्यांनी काँग्रेसवर प्रचंड बॉम्बगोळा टाकला. काँग्रेसची नाचक्की झाली. त्यावर अठरा आमदारांचे राजीनामे घेऊन 'रणदुंदुभी' नाटकाचे कर्ते वीर वामनराव यांची कन्या श्रीमती मालती जोशी आचार्य अत्रे यांच्याकडे आली. आचार्य अत्रे यांनी समितीपुढे राजीनामे ठेवले. त्यावर एस. एम. यांच्या साधनसूचितेच्या अत्याग्रहाने सर्व खेळखंडोबा झाला. त्या अठरा लोकांनी परत समितीच्या तिकिटावर पुन्हा निवडून यावे, या त्यांच्या धोरणाने काँग्रेसचे बहुमत कायम झाले. नाहीतर काँग्रेस अल्पमतांत येऊन सरकार गडगडले असते; पण विधायक विरोधी पक्ष या प्रतिमेला तडा जाऊ नये म्हणून समितीने ही सुवर्णसंधी वाया घालवली. त्याच वेळी संयुक्त महाराष्ट्र झाला असता; पण त्याचे श्रेय आचार्य अत्रे यांना मिळाले असते ना? यावरून आचार्य अत्रे यांचे कार्य किती महत्त्वाचे होते, संयुक्त महाराष्ट्राच्या लढ्यात तेच कसे एकमेव, अद्वितीय आणि एकाकी झुंज देत होते, याचा प्रत्यय येतो. महाराष्ट्र आणि अत्रे एकरूप झाले होते.

दिवसाच्या चोवीस तासांत आचार्य अत्रे यांच्यासाठी किती तास खासगी होते ते एक देव आणि अत्रेच जाणोत. कौटुंबिक स्वास्थ्य, खासगी जीवन यांचा आचार्य अत्रे यांनी जणू होम केला होता. बापूजी अणे कसे दुटप्पी आहेत, कसे दुहेरी आणि दुतोंडी आहेत, याचे साद्यंत उदाहरण पुराव्यानिशी विदर्भ जनतेसमोर ठेवले ते फक्त आचार्य अत्रे यांनीच. नाग-विदर्भातील मराठी जनता संयुक्त महाराष्ट्रवादी किंवा धार्मिक झाली ती आचार्य अत्रे यांच्यामुळेच! त्यांच्या लढाऊ, जहाल लिखाणातूनच जांबुवंतराव धोटे यांची 'जांबुवंत उडी' विधानसभेत गाजली. विधानसभेत आक्रमकता, लढाऊ आणि अन्यायाविरुद्ध तोफ डागण्याची विक्रमी परंपरा आचार्य अत्रे यांनीच सुरू केला. त्यांनी अनेक शिलेदार निर्माण केले.

अशा या नागपूर-विदर्भाच्या धुमश्चक्रीत आचार्य अत्रे यांनी पाच-सहा महिने नागपुरात घालवले आणि म्हणूनच मुंबई, नागपूर, पुणे, कोल्हापूर, बेळगाव, गोवा असा सर्वत्र संचार करणारा; संपूर्ण महाराष्ट्र पालथा घालणारा महाराष्ट्राचा आचार्य

अत्रे हा एक सांस्कृतिक राजदूत होता, असे म्हटले तर ते वावगे ठरणार नाही. स्वत: पदरमोड करून ऊठसूट नागपूर, मुंबई, बेळगाव, गोवा, पुणे येथे धावणारा दुसरा साहित्यिक किंवा पुढारी दाखवा. सातत्याने नागपूरला धाव घेणाऱ्या आचार्य अत्रे या साहित्यिकाशिवाय दुसरा साहित्यिक विरळाच! मग त्या विदर्भातील जनतेशी संपर्क कोणी ठेवला आहे? आचार्य अत्रे यांच्यानंतर कोणीही नाही.

शाळा-कॉलेज, सार्वत्रिक ठिकाणी भाषणे, वृत्तपत्रांतून विचारमांडणी असे अत्रे नागपूरमय झाले होते. 'आदेश विरुद्ध अत्रे' हा पु. भा. भावे हिंदुत्ववादी जनतेचा विजय आहे. आचार्य अत्रे यांच्यामागे काँग्रेस जनता नव्हती. पु. भा. भावे यांच्यामागे आर. एस. एस. हिंदुत्ववादी जनता. आचार्य अत्रे एकांडे शिलेदार. नवयुग हे काँग्रेसचे मुखपत्र असून सत्ताधाऱ्यांनी 'नवयुग'ला एकही जाहिरात दिली नाही. उलट काँग्रेस सत्ताधाऱ्यांनी सहा हजारांचा जामीन वसूल केला; पण आचार्य अत्रे हटले नाहीत. काँग्रेसचा प्रचार करत राहिले ते थेट फाळणीपर्यंत. फाळणी झाली आणि 'माझी आणि काँग्रेसची फाळणी झाली,' असे ते म्हणत.

एकदा नागपुरात काँग्रेसवाल्यांनी आचार्य अत्रे यांची सभा उधळण्याचा प्रयत्न केला. पाचशे गांधी टोपीधारी सैनिक सभेला आले आणि तीन प्रश्नांची उत्तरे दिल्याशिवाय आम्ही सभा चालू करू देणार नाही, असा आरडाओरडा केला. आचार्य अत्रे म्हणाले, ''मान्य, आणा तुमचे प्रश्न.'' पहिला प्रश्न, तुम्ही दारू पिता की नाही? दुसरा, तुमचे वनमालेशी प्रेमसंबंध होते की नाही? तिसरा, तुम्ही असे का केले? आचार्य अत्रे यांनी दोन्ही प्रश्नांची 'होय' म्हणून उत्तरे दिली आणि तिसऱ्या प्रश्नाचे, असे का केले, याचे उत्तर त्या वेळी मी काँग्रेसमध्ये होतो, असे म्हटल्यावर टोपीविक्या आणि माकड या गोष्टीतील माकडे जशी टोप्या जमिनीवर टाकून पळतात, तसे काँग्रेसवाल्यांनी गांधी टोप्या जमिनीवर आपटून पळ काढला आणि आचार्य अत्रे यांनी तीन तास सभा गाजवली.

कॉलेजात शोकप्रधान नाटक 'एकच प्याला'वर बोलताना बाटलीच्या तळाशी जो जातो, तो तळीराम; त्यालाच दारुड्या म्हणतात. जो तळ गाठतो, तो तळीराम अशी शोकप्रधान नाटकातील एक नवी जागा दाखवली. त्यांनी 'एकच प्याला' हे एक नवे नाटक लिहिले. आचार्य अत्रे यांच्या जन्मशताब्दीत मा. श्री. सतीश आळेकरांनी त्याचा अतिशय देखणा आणि नेटका प्रयोग भरत नाट्य मंदिरात केला होता. गडकऱ्यांच्या 'एकच प्याला'वर आचार्य अत्रे यांचे 'एकच प्याला' हे एक टीकात्मक, विडंबनात्मक नाटक होय. एकाच नाटकाचा इतका सर्वांगाने विचार करणारा आणि त्यावर नाटक लिहिणारा आचार्य अत्रे यांच्याशिवाय दुसरा नाटककार दाखवता येईल काय? या 'एकच प्याला' नाटकातील सिंधूचा बाप ही एक कथा लिहून आचार्य अत्रे यांनी धमाल उडवून दिली होती.

एखाद्या शहरात एखाद-दुसऱ्या माणसाने एखाद्याला मारले तर त्या शहराबद्दल आपण एवढा आकस धरू शकत नाही; पण शहरातील समूहाने हल्ला केला असता त्या शहराबद्दल आकस, असूया, द्वेष कायम राहतो कारण सामुदायिक हल्ला झालेला असतो. सामान्य माणूस त्याचा धसका घेतो. नको ते शहर म्हणून टाळतो; पण आचार्य अत्रे यांनी नागपूर कधीच टाळले नाही. उलट, वाढत्या ओढीने ते नागपूर वाऱ्या करत राहिले. सामान्य माणसाच्या मगदुराबाहेरच्या या गोष्टी आहेत. आचार्य अत्रे यांनी नागपूर तसेच नागपूरकरांसंबंधी आकस न ठेवता सातत्याने प्रेमच केले. नव्हे, नागपूर-विदर्भ आणि नाग-विदर्भाचा संपूर्ण प्रदेश महाराष्ट्रात समाविष्ट करण्याकरिता जंग जंग पछाडले आणि शेवटी त्यांच्या या अथक प्रयत्नांना यश आले आणि नाग-विदर्भ महाराष्ट्रात विलीन झाला. सारखी, सातत्याने नागपूरची वारी करणारा आचार्य अत्रे हा सांस्कृतिक राजदूत होता. नाग-विदर्भ वेगळा पाहिजे, अशी मागणी करणारे मात्र पुण्या-मुंबईत किंवा पश्चिम महाराष्ट्रात स्थायिक होतात आणि स्वतंत्र विदर्भाची मागणी करतात, हा विरोधाभास नव्हे काय?

अहमदाबादचे हत्याकांड आणि पंडित नेहरू-विद्यार्थी जुगलबंदी!

मुंबई शहरात गुजराथी लोकांचे बरेच व्यवसाय आहेत; त्यामुळे साहजिकच त्यांची लोकवस्ती बऱ्यापैकी आहे; पण मुंबईवर लोकसंख्येच्या तत्त्वानुसार दावा करण्यासारखी परिस्थिती नाही. मुंबईचा पाणीपुरवठा मुळातूनच ठाणे जिल्ह्यातील भातसा आणि तानसा धरणांतून होतो. भाषावार प्रांतरचनेचा प्रश्न निर्माण झाल्यावर मुंबई कोणाची? हा प्रश्न साहजिकच निर्माण झाला. मुंबई ही भांडवलदार, गिरणीमालक, सटोडिया यांच्या व्यवसायामुळे त्यांना मुंबईवर हक्क सांगावासा वाटला; पण मुंबई घडविली ती मराठी माणसाने. नाना शंकरशेठ हा मुंबईचा अनभिषिक्त सम्राट होता. सर्व कल्याणकारी योजना या महापुरुषाने आखल्या आणि त्या पूर्ण करून दाखवल्या. मुंबईची आधुनिक सुधारणा आणि आधुनिकतेशी नाळ नाना शंकरशेठ यांनी बांधली, असे असताना मुंबई गुजराथी लोकांची आहे; हा दावा करण्यात येत होता. काँग्रेसचे धोरण साधारण भांडवलदार, जमीनदार वर्गांचे प्रतिनिधित्व करण्याचेच राहिले आहे. आर्थिक राजधानी असल्याने केंद्र सरकारचेच नियंत्रण राहावे, अशी काँग्रेसची इच्छा होती. त्या काळात गांधी-वल्लभभाई पटेल, शांतीलाल शहा, शांतीलाल मेहता, उत्श्रुंगराव ढेबर, गुलझारीलाल नंदा. पुढे ढेबरभाई काँग्रेसचे अध्यक्ष झाले. 'काँग्रेसची गांधी टोपी घालून या मग मी तुम्हाला सही देईन' असे ते विद्यार्थ्यांना सांगत. आचार्य अत्रे त्यांना ढेबरभाईऐवजी गोबरभाई म्हणत. अशा गुजराथी लोकांचीच काँग्रेसमध्ये चलती होती. काँग्रेस म्हणजे गुजराथी मंडळी, असा मुंबई इलाख्यातील लोकांचा समज होता. नेते मंडळी

आणि धोरणे ठरवणारी मंडळी गुजराथी असल्याने मुंबई गुजराथलाच मिळेल, अशी गुजराथी जनतेची अटकळ होती. जोवर काँग्रेस आहे, तोपर्यंत मुंबई गुजराथला मिळणार, असे गुजराथी मंडळी धरून चालली होती. गुजराथी मंडळी हेटाळणीच्या सुरात 'मुंबई तुमची; पण भांडी घासा आमची' म्हणून गर्जना करीत होती. त्रिराज्य योजना मुंबई, विदर्भ, महाराष्ट्र निरनिराळे प्रांत. मुंबई सहगुजराथ, मुंबई स्वतंत्र आणि इतर मराठी प्रदेश एकत्र किंवा मुंबई केंद्रशासित अशा निरनिराळ्या योजना महाराष्ट्राच्या माथी मारण्याचा सपाटा काँग्रेसने आणि सत्ताधारी पक्षाने लावला होता. मग मराठी लोकांना बदनाम करण्याचा धंदा या मंडळींनी सुरू केला.

गुजराथी-सुरत शिवाजी महाराजांनी लुटली

खरे तर शिवाजी महाराजांनी गुजराथी लोकांना हात लावला नव्हता. कारण सुरत शहरात इंग्रजांच्या वखारी आहेत आणि या वखारी म्हणजे धन-धान्य आणि पैसा यांचे आगर म्हणून सुरतेतील इंग्रजांच्या वखारीवर ताबा मिळवून त्या आपल्या अखत्यारित आणल्या आणि स्वराज्याच्या कामासाठी धनाची गरज म्हणून सुरतच्या इंग्रजी वखारी शिवाजी महाराजांनी लुटल्या. त्याचा अपप्रचार सुरू झाला. शिवाजीने सुरत लुटले. शिवाजीने गुजराथ्यांना लुटले. मराठी जनता लुटारू आहे. दुसऱ्याच्या पोळीवरील तूप ओढणारी आहे. आयत्या बिळात नागोबा असतो, तशी मराठी मंडळी आहेत. वाडीलाल पांचाळ आणि नानू निच्छा पटेल या गुजराथी मंडळींनी तर मराठी माणसे गुंड, मवाली, लुटारू आणि गुजराथी स्त्रियांवर बलात्कार करणारी आहेत, असे म्हटले. मोरारजी देसाईंनी तर अमेरिकन वृत्तपत्रांना मुलाखती देऊन 'मराठी माणसे लांडगे आहेत' अशी मराठी माणसाची बदनामी चालवली. जसजसा मराठी माणसांचा मुंबईबाबतचा लढा जोरात चालू झाला, तसतशी मराठी जनतेची बदनामी करण्याची मोहीम आखण्यात आली. आचार्य अत्रे यांनी सुरतला जाऊन स्वराज्याच्या कामासाठी सुरत लुटली याचा अर्थ गुजराथ लुटले नाही तर त्यांनी सुरतच्या इंग्रजांच्या वखारी लुटल्या, ही वस्तुस्थिती तारस्वरात सांगितली.

गुजराथी जनता आणि मराठी जनता यांचे आपापसांत सख्य आहे, स्नेह आहे; पण ही सत्ताधारी मंडळी मराठी-गुजराथी असा संघर्ष करतात. ही मंडळी व्यापारासाठी मुंबईत आली, स्थिरावली आणि या परक्या मंडळींनी मूळ वस्ती असलेल्या मराठी जनतेचा हक्क डावलू नये, ही भावना त्यांच्या मनात सद्भावनेने निर्माण करण्याचा सामूहिक प्रयत्न झाला होता; पण त्याने गुजराथी जनतेचे समाधान होत नव्हते.

शेवटी मुंबईचा प्रश्न सोडवण्याचा सत्ताधारी पक्षाचा इरादा नव्हताच. मग त्यासाठी निमित्त लागते, तसे अनेक पर्याय निर्माण करण्यात आले आणि मुत्सद्दीपणाने ते मराठी जनतेच्या गळी उतरवण्याचा चंग बांधला गेला; पण मराठी जनता खमकी

निघाली. त्यांनी सरकारची सर्व कारस्थाने, इरादे, धोरणे धुळीला मिळवली. शेवटी महाद्वैभाषिक - मुंबई महाराष्ट्र, विदर्भ, मराठवाडा, कोकण आणि गुजराथसह महाद्वैभाषिक निर्माण करण्याचा इरादा पक्का झाला. काँग्रेस आपल्याला सहज मुंबईसह गुजराथ देऊन टाकील तसेच आपल्याला मुंबई विनासायास मिळेल आणि आर्थिक यंत्रणेवर आपलाच म्हणजे गुजराथी लोकांचा ताबा राहील. काँग्रेस आणि केंद्र सरकार आपल्यावर अन्याय करणार नाही, अशा मनोवस्थेत असणाऱ्या गुजराथी जनतेला मुंबईसह महाद्वैभाषिक हा एक बॉम्बस्फोटासारखा निर्णय होता आणि हा निर्णय ७ ऑगस्ट १९५६ रोजी जाहीर झाला. महाराष्ट्राने निरनिराळ्या योजनांचे आघात सहन केले होते; त्यामुळे काँग्रेस सरकारकडून महाराष्ट्राला न्याय मिळेल, अशी अपेक्षाच मराठी लोकांनी ठेवली नव्हती; त्यामुळे त्यांच्या लढाऊ वृत्तीवर या निर्णयाचा काहीच परिणाम झाला नाही. मात्र, गुजराथ हवालदिल झाला. 'मुंबई लेता गुजराथ खोई' मुंबईच्या मागे लागून आणि गुजराथ गमावून बसले. शिवाय मोरारजी सरकारने १०५ मराठी माणसांचा बळी घेतला होता. गोळीबार, अत्याचार, दंगली अशा गोष्टींचा मोरारजींच्या धोरणाने महाराष्ट्रात धुमाकूळ घातला होता. तेव्हा महाद्वैभाषिकाचे मुख्यमंत्रिपद मोरारजी देसाईंना मिळणे शक्य नव्हते. त्यांची केंद्रीय मंत्रिमंडळात वर्णी लागणार, अशी बातमी होती. गुजराथी जनता मात्र 'मध्यवर्ती सरकारमध्ये मंत्रिपद मिळवण्यासाठी मोरारजींनी गुजराथला गहाण टाकले.' म्हणून मोरारजी देसाईंना शिव्याशाप आणि त्यांच्याविरुद्ध संताप व्यक्त करू लागली आणि ७ ऑगस्टला ही घोषणा झाली; गुजराथी जनतेत त्याचे काय पडसाद होतात हे पाहण्यासाठी आचार्य अत्रे आणि त्यांचे उपसंपादक - दत्तू बांदेकर विमानाने अहमदाबादला गेले. ७ ऑगस्ट १९५६ च्या रात्री ही मंडळी अहमदाबादला पोहोचली आणि ८ ऑगस्ट १९५६ ची सकाळ उजाडली, तोच हरताळ पाळण्यात आला. त्याचा साद्यंत वृत्तान्त आचार्य अत्रे यांनी आपल्या 'नवयुग'मध्ये मांडला आहे. सामान्य गुजराथी जनता आणि गुजराथचे वयोवृद्ध पुढारी श्री. लालाकाका म्हणू लागले, 'आ निर्णय गुजराथ माटे आपत्तीसमान छे !' या वक्तव्याने सामान्य गुजराथी जनतेला जाग आली आणि त्यांच्या अन्यायाची परिसीमा झाली असल्याची भावना फैलावत गेली आणि सर्व अहमदाबाद शहरभर हरताळ, शाळा, कॉलेज, दुकाने, छोटे-मोठे व्यापारी यांनी आपला धंदा स्वयंस्फूर्तपणे बंद केला. अहमदाबादमध्ये एकूण ६५ कापड गिरण्या आणि त्यातील सव्वा लाख कामगार होते. त्यांपैकी २५ गिरण्या बंद झाल्या आणि पंचवीस ते तीस हजार कामगार संपात आणि बंदमध्ये सामील झाले आणि विद्यार्थ्यांनी आत्तापर्यंत आपल्या ज्येष्ठ पुढाऱ्यांवर विश्वास ठेवण्यात चूक झाली, अशी भावना व्यक्त केली. आता आपणच पुढारीपण करायला हवे, अशी भावना बळावत गेली आणि महागुजराथची मागणी जोर धरू

लागली. 'महागुजराथ मिळवून देण्यात गुजराथचे सध्याचे नेतृत्व कुचकामी ठरले असल्याने ते नेतृत्वच यापुढे गुजराथींच्या जागृत विद्यार्थ्यांकडे सोपवावे.' असा ठराव पन्नास-साठ हजार विद्यार्थ्यांच्या सभेत विद्यार्थ्यांनी पास केला आणि हरताळ, बंद, निदर्शने, सभा यांचे नेतृत्व ते करू लागले. विद्यार्थ्यांचा मोठा मोर्चा काँग्रेस हाउसवर निघाला आणि काँग्रेस पुढाऱ्यांना जाब विचारण्यास आगेकूच करू लागला. त्या वेळी परिस्थिती आवाक्याबाहेर जाईल, अशी जाणीव निर्माण करणाऱ्या पोलीस कमिशनरने गोळीबार केला आणि सुरेश भट आणि इंदुलाल व्यास हे विद्यार्थी धारातीर्थी पडले. सुरेश भटची तर कवटी फुटली. विद्यार्थ्यांनी ती कवटी एका थाळीत ठेवून मोर्चा काढला आणि 'आम्हाला महागुजराथ पाहिजे' असा नारा दिला. जाळपोळ, दंगल, मारामाऱ्या याला ऊत आला आणि 'महाद्वैभाषिक मुर्दाबाद!' 'महाद्वैभाषिक हाय! हाय!' अशा घोषणांनी सारे आसमंत दणाणून गेले. या गोळीबारात एकूण १४ लोक बळी पडले, हुतात्मे झाले आणि हजारो लोक जखमी झाले. अहमदाबादमध्ये स्मशानशांतता पसरली. त्या रात्री मोरारजी भाई अहमदाबादमध्ये आले आणि विद्यार्थ्यांना शांत करण्यासाठी सभा घेण्याचा निर्णय घेतला; पण विद्यार्थ्यांनी 'जनता कर्फ्यू' जाहीर केला. ९ ऑगस्ट १९५६ हा क्रांतिदिन होता. त्या दिवशी शहिदांना आदरांजली वाहण्याचा आणि हुतात्मा विनोद किनारीवारा याच्या समाधीजवळ अभिवादन करण्यासाठी आणि गोळीबाराचा निषेध करण्यासाठी लाख-सव्वा-लाख लोकांसह पंचवीस-तीस हजार विद्यार्थ्यांचा जथा मोर्चा, निदर्शने, मिरवणुकांसह जमा झाला आणि त्यांनी शहिदांना श्रद्धांजली वाहिली. नंतर विद्यार्थ्यांनी गाढवे जमा करून त्यावर 'मोरारजी देसाई गधा छे! मोरारजी देसाई निकल जा.' अशा घोषणा गाढवांच्या पाठीवर लिहिल्या आणि गाढवांच्या मिरवणुका काढल्या. तेवढ्यात अमूल देसाई हा मोरारजींचा पुतण्या आला; (अमूल देसाईने १९५२ च्या निवडणुकीत मोरारजी देसाईंचा बलसाडमध्ये पराभव केला होता. नंतर मोरारजी देसाईंना अहमदाबादमधून निवडून आणले होते.) त्याला गाढवावरील घोषणा दाखवून 'जो, तमारो काको जाय छे!' (बघ, तो तुझा काका चाललाय.) असे दाखवून आपला राग, संताप, चीड, अन्याय विद्यार्थी व्यक्त करीत होते. असा विद्यार्थ्यांचा जथा मिरवणुकीने निघाला आणि 'हमे महागुजराथ जोओीये', 'महाद्वैभाषिक मुर्दाबाद!' अशा घोषणा देत सबंध अहमदाबाद शहरात फिरत राहिला. सारे अहमदाबाद शहर विद्यार्थ्यांनी गाजवून सोडले. मोरारजींनी आगपाखड केली; पण उपयोग झाला नाही. मिकमलाल शहा, मोरारजी भाईंवर बहिष्कार टाकला. जीवराज मेहतांनी आपला अहमदाबाद दौरा रद्द केला. अहमदाबादमधील सर्व विभाग आणि संपूर्ण शहरात बंद, हरताळ आणि काँग्रेस सरकारविरुद्ध असंतोष आणि महागुजराथ जोओीयेचे नारे यांनी सर्व अहमदाबाद गाजले. सर्व अहमदाबाद शहरावर विद्यार्थ्यांचे

राज्य होते. त्यातूनच मग कामगार पुढारी इंदुलाल याज्ञिक यांनी म्हटले, 'काँग्रेस सरकार ब्रिटिश सरकारची अवलाद आहे. ब्रिटिश सरकारने तर परकीयांवर म्हणजे आपण त्या वेळी परकीय होतो त्यांच्यावर गोळीबार केला; पण काँग्रेस सरकारने स्वकीयांवर गोळीबार करून लोकशाहीला काळीमा फासला.'

७ ऑगस्ट ते ९ ऑगस्ट १९५६ चे अहमदाबादमधील हत्याकांड आणि विद्यार्थ्यांची निदर्शने आणि महागुजराथची मागणी यांनी सर्व गुजराथ दुमदुमून गेले. सारा गुजराथ पेटला. त्यांना शांत करण्यासाठी भारताचे पंतप्रधान पंडित जवाहरलाल नेहरू ३ ऑक्टोबर १९५६ रोजी अहमदाबादला येणार या बातमीने आचार्य अत्रे यांना गुजराथी बांधवांची विशेषत: गुजराथी विद्यार्थ्यांची प्रतिक्रिया जाणून घ्यायची होती. म्हणून आचार्य अत्रे विमानाने अहमदाबादमध्ये दाखल झाले. ते त्याच दिवशी म्हणजे ३ ऑक्टोबर १९५६ ला आले आणि अगोदर जनतेची सभा घेऊन महाद्वैभाषिकाची तरफदारी केली. ती सभा पंचवीस हजारांची होती. इकडे इंदुलाल याज्ञिक आणि महाद्वैभाषिक पुढाऱ्यांची दोन-अडीच लाखांची सभा झाली. पंडित नेहरूंना विद्यार्थ्यांच्या समोर भाषण करून त्यांना उपदेश करायचा होता. कारण तरुणांवर नेहरूंचा प्रभाव पडत असे; पण गुजराथी तरुणांवर नेहरूंचा प्रभाव पडला नाही. नेहरू हतबल झाले. विद्यार्थ्यांनी महागुजराथची मागणी आणि नेहरू मुर्दाबादचे नारे लगावून नेहरूंना नामोहरम केले.

महाविद्यालयीन विद्यार्थ्यांनी नेहरूंना साधे एक वाक्यदेखील उच्चारू दिले नाही. पंतप्रधान पंडित नेहरू आणि विद्यार्थ्यांचे 'सवाल-जवाब' अशी एकूण त्यांच्या सभेची परिणती झाली म्हणायची. पंडित जवाहरलाल नेहरू, शिवाय जगातील सर्वांत मोठ्या लोकशाहीचे पंतप्रधान; पण त्यांनी अगदी पोरांहून पोरपणा करून आपल्या बालिश मनोवृत्तीचे जणू काही प्रदर्शनच मांडले होते. अहमदाबादमध्ये विद्यार्थ्यांना उद्देशून त्यांनी शिव्यांची शेणखळी उधळली, 'जंगली, जनावर, तमासगीर, फॅसिस्ट, माकडे, नादान, नालायक, कृष्णहृदयी' अशा एकापेक्षा एक शेलक्या शिव्यांचा मारा केला. एवढेच नव्हे तर एक नोव्हेंबरला महाद्वैभाषिक होणार म्हणून पैज काय लावली. विद्यार्थी म्हणत होते, 'आम्ही महाद्वैभाषिक होऊ देणार नाही,' त्यावर नेहरूंनी वरीलप्रमाणे बजावले.

पण सगळ्यांत धक्का देणारी पंडित नेहरूंची वल्गना म्हणजे विद्यार्थ्यांवर थोपण्यासाठी स्वत:ची जाहिरात केली, 'मी तुमच्यापेक्षा तिप्पट मोठा आहे. मी क्रांतीचा पुत्र आहे. साऱ्या जगात माझे व्याख्यान ऐकण्यासाठी विद्यार्थी नुसते मरतात.' एवढेच सांगून नेहरू थांबले नाहीत, तर जगात माझ्याएवढी कीर्ती आणि प्रतिष्ठा फार थोड्या लोकांना मिळाली. 'महागुजराथची मागणी ही पाकिस्तानची मागणी असल्याचा' जावईशोध नेहरूंनी लावला. महाद्वैभाषिकाचा निर्णय बदलण्याची

ताकद या देशात किंवा देशाबाहेरदेखील नाही. थोडक्यात, हिटलरी पद्धतीने विद्यार्थ्यांना दमबाजी सुरू केली. अहमदाबादमधील विद्यार्थी आणि त्यातील गुजराथी विद्यार्थी हे अतिशय मेषपात्र असतात, हा जो लोकांचा गैरसमज आहे त्याला विद्यार्थ्यांनी चांगलीच चपराक लगावली. आपण इतर विद्यार्थ्यांसारखेच लढाऊ असल्याची ग्वाही दिली.

खरे तर अहमदाबादमधील हत्याकांड आणि अहमदाबादमध्ये पंडित जवाहरलाल नेहरूंची विद्यार्थ्यांनी उडवलेली भंबेरी याचे 'कऱ्हेचे पाणी' या पाचव्या खंडातील पान २८४ ते ३०६ वर आचार्य अत्रे यांनी केलेले वर्णन मुळातूनच वाचायला हवे. मोरारजींचे पोलिसी अत्याचार, गोळीबार, लाठीमार आणि अहमदाबादमधील जाळपोळ, अहमदाबाद बंद याचे चक्षुर्वैसत्यम आचार्य अत्रे यांनी आपल्या सिद्धहस्त लेखणीतून वर्णन केलेले आहे.

एक आदर्श पत्रकार कसा असावा? आणि एका आदर्श पत्रकाराचा आदर्श वृत्तपत्रीय वृत्तान्त कसा असावा, याचा भावी पत्रकारांना जणू गीतापाठच मिळेल इतके त्याचे महत्त्व आहे. प्रबोधनकार केशव सीताराम ठाकरे (शिवसेनाप्रमुख बाळासाहेब ठाकरे यांचे तीर्थरूप) म्हणतात, 'आचार्य अत्रे यांची वर्णने म्हणजे आपल्या हाताला धरून अत्रे असे सविस्तर दर्शन घडवतात; इतकी जबरदस्त ताकद त्यांच्या लिखाणात होती आणि आकर्षक पद्धतीने समजावून सांगणारी त्यांची लेखणी अतिशय मनोहारी होती. म्हणूनच शब्दसृष्टीचे परमेश्वर अशीच त्यांची गणना करता येईल.'

१९५७ च्या निवडणुकांत खरे म्हणजे महाद्वैभाषिक मोडून पडले असते; पण गुजराथी जनता आणि विदर्भातील जनतेने काँग्रेसला साथ दिली. नाहीतर १९५७ सालीच मुंबईसह संयुक्त महाराष्ट्र आणि महागुजराथ निर्माण झाले असते आणि त्यासाठी महाराष्ट्रातील १०५ हुतात्मे आणि गुजराथमधील पंधरा हुतात्मे विशेषत: सुरेश भटचा अमानुष गोळीबारात कवटी फुटून झालेला मृत्यू आणि इंदुलाल व्यास या एकुलत्या एक मुलाचा अमानुष मृत्यू त्याच्या आई-वडिलांना पाहावा लागला नसता. गुजराथी जनतेला आणि भारतातील भांडवलदारांना, गिरणी मालकांना खूश करण्यासाठी आणि देशाच्या आर्थिक नाड्या भांडवलदारांच्या हातात ठेवण्यासाठी नेहरूंचा अट्टाहास होता.

आचार्य अत्रे केवळ शिव्या देतात, अशा प्रकारचा आक्षेप घेणाऱ्यांना अहमदाबादमधील हत्याकांड आणि पंडित नेहरू आणि विद्यार्थ्यांची जुगलबंदी हे दोन लेख चोख उत्तर म्हणून दाखवता येतील आणि वृत्तपत्र लिखाणातील आदर्श वस्तुपाठ म्हणून भावी पिढ्यांना मार्गदर्शक ठरतील. हे आणि आचार्य अत्रे यांचे प्रबोधनात्मक लिखाण दीपस्तंभाप्रमाणे नेहमी मार्गदर्शक ठरेल, यात काय शंका?

श्री. इंदुलाल याज्ञिक आणि इतर गुजराथी पुढाऱ्यांच्या मदतीने समितीने मुंबईत 'मराठी-गुजराथी भाई-भाई' परिषद आयोजित केली होती. तमाम मराठी जनता आणि तमाम गुजराथी जनतेचा संयुक्त जाहीरनामा प्रसिद्ध झाला. महाराष्ट्र आणि गुजराथमधील गोळीबाराचा निषेध व्यक्त करण्यात आला. गोळीबारातील हुतात्म्यांना - महाराष्ट्र आणि गुजराथ - दोन्ही हुतात्म्यांना श्रद्धांजली वाहण्यात आली तसेच दोन्ही प्रांतांत महाद्वैभाषिक नामंजूर असल्याची सरकारला ताकीद देण्यात आली, तसेच महाद्वैभाषिक मोडून दोन स्वतंत्र प्रांत महाराष्ट्र आणि गुजराथ निर्माण करावेत, असे ठराव एकमताने मंजूर करून त्याची अंमलबजावणी सरकारने करावी. मुंबईचा समावेश महाराष्ट्रात करावा, असा एकमुखी ठराव झाला आणि सरकारने मुंबई महाराष्ट्रापासून कोणत्याही परिस्थितीत वेगळी करू नये, असा ठराव मंजूर करून त्याची अंमलबजावणी ताबडतोब करावी आणि लवकरात लवकर महाराष्ट्र आणि गुजराथ राज्ये निर्माण करावीत, असे ठराव झाले. तसेच आचार्य अत्रे यांनी 'मराठी-गुजराथी भाई-भाई' हा 'नवयुग'चा विशेषांकदेखील काढला होता. अहमदाबादचे हत्याकांड आणि नेहरूंची विद्यार्थ्यांनी केलेली फजिती या संदर्भातदेखील नवयुगने विशेषांक काढले होते. मुंबईतील शिवाजी पार्क आणि पुण्यातील शनिवारवाडा येथे गुजराथी पुढारी इंदुलाल याज्ञिक व महागुजराथ समिती आणि संयुक्त महाराष्ट्र समिती यांच्या संयुक्त विद्यमाने प्रचंड जाहीर सभा घेण्यात आल्या होत्या. 'गुजराथी-मराठी भाई भाई'च्या नाऱ्याने दोन्ही प्रांत अक्षरशः भारावून गेले होते.

दिल्ली साहित्ययात्रा - दिल्लीवर मराठी झेंडा!

गुजराथ राज्यात बडोदा संस्थानला फार महत्त्व आहे. सयाजीराव गायकवाड महाराजांनी गुजराथचा कायापालट केला. मराठी माणूस साधा असो किंवा राज्यकर्ता असो; तो ज्या प्रांतात जाईल, त्या प्रांताशी समरस होतो. सयाजीराव तसेच गुजराथी भाषेशी, परंपरेशी आणि चालीरीतींशी एकरूप झाले आणि हळूहळू त्यांत बदल केले. आजही 'लोककल्याणकारी राजा' म्हणूनच सयाजीराव गायकवाड यांची गणना होते. डॉ. बाबासाहेब आंबेडकरांना यांनीच शिष्यवृत्ती दिली म्हणून डॉ. बाबासाहेब आंबेडकर कोलंबियाला गेले होते.

बडोद्यातील वाङ्मय परिषदेच्या अधिवेशनासाठी आचार्य अत्रे १९३५ साली बडोद्यात आले होते, त्या वेळी राजघराण्यातील राजदरबारी स्त्रियांच्या खास आग्रहाखातर काव्यगायनाचा कार्यक्रम आयोजित केला होता. त्यांत 'झेंडुची फुले'चे वाचन करून आचार्य अत्रे यांनी सरदार-राजदरबारी स्त्रियांना मनसोक्त हसविले होते. वाङ्मय परिषदेच्या अधिवेशनात वाङ्मयाचे प्रयोजन लोककल्याण आहे, हा मंत्र आचार्य अत्रे यांनी दिला होता. त्या वेळी मार्क्सवादाची भारतात तोंडओळखसुद्धा झाली नव्हती. सर्वसामान्य जनतेचे दुःख दूर करणे आणि त्यांच्या जीवनात सुख आणणे हेच वाङ्मयाचे कार्य होय. हा मार्क्सवादी विचार आचार्य अत्रे यांनी बडोद्याच्या वाङ्मय परिषदेमध्ये १९३५ साली मांडला. आजच्या काळात मार्क्सवादाचा एवढा प्रचार आणि प्रसार झाला आहे आणि मार्क्सवाद म्हणजे पुरोगामी आधुनिक डावा विचार मानला जातो. त्याच्या अगोदर कितीतरी वर्षे आचार्य अत्रे यांनी तो विचार बडोद्यात मांडला होता. यावरून या माणसाची

झेप आणि दृष्टी कशी होती, याचा प्रत्यय येतो. लोकजीवन सुधारण्यासाठी वाङ्मय निर्माण झाले पाहिजे, वाङ्मयात वास्तवता आणि प्रांजळपणाच असला पाहिजे, अशी मांडणी केली होती.

१३ डिसेंबर १९४७ रोजी इंदोरला आचार्य अत्रे यांच्या अध्यक्षतेखाली 'शारदोत्सव' पार पडला. त्यामध्ये 'परंपरा आणि साहित्य' या विषयावर त्यांनी भाषण केले. जुन्या परंपरेला बाजूला सारले पाहिजे. पराक्रम कमी झाल्याने पौरुषाचा अध:पात झाला. पारतंत्र्यामुळे बुद्धिमान माणसे निपजली नाहीत. वाङ्मयाचा नि जीवनाचा निकटचा संबंध आहे. जीवनाचे पडसाद वाङ्मयात उमटले पाहिजेत, अशी लेखकाची भूमिका असली पाहिजे. स्वातंत्र्य मिळाले आहे. आता नवसमाज घडवायचा आहे. त्यासाठी 'जगा आणि लिहा, जगण्यासाठी लिहा! जगता जगता लिहा! आणि मरता मरता लिहा' असा संदेश इंदोरच्या शारदोत्सवात देऊन आचार्य अत्रे यांनी इंदोर जिंकले. इंदोरनंतर ग्वाल्हेर आलेच आणि मग दिल्ली सर केली. वाङ्मयात दिल्ली सर करणे म्हणजे केवळ अॅकेडमीचा पुरस्कार मिळविणे नव्हे, तर जनमानसात कर्तबगारीचा नगारा वाजवणे होय. तो नगारा अत्रे यांनी वाजवला.

एकूण चार वर्षांत निरनिराळ्या चार वेळा अध्यक्षस्थान प्राप्त करण्याचा मान आचार्य अत्रे यांना बडोदेकरांनी दिला आणि चारही वेळा आचार्य अत्रे यांनी बडोदा जिंकले. १९५६ सालच्या अधिवेशनात फडक्यांच्या वाङ्मयाचा परामर्ष घेतला आणि त्यांच्या खेळणी इत्यादी कादंबऱ्यांची चिरफाड केली. बडोदा येथील राजदरबाराचा पाहुणचार घेतलेला आणि त्याचे सविस्तर वर्णन करणारा आचार्य अत्रे हा एकमेव साहित्यिक आहे. राजराजेश्री माने आणि इतर सरदारांनी तर आचार्य अत्रे यांना डोक्यावर घेतले. थोडक्यात, आचार्य अत्रे यांच्यावर बडोदेकरांचे विशेष प्रेम होते. म्हणूनच चार वेळा त्यांना बडोदा वाङ्मय परिषदेचे अध्यक्षस्थान बहाल केले. बडोदेकरांची वाङ्मयभक्ती आणि आचार्य अत्रे यांच्यावरील भक्ती यांचा संगम म्हणजे बडोदा वाङ्मय परिषद.

एकोणीसशे सत्तेचाळीस साली आचार्य अत्रे यांच्या अध्यक्षतेखाली इंदोरला वाङ्मय शारदोत्सव भरला होता. त्या वेळी इंदोरच्या रामूभय्या दाते यांच्या अनेक आठवणी त्यांनी सांगितल्या. तसेच तुम्ही मराठी मंडळी महाराष्ट्राच्या इतक्या दूर अंतरावर का आलात, तर भारताचे संरक्षण करण्यासाठीच, भारताच्या संरक्षणाची सर्वस्वी जबाबदारी महाराष्ट्रावर आहे. आपण जेथे जाता, तेथील संस्कृती–भाषा आपलीशी करता. तेथील लोकजीवनाशी समरस होता, हेच मराठी माणसाचे वैशिष्ट्य होय. इतर लोक सर्वत्र जातात; पण त्यांचे स्वत्व विसरत नाहीत. आपली भाषा, आपली संस्कृती आणि अभिमान ते आपल्याबरोबर घेऊन जातात म्हणून भारताशी ते एकरूप होऊ शकत नाहीत. मराठी माणूस भारताशी एकरूप झालेला

आहे म्हणूनच तो भारताचा आधार आहे.

१९५३ च्या नोव्हेंबर महिन्यात आचार्य अत्रे त्यांच्या जवळच्या मित्राबरोबर ग्वाल्हेर, आग्रा, दिल्ली साहित्ययात्रेला निघाले. ॲडव्होकेट रावांची इच्छा होती की, 'वसंतसेना' या चित्रपटात त्यांना चारुदत्ताची भूमिका द्यावी, इतके ते सुस्वरूप होते; पण आचार्य अत्रे यांनी चारुदत्त म्हणून शाहू मोडक यांनाच पसंत केले, तरीसुद्धा ॲड. राव आणि आचार्य अत्रे यांची मैत्री कायम टिकली. त्याच ॲड. मधुकर रावांना बरोबर घेऊन आचार्य अत्रे उत्तर भारतातीतल साहित्ययात्रेला निघाले. ग्वाल्हेरच्या श्रीमंत राजप्रमुखांनी पुष्कळ वर्षांपासून आचार्य अत्रे यांनी ग्वाल्हेरला यावे, अशी इच्छा व्यक्त केली होती; पण १९५३ च्या ग्वाल्हेरच्या शारदोत्सवास जाण्याचे आचार्य अत्रे यांनी मान्य केले. ग्वाल्हेर स्टेशनवर आचार्य अत्रे यांचा राजप्रमुख श्रीमंतांच्या वतीने श्री. दाजीसाहेब इंदुलकरांनी जंगी सत्कार केला.

ग्वाल्हेरच्या यादव भवनमध्ये निवासाची सोय केली होती. राजघराण्याच्या उषा किरण या राजवाड्यात भोजनप्रबंध होता. मेजवानीला शाही स्वरूप होते. सर्व राजप्रमुख, सरदार, सुभेदार मंडळी आणि प्रतिष्ठित मंडळी शाही मेजवानीला हजर होती. उषा किरण ते यादव भवन, आचार्य अत्रे यांची शाही मिरवणूक काढली गेली. लतापल्लवी, सनई चौघडा आणि जनसमुदायाचा जल्लोष यांनी त्यांचे स्वागत झाले. श्रीमंत राजप्रमुख यांनी उद्‌घाटन केले. त्यांनी ग्वाल्हेरचे साहित्यिक जीवन, कालिदासापासून सुरू होते आणि राजकवी तांबे, काळेले झोरकर इथपर्यंतचा आढावा घेतला.

"आपण इतके दूर असून माझ्या मनात आणि विचारात दूरतेचे अंतर नाही, तसेच ते आपल्याही मनात नाही, हे मी जाणतो. 'जेथे भाषा असे मराठी! तेथे महाराष्ट्राची मूर्ती!!.' साहित्य आपल्याला जवळ आणते. साहित्य म्हणजे अमर शब्द. असामान्य शब्दांत सांगितलेला अलौकिक विचार म्हणजेच साहित्य. विचार आणि भावना यांचा आत्मा म्हणजे साहित्य. 'जे जे भेटे भूत, तें तें मानिजे भगवंत' या ज्ञानेश्वरीच्या ओवीत साहित्याचे सर्व सार येते आणि तेच आपण अंगीकारायला हवे. संतांनी ममतेतून समता आणण्याचा प्रयत्न केला. कालिदासाच्या वाङ्मयाचा परामर्श घेतला. निसर्ग, माणूस आणि स्त्री हा कालिदासाच्या वाङ्मयाचा विषय होता. कन्या, पत्नी आणि माता ही स्त्रीची उन्नतरूपे आहेत. शेवटी 'सत्यमेव जयते' हे ब्रीदवाक्य भारताच्या टाळक्यावर लिहिले असले; तरी आज राष्ट्रात सत्य औषधापुरतेच नव्हे, तर औषधांतदेखील सत्य मिळत नाही." अशा शब्दांत टाळयांच्या गजरात भाषणाची सांगता केली.

आचार्य अत्रे यांचे भाषण राजप्रमुख श्रीमंतांना; त्यांचे प्रतिनिधी, सरदार, दरबारी, सुभेदार, सरकारी प्रतिनिधी नामदार जगन्नाथराव भोसले ज्यांनी ए.सी.सी.

सुरू केली; त्यांना इतके आवडले की, ते म्हणाले, ''मी जर राजा असतो, तर पन्नास हजारांचा चेक दिला असता.'' त्यावर आचार्य अत्रे म्हणाले, ''तो चेक मी कॅश केला असता काय?'' भोसले म्हणाले, ''मग काय केले असते?'' आचार्य अत्रे म्हणाले, ''मी तो फ्रेम करून घरात टांगला असता आणि आपल्या प्रेमाची मर्मबंधातली ठेव म्हणून जपला असता.'' यावर परत एकदा हास्याची लहर उठली. असा ग्वाल्हेरचा शारदोत्सव आणि त्याच्या एकेक आठवणी. राजदरबारी स्वागत, पाहुणचार, राजदरबारी व्यवस्था आचार्य अत्रे यांना लाभली.

चंबळपर्यंत मध्यप्रदेशची हद्द आहे. नंतर उत्तर प्रदेश सुरू होतो. आचार्य अत्रे आग्र्याला आले. अर्थात, आग्रा म्हणजे ताजमहाल! आचार्य अत्रे यांनी ताजमहालचे सर्वसुंदर, नयनमनोहर असे भरपूर वर्णन केले आहे. ताजमहाल पाहता पाहता ॲड. राव म्हणाले, ''ताजमहालाच्या सौंदर्यात दोष काढणारा कोणी टीकाकार जगात असू शकेल काय?'' तेव्हा आचार्य अत्रे चटकन म्हणाले, ''जगात कशाला, आपल्या महाराष्ट्रात आहे. आमचे खांडेकर म्हणतील की, शहाजहानने ताजमहाल बांधताना चांगला संगमरवरी दगड वापरायला हवा होता.'' अन् फडके काय म्हणाले असते? त्यावर आचार्य अत्रे म्हणाले, ''त्यांना ताजमहालाचा घुमट पाहून कोणातरी पुरंध्रीच्या नितंबाचे स्मरण झाले असते, दुसरे काय?'' सबंध दिवस आचार्य अत्रे ताजमहाल बघत होते. नंतर ते दिल्लीच्या प्रवासाला निघाले. थंडी वाढू लागली, तसतशी दिल्ली जवळ आल्याची चाहूल लागली. दिल्लीतील मोती टॉकीजचे छोटूभाई देसाई यांनी मरीना हॉटेलमध्ये त्यांची सोय केली होती. छोटूभाई देसाई हेच की, ज्यांनी आचार्य अत्रे यांना आपला स्टुडिओ विकला होता आणि आचार्य अत्रे यांनी परेलला 'आचार्य अत्रे चित्रमंदिर' नावाने स्वत:चा स्टुडिओ उभा केला होता. भोजन व्यवस्था गेलॉर्ड हॉटेलात झाली. सुंदर सुंदर केशभूषा-वेषभूषा केलेल्या तरुण स्त्रिया नृत्य करताना आचार्य अत्रे यांना लंडनची आठवण झाली. स्वातंत्र्य मिळाल्यानंतर दिल्लीचे वातावरण बदलून जाईल, असे वाटले होते; पण पाश्चात्त्यांचा पगडा आपल्या दिल्लीकरांच्या जीवनावर पडला होताच. आचार्य अत्रे यांचे भाषण बेव्हेल थिएटरमध्ये ठेवले होते. भाऊसाहेब हिरे यांनी संयुक्त महाराष्ट्राची भूमिका व्यवस्थितपणे मांडली होती. काका गाडगीळ स्वागताध्यक्ष होते. नंतर गांधीजींची समाधी पाहिली. त्या वेळी गांधीजींची समाधी एवढी आकर्षक नसल्याचे आचार्य अत्रे नमूद करतात. दुसऱ्या दिवशी 'साहित्य आणि लोककल्याण' या विषयावर आचार्य अत्रे यांचे भाषण झाले. त्या वेळी काका गाडगीळ म्हणाले, ''आचार्य अत्रे आज दिल्लीला येईन, उद्या येईन; अशा भारत सरकारसारख्या थापा मारत होते. ते आज दिल्लीत आले, ही फार आनंदाची गोष्ट आहे. जगातील बदल, कर्तृत्व हे वाङ्मयानेच घडते, असे रामदास म्हणतात. साहित्य ही योग्याची समाधी आहे. ज्याने चित्त शुद्ध होते

ते साहित्य.''

शेवटी शंकराच्या शब्दाने आचार्य अत्रे यांनी आपल्या भाषणाचा समारोप केला, ''नेयं सज्जनसंगे चित्तम्। देयं दीनजनायच वित्तम्'', 'सज्जनाला चित्त द्या आणि गरिबाला वित्त द्या.' हेच वाङ्मयाचे प्रयोजन आहे. हेच विचार १९३५ साली बडोद्याच्या साहित्य संमेलनात आचार्य अत्रे यांनी मांडले होते. काकासाहेबांनी त्यांच्या घरी जेवण दिले. कढी-भाताचे, मराठी पद्धतीचे जेवण आचार्य अत्रे यांना आवडले आणि भुरके मारत त्यांनी दोन-तीन वाट्या कढी प्यायली. अत्रे यांनी काकांच्या कढीची प्रशंसा केली. त्यावर काका म्हणाले, ''आता छान छान म्हणताय; पण तिकडे महाराष्ट्रात गेल्यावर म्हणाल की, काकांची कढी पातळ झाली.'' त्यावर खूप हशा पिकला. सर पुरुषोत्तमदास टंडनजींची भेट घेतली. पार्लमेंट बघितले. त्या वेळी दिल्लीला नेहरूंचे एवढे प्रस्थ होते की, गांधीजींची समाधी हे एक मंदिर, बिर्ला मंदिर आणि पार्लमेंट हे 'नेहरू मंदिर'च होते. रंगेलपणा आणि राजकारण हेच दिल्लीचे खास वैशिष्ट्य असल्याचे आचार्य अत्रे यांनी सांगितले. पंडित नेहरूंना नऊ सेक्रेटरी होते. आचार्य अत्रे त्यांच्या हुद्याची टिंगल करीत. एक उपमंत्री म्हणाला, 'मी मंत्री नाही; हा माझा पट्टेवाला मंत्री आहे. जर तो नसेल तर अधिकारी मला धक्के मारून बाहेर काढतील. कारण लोक त्यांना ओळखतात, आम्हाला नाही.'

आचार्य अत्रे यांनी 'श्यामची आई' या चित्रपटाचे शूटिंग पूर्ण केले आणि त्याचे प्रदर्शन मोठ्या दिमाखात झाले. त्याच वेळी 'महात्मा फुले' चित्रपटाचा मुहूर्त केला होता. कर्मवीर भाऊराव पाटील, डॉ. बाबासाहेब आंबेडकर, रमाबाई आंबेडकर हे तिघे आणि गाडगे महाराजांचे महात्मा फुले यांच्यावर 'लाइव्ह कीर्तन' असा देखावा 'महात्मा फुले' चित्रपटात आहे. तीन थोर समाजसुधारक या चित्रपटात लाइव्ह आहेत. त्याच वेळी आचार्य अत्रे यांच्या मातेचा मृत्यू झाला. अस्थिविसर्जनासाठी आचार्य अत्रे दिल्लीला गेले. मग तेथून हरिद्वारला अस्थिविसर्जन केले. हरिद्वार पाहिले आणि मोठ्या दुःखी मनाने ते दिल्लीला परत आले. त्यांच्याबरोबर पत्नी आणि धाकटी मुलगी मीना होती. त्यांना दिल्लीला साहित्य संमेलनाला जायचे होते. त्या निमित्ताने त्यांनी आपल्या प्रिय आईचा अस्थिकलश बरोबर घेतला होता. अस्थिविसर्जन करून ते दिल्लीला आले; पण दिल्लीला एवढा पाऊस की, त्या गडबडीत आचार्य अत्रे यांचे सामान गहाळ झाले. नंतर ते सापडले. लालजी पेंडसे यांचे सामानदेखील गहाळ झाले होते; त्यामुळे त्यांना दिल्लीला येऊन दिल्ली साहित्य संमेलनाला हजर राहता आले नाही. तेच हे कॉ. लालजी पेंडसे की, ज्यांनी संयुक्त महाराष्ट्राचे महाभारत लिहिले. मा. कृष्णराव आणि आचार्य अत्रे यांची राहण्याची सोय बिर्ला मंदिरात होती. रात्रभर मा. कृष्णरावांचे गायन अत्रे यांनी ऐकले. 'विदूर घर जावो, अब तुम' या भजनाने मा. कृष्णराव फुलंब्रीकरांनी समारोप केला,

त्या वेळी आचार्य अत्रे भूक-तहान विसरले होते. कारण त्या दिवशी त्यांना भोजन मिळालेच नव्हते.

दिल्ली साहित्य संमेलनाचे अध्यक्ष तर्कतीर्थ लक्ष्मणशास्त्री जोशी आपले वृद्ध गुरू केवलानंद सरस्वती यांना घेऊन सहकुटुंब आपले वैभव दाखवण्यासाठी आले होते. तर्कतीर्थ लक्ष्मणशास्त्री जोशी यांचे अध्यक्षीय भाषण साहित्य, संस्कृती, समाजशास्त्र यासंबंधीचे मूलगामी, विचारसंपन्न होते. सांस्कृतिक आणि सामाजिक चळवळीच्या अन्योन्य संबंधाचा शास्त्रीबुवांनी आपल्या भाषणात ऊहापोह केला होता. दुसऱ्या दिवशी सकाळी 'श्यामची आई'ला सुवर्णपदक मिळाल्याची सुवर्णवार्ता आचार्य अत्रे यांच्या कानी पडली आणि मोठ्या आनंदाने इतरांनी त्यांचे स्वागत आणि अभिनंदन केले. नंतर मोठ्या अभिमानाने सुवर्णपदकविजेत्या आचार्य अत्रे यांचा गौरव झाला. राष्ट्रपतींच्या हस्ते सुवर्णपदक प्रदान करण्यात आले. मातेच्या अस्थी विसर्जन करण्यासाठी आचार्य अत्रे दिल्लीला जातात काय आणि 'श्यामची आई'ला सुवर्णपदक मिळते काय, सारेच चमत्कारिक होय. साऱ्या मातांचा आशीर्वादच जणू आचार्य अत्रे यांना मिळाला.

पंडित नेहरूंचे खासगी सचिव श्री. पु. शं. पतके यांनी आपल्या आत्मचरित्रात सांगितलेली आठवण येथे उद्धृत करणे योग्य ठरेल. त्यांनी आचार्य अत्रे यांचा बायोडेटा नेहरूंसमोर ठेवला. लेखक, कवी, आद्य विडंबनकार, नाटककार, सिनेमा पटकथालेखक, दिग्दर्शक, निर्माता, विनोदी वक्ता, विनोदी लेखक, वृत्तपत्रकार, समीक्षक, शिक्षणतज्ज्ञ, सामाजिक नेता, राजकीय नेता. याबरोबर नेहरू म्हणाले, ''No, No it cannot be.'' त्याच वेळी आचार्य अत्रे यांचा भव्य-दिव्य उंचीचा आणि वजनाचा देह समोर बघून नेहरू उभे राहून एकदम म्हणाले, ''Yes, it could be, it could be!'' नेहरूंना जर आश्चर्य वाटले, तर इतरांना वाटल्यास नवल ते काय? कारण अशक्यप्राय गोष्टींत विक्रम गाठला होता आचार्य अत्रे यांनी; म्हणूनच 'सहस्रकोत्तम साहित्यसम्राट' अशी भावना साऱ्या महाराष्ट्रात बळावत आहे.

१९५६ च्या जुलै महिन्यात आणि १९ डिसेंबर १९५८ रोजी असे दोन देदीप्यमान मोर्चे दिल्लीला मराठी जनतेने काढले. मराठी माणसानी पानिपत युद्धाच्या पराभवाचा वचपा काढला, असाच सूर सर्वत्र उमटत होता. 'जागा मराठा आम जमाना बदलेगा' या शाहीर अमर शेखांच्या गगनभेदी घोषणेने सारी दिल्ली हादरली होती. खेडेगावांतून आलेल्या बाया-माणसांनी दिल्लीकरांचे डोळे उघडले. एक शिख माणूस तर अचंबित होऊन, 'क्या मराठी औरते ऐसी होती है, जिन्होने झांसीकी रानी पैदा की?' असे म्हणाला. साऱ्या दिल्लीचे लक्ष या मराठी मोर्चाने वेधून घेतले. त्याचे नेतृत्व आचार्य अत्रे यांनी केले होते. दोन्ही मोर्च्यांचे नेतृत्व आचार्य अत्रे यांनीच केले आणि दिल्लीवर मराठी झेंडा फडकवला. दिल्लीतील हा

मोर्चा म्हणजे फार मोठी मजल मारली होती मराठीजनांनी!

महाराष्ट्रावरील अन्याय वेशीवर टांगण्यासाठी दिल्लीला मोर्चा काढला होता. पहिला मोर्चा महाराष्ट्रावर अन्याय झाला, हे दाखविण्यासाठी आणि दुसरा सीमावासियांच्या वर झालेल्या अन्यायासाठी. याच वेळी सी. डी. देशमुख यांनी 'नेहरूंच्या मनात मराठी माणसाविषयी वैरभाव आहे' म्हणून राजीनामा दिला आणि आपला मराठी बाणा दाखविला. गंमत अशी की, काका गाडगीळ बाहेर सांगत आले की, 'मी जे सांगत होतो, तेच सी. डी. देशमुखांनी लोकसभेत सांगितले;' पण त्यांच्या या थापेबाजीकडे मराठी माणसांनी दुर्लक्ष केले. आचार्य अत्रे यांनी लोकमान्यांची भविष्यवाणी खरी ठरवली. 'चिंतामणी देशाचा कंठमणी झाला' असा 'नवयुग'चा विशेषांक काढला आणि साऱ्या महाराष्ट्रात सी. डी. देशमुखांचा जयजयकार झाला. संयुक्त महाराष्ट्राच्या लढ्याला नैतिक अधिष्ठान मिळाले.

'खेडे' हा घटक धरून या मराठी सीमावादाचा प्रश्न सोडवला जावा. तो कोणाच्या लहरीवर किंवा कर्नाटकाच्या अरेरावीवर सोडवला जाऊ नये; असे महाराष्ट्राचे म्हणणे होते; पण फक्त बेळगाव, कारवार, निपाणी, खानापूर, भैसंदेहीसाठी आणि ११६५ गावांसाठी हा दुसरा मोर्चा होता. नाना पाटलांची ऐंशी वर्षांची म्हातारी आई, मावशी आणि कन्या हौसाबाई या मोर्चात सामील होत्या. गो. नी. दांडेकरांची आईदेखील ऐंशी वर्षाची होती. त्यांनी पुण्यात सिटी पोस्ट ऑफिस चौकात सत्याग्रह केला. त्या वेळी त्यांच्या अंगात १०३° ताप होता आणि नंतर त्यांनी अंथरूण धरले. अंथरुणावरून त्या 'गोपाळला मिळाला का रे संयुक्त महाराष्ट्र?' अशी विचारणा करत होत्या. समाजाच्या सर्व थरांपर्यंत संयुक्त महाराष्ट्राचा लढा पोहोचला होता आणि सर्व थरांतील लोक लढ्यात सामील झाले होते. तीन हजार सत्याग्रही महाराष्ट्रातून, आपल्या माणसांतून दूरवर असलेल्या दिल्लीला आपल्या प्रिय महाराष्ट्रासाठी आलेले होते. ही गोष्ट सोपी नव्हती. तीस तासांचा, तीन हजारांचा मोर्चा; हा एक अद्‌भुत प्रकार होता. मराठी माणसाचा स्वाभिमान दुखावला गेला होता. त्याचा उद्रेक प्रत्येकाच्या मुखातून बाहेर पडत होता. 'दिल्ली दरबारावर औरंगजेबाची छाया' या उद्धव पाटलांच्या उद्‌गाराने मराठी माणसावर किती अन्याय झाला आहे, याचे वारंवार स्मरण होत राहिले आणि सत्याग्रही चवताळून उठून दिल्लीला गेले. डांग, उंबरगाव, उभाईधरण, अकलकुवा या निसर्गसंपन्न पाचूच्या प्रदेशासाठी कॉ. डांगे, एस. एम., दत्ता देशमुख, उद्धवराव पाटील आणि आचार्य अत्रे हे शिष्टमंडळ डिसेंबर १९५९ च्या पहिल्या आठवड्यात दिल्लीला गेले आणि 'तुमची डांग-उंबरगावची केस खूप वीक आहे' असे सांगून पंडित नेहरू आणि वल्लभपंत यांनी या शिष्टमंडळाच्या तोंडाला पाने पुसली आणि डांग-उंबरगावचा पाचूचा प्रदेश गुजराथच्या घशात गेला. गुजराथ आणि कर्नाटकाशी दोन हात

करण्यातच महाराष्ट्राचे आयुष्य गेले. संयुक्त महाराष्ट्राच्या आंदोलनात सर्वांत जास्त फायदा महाराष्ट्राला व्हायला हवा होता; पण झाले उलटेच! गुजराथ आणि कर्नाटक यांचाच जास्त फायदा झाला. कारण दिल्लीश्वरांना महाराष्ट्रावर अन्यायच करायचा होता. सर्व प्रांतांपेक्षा महाराष्ट्रावर जास्त अन्याय झाला, हे फळ भारताच्या संरक्षणासाठी महाराष्ट्राने पराकाष्ठा केली होती म्हणून की काय? मराठी माणूस भारताच्या स्वातंत्र्याचे रक्षण करत होता, त्या वेळी इतर प्रांत स्वत:च्या पोळीवर तूप ओतत होते. महाराष्ट्राला सुखासुखी काही मिळाले नाही. सारे लढून मिळवावे लागले. संघर्षाशिवाय काही मिळाले नाही. अशा दिल्लीबद्दल आचार्य अत्रे नेहमी म्हणत, 'दिल्लीकरांचे आणि आमचे कायमचे वैर आहे' म्हणूनच महाराष्ट्रातील प्रत्येक घराचा दरवाजा उत्तरेकडे तोंड करून उभा असतो. त्याची साक्ष म्हणजे 'शनिवारवाडा.' त्याचा दरवाजा उत्तरेला तोंड करून उभा आहे आणि त्याला 'दिल्ली दरवाजा'च म्हणतात. दिल्ली दरबारी मराठ्यांचा इतका तिरस्कार केला जातो, मराठी माणसाला सापत्नभावाची वागणूक दिली जाते; पण दिल्लीकरांना इंद्रायणी, गोदावरीचे पाणी पाजलेच आहे. शनिवारवाडा त्याची साक्ष आहे. भारताचे संरक्षण हा मराठी बाणा आहे.

दिल्लीवर स्वारी, हे पराक्रमाचे द्योतक होते; पण आता काँग्रेसचे पुढारी मलिदा चाखण्यासाठी दिल्लीच्या वाऱ्या करतात. दिल्लीवर स्वारी म्हटल्यावर ऊर भरून येतो आणि दिल्लीची वारी करताना मन विषण्ण होते. लाचारी! किती लाचारी!! फक्त लाचारी! दिल्लीत मराठी माणसाचा प्रभाव नाही, हे एकच शल्य आचार्य अत्रे यांच्या मनामध्ये होते. तेच शल्य प्रत्येक मराठी मनामध्ये निर्माण करण्यात आचार्य अत्रे यांनी आपली हयात घालवली आणि दिल्लीतील लोकसभेत महाराष्ट्राची बाजू जोरदारपणे मांडावी म्हणून आचार्य अत्रे यांनी पुण्यातून लोकसभेची निवडणूक लढवली होती; पण हाय रे दैवा, आचार्य अत्रे पराभूत झाले.

◆